ബി പോസിറ്റീവ്

B positive

•

suresh krishnan

•

first edition
september 2017

•

published
chintha publishers, thiruvananthapuram

•

typesetting
star communications, thiruvananthapuram

•

cover
veecee abhilash

വിതരണം

ദേശാഭിമാനി ബുക്ക് ഹൗസ്

H O തിരുവനന്തപുരം–695 035
Ph: 0471-2303026, 6063020
www.chinthapublishers.com
chinthapublishers@gmail.com

ബ്രാഞ്ചുകൾ

ഹെഡ്ഡാഫീസ് ബ്രാഞ്ച് കുന്നുകുഴി • സ്റ്റാച്യു തിരുവനന്തപുരം • കെ എസ്
ആർ ടി സി ബസ് സ്റ്റേഷൻ ആലപ്പുഴ • കെ എസ് ആർ ടി സി ബസ് സ്റ്റേഷൻ
എറണാകുളം • മച്ചിങ്ങൽ ലെയ്ൻ തൃശൂർ • ഐ ജി റോഡ് കോഴിക്കോട് •
മാവൂർ റോഡ് കോഴിക്കോട് • എൻ ജി ഒ യൂണിയൻ ബിൽഡിങ് കണ്ണൂർ •
സെൻട്രൽ ബസ് ടെർമിനൽ കോംപ്ലക്സ് താവക്കര കണ്ണൂർ

CO - 2572 / 4417
ISBN - 978-93-86637-41-3

ബി പോസിറ്റീവ്

സുരേഷ് കൃഷ്ണൻ

ചിന്ത പബ്ലിഷേഴ്സ്
തിരുവനന്തപുരം-695 035

സുരേഷ് കൃഷ്ണൻ

1969 ൽ എറണാകുളം ജില്ലയിൽ കാഞ്ഞിരമറ്റത്തു ജനനം. അച്ഛൻ: എൻ കെ കൃഷ്ണൻ. അമ്മ: കൗസല്യ. കാഞ്ഞിര മറ്റം സെന്റ് ഇഗ്നേഷ്യസ് ഹൈസ്കൂൾ, എറണാകുളം മഹാ രാജാസ് കോളേജ് എന്നിവിടങ്ങളിൽ വിദ്യാഭ്യാസം. മാതൃ ഭൂമിയിൽ കരാർ ജീവനക്കാരനായി പൊതുജീവിതം ആരം ഭിച്ചു. വിവിധ പത്രസ്ഥാപനങ്ങളിൽ കോളമിസ്റ്റായി പ്രവർത്തിച്ചു. മലയാളത്തിലെ ഏറ്റവും വലിയ ടെലിവിഷൻ ഷോ ആയിരുന്ന സൂര്യ ടി വിയിലെ ഡീൽ ഓർ നോ ഡീലിന്റെ തിരക്കഥാകൃത്ത് ആയിരുന്നു. കൗൺസലർ, ക്യാപ്ഷൻ റൈറ്റർ, കഥാകൃത്ത്, തിരക്കഥാകൃത്ത് എന്നീ നിലകളിൽ പ്രവർത്തിച്ചു വരുന്നു.

കൃതികൾ: *പ്രണയത്തിന്റെ നാനാർത്ഥങ്ങൾ, കലിയുഗ ത്തിന്റെ അമ്മ, ഒരു പ്രാർത്ഥന പോലെ.*

ഭാര്യ	:	ഷീബാമോൾ
മകൾ	:	ഗുരുനിശ്ചിത
വിലാസം	:	ഗുരുതീർത്ഥം, വടകര പി ഒ
		കോട്ടയം – 686 605
ഫോൺ	:	9496630765
e-mail	:	sureshkrishnansuresh@gmail.com

ഉള്ളടക്കം

പ്രസാധകക്കുറിപ്പ്

ദാരിദ്ര്യത്തിലും ജീവിതപ്രതിസന്ധികളിലും പതറി നില്ക്കാതെ പ്രതികൂല സാഹചര്യങ്ങളിൽ അനിതര സാധാ രണമായ കരുത്തോടെ ജീവിതത്തോടു പൊരുതി ജയിച്ച സാധാരണക്കാരുടെ കഥയാണ് ഈ പുസ്തകത്തിൽ.

തളർന്നു പോകാതെ ജീവിതത്തെ നേരിട്ട് വിജയം വരിച്ച് മറ്റുള്ളവർക്കുകൂടി തണലായ ഈ മനുഷ്യർ നല്കുന്ന സന്ദേശം ജീവിതത്തിൽ കാലിടറുന്ന അനേകം പേർക്ക് മാതൃകയും മാർഗ്ഗനിർദ്ദേശവുമായാൽ ഞങ്ങൾ അഭിമാ നിക്കും.

പ്രതീക്ഷയോടെ ഞങ്ങൾ ഈ പുസ്തകം പുറത്തിറക്കുന്നു.

ചിന്ത പബ്ലിഷേഴ്സ്

ചിത്രാ രാധാകൃഷ്ണന്റെ ജീവിതം

കാഞ്ഞങ്ങാട്-കാസർഗോഡ് റൂട്ടിൽ കിഴക്കുംകരയിലെ വീട്ടിലെ ത്തുമ്പോൾ ചിത്രാ രാധാകൃഷ്ണന്റെ ഇഷ്ടവാഹനമായ ഓഡി കാർ നെടു മ്പാശ്ശേരിയിലേക്ക് പുറപ്പെടാൻ നില്ക്കുന്നു. ജർമ്മനിയിലെ ലഫ്സിക്കിൽ നടക്കുന്ന ലോകരാഷ്ട്ര സമ്മേളനത്തിൽ ജെ സി ഐയെ പ്രതിനിധീക രിച്ച് ഇന്ത്യയിൽനിന്നും പോകുന്ന ഏതാനും പ്രതിനിധികളിൽ ഒരാളാണ് രാധാകൃഷ്ണൻ. 21 ന് പുലർച്ചെ നെടുമ്പാശ്ശേരിയിൽനിന്നും നേരെ പാരീ സിലേക്ക്...

ആഗോളതലത്തിലേക്ക് ജീവിതം ചിറകുവിരിച്ച് പറക്കുമ്പോഴും ചിത്രാ രാധാകൃഷ്ണൻ പഴയ രാധാകൃഷ്ണന്റെ ദുരിത കാലങ്ങളിലൂടെ മനസ്സുകൊണ്ട് സഞ്ചരിച്ചു...

അച്ഛൻ നാരായണന് പരിയാരത്ത് ഒരു നെയ്ത്തുകമ്പനി ഉണ്ടായി രുന്നു. അവിടെ നെയ്തെടുത്ത വസ്ത്രങ്ങൾ സ്വന്തം സ്ഥാപനമായ രാധാ കൃഷ്ണ ടെക്സ്റ്റൈൽസിലൂടെയായിരുന്നു വില്പന നടത്തിയിരുന്നത്. എനിക്ക് നാല് ചേച്ചിമാരും ഒരനുജനുമായിരുന്നു. വീട്ടുകാര്യങ്ങളൊക്കെ അച്ഛന്റെ വരുമാനത്തിൽ ആർഭാടമില്ലാതെ നടന്നുപോന്നു. ക്രമേണ കൈത്തറിക്ക് മാർക്കറ്റ് കുറഞ്ഞു. നെയ്തെടുക്കുന്ന സാധനങ്ങൾ വാങ്ങാൻ ആളില്ലാതായപ്പോൾ തറികൾ ഒന്നൊന്നായി നിർത്തി. അച്ഛന്റെ ശാരീരികാവസ്ഥയും മോശമായി വന്നു. ഞാൻ ഹൈസ്കൂൾ ക്ലാസിൽ എത്തിയപ്പോൾ അച്ഛനെ സഹായിക്കാനായി കമ്പനിയിൽ പോയി ത്തുടങ്ങി. അച്ഛന്റെ രോഗാവസ്ഥയിൽ വീട്ടിലെ കാര്യങ്ങൾ മോശമായി ത്തുടങ്ങി. അമ്മയുടെയും നാല് ചേച്ചിമാരുടെയും ഉത്തരവാദിത്വം അക്കാ ലത്തുതന്നെ എന്റെ ചുമലിലായി. പഠിക്കാൻ വേണ്ടത്ര സമയമില്ലാതായി. കുഞ്ഞിമംഗലം ഗവൺമെന്റ് ഹൈസ്കൂളിൽ 1981 ൽ പത്താം ക്ലാസിൽ

തോറ്റു. വീണ്ടും പഠിച്ച് പരീക്ഷ പാസാവണം എന്നു ആശിച്ചെങ്കിലും വീട്ടുസാഹചര്യങ്ങൾ അനുവദിച്ചില്ല. സേലത്ത് എളേപ്പന്റെ ഒരു സുഹൃ ത്തിന്റെ ഹോട്ടലിൽ ഒരു വർഷം ജോലിക്കു നിന്നു. അച്ഛന് അസുഖം കൂടി. കമ്പനി അടച്ചുപൂട്ടി. ബാങ്ക് ലോണും മറ്റും കുടിശ്ശികയായി. കാര്യ ങ്ങൾ കൈവിട്ട നിലയിലേക്ക് നീങ്ങി ജപ്തി നടപടിവരെ എത്തി.

ഞാൻ സേലത്തുനിന്നും നാട്ടിലേക്കു മടങ്ങി. എളേപ്പനൊപ്പം നാട്ടിൽ തൈര് കച്ചോടം ചെയ്തു. ഡിണ്ടിഗലിൽനിന്നും ഒരു പളനി സ്വാമി തൈര് കാഞ്ഞങ്ങാട് എത്തിക്കും. കാഞ്ഞങ്ങാട്ടെയും കാസർഗോട്ടെയും കടക ളിൽ അത് വിതരണം ചെയ്യണം. കച്ചവടം പരിശീലിച്ചു കഴിഞ്ഞപ്പോൾ സ്വന്തം നിലയ്ക്ക് ആ ജോലി ഏറ്റെടുത്തു ചെയ്യാൻ തുടങ്ങി.

കാഞ്ഞങ്ങാട് കോട്ടച്ചേരിയിലെ ഒരു കുടുസ്സു മുറിയിൽനിന്നായിരുന്നു തുടക്കം. ബാങ്ക് ലോണും വീട്ടുകാര്യങ്ങളുമടക്കം ഒരുപാട് കാര്യങ്ങൾ എന്റെ ചെറിയ വരുമാനത്തിൽ നിന്നു നടക്കണം. അതുകൊണ്ട് വലിയ ആർഭാടങ്ങളൊന്നും കാണിക്കാനുള്ള അവസ്ഥയില്ലായിരുന്നു. ഇതിനിട യിൽ അച്ഛൻ മരിച്ചു. ചേച്ചിമാരെയും അമ്മയെയും അനുജനെയും എന്നെ ഏല്പിച്ചിട്ട്... തങ്ങടെ കാര്യങ്ങൾ നോക്കാൻ ഇനി ആരുമില്ല എന്ന ചേച്ചി മാരുടെ മനസ്സിലെ ആശങ്കയാണ് ആദ്യം പരിഹരിക്കേണ്ടതെന്ന് എനിക്കു തോന്നി. പലരോടും കൈവായ്പകൾ വാങ്ങി ഒരു ചേച്ചിയുടെ കല്യാണം നടത്തി. ബാങ്കിന്റെ ജപ്തി നടപടികളും ഒഴിവാക്കി. അപ്പോഴേക്കും കൂനി ന്മേൽ കുരുപോലെ കേരളത്തിൽ മിൽമയുടെ പ്രവർത്തനം തുടങ്ങി. പാൽ, തൈര് ബിസിനസുകൾ മിൽമയുടെ മേൽനോട്ടത്തിലായതോടെ തമിഴ്നാട് തൈര് ആർക്കും വേണ്ടാതായി.

പുതിയ എന്തെങ്കിലും ബിസിനസുകൾ കണ്ടെത്താനുള്ള ശ്രമമായി പിന്നീട്. അക്കാലത്ത് പാർട്ടിയോഗങ്ങൾക്കും അടിയന്തര കർമ്മങ്ങൾ ക്കുമൊന്നും കസേരകൾ ഉപയോഗിച്ചിരുന്നില്ല. തറയിൽ പായ വിരിച്ചാണ് മീറ്റിങ്ങുകളിലൊക്കെ ഇരിപ്പ്. കുറച്ച് കസേരകൾ എടുത്തിട്ട് വാടകയ്ക്ക് കൊടുത്തുകൂടേ എന്ന് പലരും തിരക്കി. ബി എം എസ് ബസുകളുടെ ഉട മയായ ആയിസുമ്മ നൽകിയ ഒരു ചെറിയ മുറിയിൽ ഇരുപത്തിയഞ്ച് കസേരകളുമായി ഒരു സംരംഭം തുടങ്ങി. പ്രതീക്ഷിച്ചതിനേക്കാൾ നന്നായി ആ ബിസിനസ് മുന്നോട്ടു പോയി. ആവശ്യക്കാർ കൂടിയപ്പോൾ കൂടുതൽ കസേരകളും മേശകളും പടുതയുമൊക്കെ വാങ്ങി. രണ്ടു സഹോദരിമാ രുടെ വിവാഹവും കൂടി നടത്തി.

ആ സമയത്താണ് ഞാൻ സുപ്രഭയെ കണ്ടുമുട്ടുന്നത്. എന്റെ കടയ്ക്ക് സമീപമുള്ള ഒരു സ്ഥാപനത്തിൽ എക്സ്റേ കോഴ്സിനുപഠിക്കാൻ വന്ന താണ് ആ പെൺകുട്ടി. അതൊരു പ്രണയമായി വളർന്നു. സുപ്രഭയെ നഷ്ടപ്പെടുമെന്നു തോന്നിയ ഒരവസരത്തിൽ 22-ാമത്തെ വയസ്സിൽ എന്റെ രജിസ്റ്റർ വിവാഹം നടന്നു. പുറത്ത് ജാതി പറഞ്ഞില്ലെങ്കിലും മനസ്സു കൊണ്ട് ജാതിചിന്ത തീവ്രമായിരുന്നു അക്കാലത്ത്. രണ്ടു ജാതിയിലായി രുന്നതിനാൽ കുറേ പ്രശ്നങ്ങൾ ഞങ്ങളുടെ ബന്ധുക്കൾക്കിടയിലും

ഉണ്ടായി. ക്രമേണ അതൊക്കെ കെട്ടടങ്ങി. കടമുറി കുറേക്കൂടി വിപുലീ
കരിച്ചു. ആയിസുമ്മ തന്നെ വലിയൊരു മുറിയും അഞ്ചുരൂപ കൈനീ
ട്ടവും നല്കി. നീ നന്നായിവരുമെന്ന് അനുഗ്രഹിച്ചു. ടാക്സി ഹൗസി
നൊപ്പം നാടൻ ചിട്ടികളും വണ്ടികൾ വാങ്ങി മറിച്ചു വില്ക്കുന്ന പരിപാടി
കളും നടത്തി. ജീവിതം പതുക്കെപ്പതുക്കെ പച്ചപിടിച്ചു. ആ സ്ഥാപനം
ചിത്രാ സൗണ്ട്സ് എന്ന പേരിൽ മെച്ചപ്പെടുത്തി. സഹോദരിമാരോടുള്ള
ഉത്തരവാദിത്വമെല്ലാം നിറവേറ്റി. സ്വന്തമായി ഇത്തിരി ഭൂമി വാങ്ങിച്ചു.
കിഴക്കുംകരയിലെ സ്വന്തം കെട്ടിടത്തിലേക്ക് സ്ഥാപനം മാറ്റി.

മർച്ചന്റ് അസോസിയേഷന്റെ സജീവപ്രവർത്തകനായി. പത്താം
ക്ലാസിൽ നിന്നുപോയ പഠനം തുടരാനായില്ലെങ്കിലും ഇംഗ്ലീഷ് ഭാഷ വശ
ത്താക്കി. 1990 ൽ ജെ സി ഐയുടെ മെമ്പറായി. അതോടെ സാമൂഹിക
ബന്ധങ്ങൾ വിപുലമായി. കണ്ണൂർ ജില്ലാ യുവജനോത്സവവേദി ഉൾപ്പെടെ
വലിയ ജോലികൾ ഏറ്റെടുക്കാനുള്ള പ്രാപ്തിയിലേക്ക് സ്ഥാപനം
വളർന്നു. നഗരത്തിരക്കുകളിൽനിന്നും ഒഴിഞ്ഞ് കിഴക്കുംകരയിൽ ചിത്രാ
കല്യാണമണ്ഡപം ആരംഭിച്ചു.

1999 ൽ സ്വന്തം പ്രയത്നത്താൽ ജീവിതത്തിൽ വിജയിച്ചവർക്കു
വേണ്ടി ജെ സി ഐ നല്കുന്ന കമൽപത്ര പുരസ്കാരം ലഭിച്ചു.
പത്തൊൻപതാമത്തെ വയസ്സിൽ നാലു ചേച്ചിമാരെയും അമ്മയെയും
എന്നെ ഏല്പിച്ച് ജീവിതത്തിന്റെ പടികളിറങ്ങിപ്പോയ അച്ഛനെക്കുറിച്ച്
ആ വേദിയിൽവെച്ച് ഓർത്തുപോയി. ഒരു സൈക്കിളിനു പിന്നിൽ വച്ചു
കെട്ടിയ മൺകലത്തിലെ തൈരുമായിട്ടാണ് എന്റെ ജീവിതപരീക്ഷ ആരം
ഭിക്കുന്നത്. ദുർഘടമായ ഒരുപാട് വഴികളിലൂടെ യാത്ര ചെയ്തു. 2001 ൽ
അച്ചീവർ അവാർഡും ഔട്ട് സ്റ്റാന്റിങ് ബിസിനസ് മാൻ അവാർഡും
എനിക്ക് ലഭിച്ചു. ഔട്ട് സ്റ്റാന്റിങ് ബിസിനസ് അവാർഡ് സമ്മാനിച്ചത് ടി
എൻ ശേഷനായിരുന്നു. എനിക്ക് അവാർഡ് നല്കുന്ന വേദി കെട്ടിയു
ണ്ടാക്കിയത് ഞാൻ തന്നെയായിരുന്നു. ആദ്യമായിട്ടാണ് ഒരാൾ കെട്ടിയു
ണ്ടാക്കിയ വേദിയിൽ വച്ച് അയാൾക്കുതന്നെ അവാർഡ് സമ്മാനിക്കുന്ന
തെന്ന് ടി എൻ ശേഷൻ അനുസ്മരിച്ചു.

രാജീവ് ഗാന്ധി, അമൃതാനന്ദമയീ അമ്മ, രാഷ്ട്രപതിമാർ, വിവിധ
മുഖ്യമന്ത്രിമാർ എന്നിവർ പങ്കെടുത്ത പല പരിപാടികളുടെയും സ്റ്റേജ്
കെട്ടിയുണ്ടാക്കാനും അവരുടെ അഭിനന്ദനം നേരിട്ട് ഏറ്റുവാങ്ങാനും
സാധിച്ചു. വെറും പത്താംക്ലാസുകാരനായ എന്റെ കൈപിടിച്ച് ആ മഹത്
വ്യക്തികൾ 'എക്സലന്റ്' എന്നു പറഞ്ഞപ്പോൾ എന്റെ കണ്ണുകൾ അറി
യാതെ നിറഞ്ഞു കവിഞ്ഞു.

ഒരു പൊതുപരിപാടിയുടെ സ്റ്റേജ് ഏറ്റെടുക്കൽ വളരെയധികം മാന
സിക സമ്മർദ്ദം ഉണ്ടാക്കുന്ന ജോലിയാണ്. 2014 ലെ പാർലമെന്റ് തിര
ഞ്ഞെടുപ്പുകാലത്തെ ചില അനുഭവങ്ങൾ അതിന് അടിവരയിടുന്നു.
കാസർഗോഡ് രാഹുൽഗാന്ധി പങ്കെടുക്കുന്ന പ്രോഗ്രാമിനുവേണ്ടിയാണ്
ആദ്യം സ്റ്റേജിട്ടത്. 60 പേർക്ക് ഇരിക്കാവുന്ന സ്റ്റേജ് ഒരുക്കാനാണ് സംഘാ

ടകർ ആവശ്യപ്പെട്ടത്. കാസർഗോഡ് മുനിസിപ്പൽ സ്റ്റേഡിയത്തിലായി
രുന്നു സ്റ്റേജ്. ഒരുക്കങ്ങളും സുരക്ഷാക്രമീകരണങ്ങളും വിലയിരുത്താൻ
രണ്ടു ദിവസം മുമ്പ് എൻ എസ് ജി കമാണ്ടോകൾ കാസർഗോഡെത്തി.
സുരക്ഷാ പ്രശ്നംമൂലം 60 പേരുടെ സ്റ്റേജ് ആറുപേരുടേതാക്കി മാറ്റാൻ
അവർ നിർദ്ദേശിച്ചു. പ്രോഗ്രാമിന് 48 മണിക്കൂറിനുമുമ്പ് കിട്ടിയ നിർദ്ദേശം.
അക്ഷരാർത്ഥത്തിൽ തലചുറ്റിപ്പോയി.

ഒരു പറ്റം തൊഴിലാളികൾ ഉണ്ണാതെ ഉറങ്ങാതെ സ്റ്റേജ് പൊളിച്ച്
പുതിയ രീതിയിൽ പണിഞ്ഞു. മൂന്നു ദിവസങ്ങൾക്കുശേഷം അതേ വേദി
യിലായിരുന്നു. ബി ജെ പിയുടെ പ്രോഗ്രാം. സാക്ഷാൽ നരേന്ദ്രമോദി
യാണ് പ്രാസംഗികൻ. അവിടെയും രണ്ടു ദിവസം മുമ്പെത്തിയ സുരക്ഷാ
ഉദ്യോഗസ്ഥർ സ്റ്റേജിന് വലിപ്പമില്ല. വലുതാക്കാൻ ആവശ്യപ്പെട്ടു. ആറു
പേർക്കിരിക്കാവുന്ന സ്റ്റേജ് ഇരുപതുപേർക്ക് ഇരിക്കാവുന്നതാക്കി മാറ്റി.
അചഞ്ചലമായ ആത്മധൈര്യമാണ് അത്തരം സന്ദർഭങ്ങളിൽ തുണയാ
യത്.

ജീവിതത്തിന്റെ പ്രതിസന്ധിഘട്ടങ്ങളിലെല്ലാം ദൈവം എന്റെ കൂടെ
നിന്നു. വിവാഹം കഴിഞ്ഞ് 17 വർഷങ്ങൾ കഴിഞ്ഞാണ് എനിക്ക് ഒരു മോൻ
ഉണ്ടായത്. യദുകൃഷ്ണ. അവനിപ്പോൾ നാലാം ക്ലാസ് വിദ്യാർത്ഥിയായി.
നാലാൾ അറിഞ്ഞുള്ള ഒരു വിവാഹമായിരുന്നില്ല എന്റേത്. പിന്നീടെ
പ്പോഴോ ബന്ധുജനങ്ങളെയൊക്കെ വിളിച്ചുകൂട്ടി നടത്താമായിരുന്നു എന്ന്
തോന്നിയിരുന്നു. എന്നാൽ, ഇന്ന് ആയിരങ്ങൾ പങ്കെടുക്കുന്ന വിവാഹ
വേദികൾ ഒരുക്കി ഒരുക്കി ആ സങ്കടം മാഞ്ഞുകഴിഞ്ഞു. ജില്ലാ വ്യവസായ
സംരംഭക പരിശീലകൻ, ലയൺസ് ഇന്റർ നാഷണലിന്റെ ചെയർമാൻ.
റെഡ്ക്രോസ് സൊസൈറ്റിയുടെ എക്സിക്യൂട്ടീവ് മെമ്പർ എന്നീ നിലക
ളിലൊക്കെ പ്രവർത്തിക്കുമ്പോഴും എനിക്ക് എന്റെ അടിസ്ഥാന വിദ്യാ
ഭ്യാസത്തെക്കുറിച്ചും യോഗ്യതകളെക്കുറിച്ചും നല്ല ബോദ്ധ്യമുണ്ട്.

വിദ്യാഭ്യാസം ഒരു വ്യക്തിയുടെ ഐഡന്റിറ്റിയുടെ ഭാഗമാണെങ്കിലും
ജീവിതത്തോടുള്ള നമ്മുടെ സമീപനമാണ് കാതലായ പ്രശ്നം. എനിക്ക
തിനു കഴിയുമോ എന്നല്ല. എനിക്കതിനു കഴിയും എന്ന ശുഭചിന്ത
യിൽനിന്നും എല്ലാം നമുക്ക് അനുകൂലമായി വരുമെന്നാണ് എന്റെ ജീവി
താനുഭവം.

പ്രതീക്ഷയുടെ പ്രകാശം ബാക്കി നില്ക്കുന്നു

അജ്ജൻ സതീഷ്

അജ്ജൻ സതീഷ് എന്നാണ് എന്റെ പേര്. തൃപ്പൂണിത്തുറയ്ക്ക് അടുത്ത് കണ്ണൻകുളങ്ങരയാണ് വീട്. അച്ഛൻ സതീഷ്കുമാർ. ഫെഡറൽ ബാങ്ക് വല്ലാർപാടം ബ്രാഞ്ചിലെ സീനിയർ മാനേജരാണ്. അമ്മ ലതിക ഹൈക്കോടതിയിൽ കോർ ഓഫീസറാണ്. ചേട്ടൻ അശ്വിൻ വിദേ ശത്താണ്. അശ്വിന് ഒരു വയസ്സ് കഴി ഞ്ഞപ്പോഴാണ് ഞാൻ ഉണ്ടാകുന്നത്. എറണാകുളം സിറ്റി ഹോസ്പിറ്റലി ലായിരുന്നു ജനനം. ദിവസങ്ങൾ കഴി ഞ്ഞപ്പോൾതന്നെ രാപ്പകൽ വ്യത്യാ സമില്ലാതെ കരയുന്ന കുഞ്ഞ് എന്ന പേര് ഞാൻ സ്വന്തമാക്കി. വല്ലാതെ ബലം പിടിച്ചു കരയുന്ന കുഞ്ഞിനെ നോക്കി അച്ഛനമ്മമാർ പേടിച്ചു. അവ രുടെ സ്വാഭാവിക ജീവിതം അവിടെ തീരുകയായിരുന്നു. എന്താണ് എനിക്ക് പറ്റിയത് എന്നറിയാനുള്ള അന്വേഷണമായി പിന്നീട്.

അലോപ്പതി, ഹോമിയോപ്പതി, നാട്ടു ചികിത്സകൾ വഴിപാടുകൾ... പക്ഷേ, എന്റെ അവസ്ഥയ്ക്ക് യാതൊരു മാറ്റവും വന്നില്ല. ഒടുവിൽ അങ്ക മാലി ലിറ്റിൽ ഫ്ളവർ ആശുപത്രിയിൽ വെച്ച് എനിക്ക് ജന്മനാ ഗ്ലോക്കോമ ബാധിച്ചിട്ടുണ്ടെന്നും ശസ്ത്രക്രിയ വേണമെന്നും നിർദ്ദേശിക്കപ്പെട്ടു. അങ്ങനെ എല്ലാ കുഞ്ഞുങ്ങളുടെയും ഇരുപത്തിയെട്ട് ചടങ്ങ് നടക്കേണ്ട

സമയത്ത് എന്റെ സർജ്ജറി നടന്നു.

അച്ഛനമ്മമാർ ആശ്വസിച്ചു. എന്തായാലും കുഴപ്പം കണ്ടുപിടിച്ച് പരി ഹരിച്ചല്ലോ... കുഞ്ഞിന്റെ കരച്ചിൽ മാറുമല്ലോ.. പക്ഷേ, എന്റെ രോഗാവ സ്ഥയ്ക്ക് കാര്യമായ മാറ്റം സംഭവിച്ചില്ല. കരച്ചിലും ബലംപിടുത്തവും തുടർന്നു. വീണ്ടും ഇ എൻ ടി അടക്കമുള്ള പല ഡോക്ടർമാരെയും കാണിച്ചു. ഒടുവിൽ ഡൽഹിയിൽ മിലിട്ടറി സർവ്വീസിലുള്ള അമ്മാവന്റെ നിർദ്ദേശപ്രകാരം ഒന്നരവയസ്സിൽ എന്നെ ഓൾ ഇന്ത്യ ഇൻസ്റ്റിറ്റ്യൂട്ട് ഓഫ് മെഡിക്കൽ സയൻസിൽ പ്രവേശിപ്പിച്ചു. മലയാളിയായ ഡോ. നായർ എന്റെ രോഗം കണ്ടു പിടിച്ചു. മസ്തിഷ്ക പക്ഷാഘാതം. അച്ഛനമ്മമാർ തരിച്ചിരുന്നു. സ്വജീവിതം കൊണ്ട് ഒരുറുമ്പിനെപ്പോലും നോവിക്കാത്ത അവർ തങ്ങളുടെ കുഞ്ഞിന് എങ്ങനെ ഈ രോഗം ഉണ്ടായി എന്ന് വേവ ലാതിപ്പെട്ടു. ഗർഭാവസ്ഥയിൽ കുഞ്ഞിന്റെ തലച്ചോറിലേക്ക് വേണ്ടത്ര ഓക്സിജൻ കിട്ടാതെ വന്നതുകൊണ്ടുണ്ടായ ഒരുതരം ശാരീരിക അസ ന്തുലിതാവസ്ഥയാണ് ഇതെന്ന് ഡോക്ടർ വിശദീകരിച്ചു. ഫിസിയോതെ റാപ്പി, സ്പീച്ച് തെറാപ്പി തുടങ്ങി ചിട്ടയായ പരിശീലന മുറകൾകൊണ്ട് ഈ ശാരീരിക അവസ്ഥയ്ക്ക് മാറ്റം വരാം എന്ന് ഡോക്ടർ അച്ഛനമ്മ മാരെ ആശ്വസിപ്പിച്ചു. ഒരു കുറവുമില്ലാത്ത മൂത്ത മകൻ അശ്വിനെത്തന്നെ മാനേജ് ചെയ്യാൻ പാടുപെടുമ്പോൾ എല്ലാ കുറവുകളോടും ജനിച്ച ഈ കുഞ്ഞിനെ എങ്ങനെ വളർത്തും എന്ന ചിന്ത ഇരുവരുടെയും ജീവിതത്തെ ദുസ്സഹമാക്കി.

മകനെ ബാധിച്ച അസുഖം എന്താണ്? ഏത് രീതിയിലാണ് മകന്റെ ജീവിതം ചിട്ടപ്പെടുത്തേണ്ടത് തുടങ്ങിയ അന്വേഷണങ്ങളായി പിന്നീട്. അന്ന് അച്ഛൻ മറൈൻഡ്രൈവ് ബ്രാഞ്ചിലായിരുന്നു. ഓഫീസിൽനിന്നും ഇറങ്ങിയാൽ നേരെ പൈകോ പുസ്തകശാലയിലെത്തും. ആരോഗ്യശാ സ്ത്രത്തിലൂടെയുള്ള അന്വേഷണം സെറിബ്രൽ പൾസിയിലെത്തിച്ചു. അന്നൊന്നും ഇന്റർനെറ്റ് സൗകര്യങ്ങൾ ഇത്ര വിപുലമായിരുന്നില്ല. അതു കൊണ്ട് അടിസ്ഥാന വിവരങ്ങൾക്ക് പുസ്തകങ്ങൾ തന്നെയായിരുന്നു ശരണം. എറണാകുളം ഗാന്ധിനഗറിൽ ലയൺസ് ക്ലബ്ബിന്റെ നേതൃത്വ ത്തിൽ ലിപ് റീഡിങ് പരിശീലിപ്പിക്കുന്ന ഡോ. മുകുന്ദൻ മെമ്മോറിയൽ ഹോസ്പിറ്റലിനെക്കുറിച്ച് മനസ്സിലാക്കി. ചുണ്ടുകളുടെ ചലനം നോക്കി കാര്യങ്ങൾ മനസ്സിലാക്കാനുള്ള പരിശീലനമായിരുന്നു അവിടെ നടത്തി യിരുന്നത്. ഇതിനിടയിൽ മട്ടാഞ്ചേരിയിൽ പ്രവർത്തിക്കുന്ന രക്ഷാ ഫിസി യോതെറാപ്പി സെന്ററിനെക്കുറിച്ച് അറിഞ്ഞു. ലിപ് റീഡിങ്ങും ഫിസിയോ തെറാപ്പിയും എല്ലാ ദിവസവും പരിശീലിക്കണമായിരുന്നു.

അന്ന്, ഞങ്ങൾ താമസിച്ചിരുന്നത് എറണാകുളത്തുനിന്നും ഇരുപത് കിലോമീറ്ററോളം ദൂരത്തുള്ള വെണ്ണിക്കുളത്തായിരുന്നു. അവിടെനിന്നും പതിവായി രാവിലെ ഗാന്ധിനഗറും ഉച്ചയ്ക്കുശേഷം ചുള്ളിക്കലും എത്തുക എളുപ്പമായിരുന്നില്ല. അതുകൊണ്ട് ഗാന്ധിനഗറിലെ ഒരു വാടക വീട്ടിലേക്ക് താമസം മാറ്റാൻ തീരുമാനിച്ചു.

അമ്മ അഞ്ച് വർഷം ലീവിന് അപേക്ഷിച്ചു. നാല്ക്കാലിയെപ്പോലെ ജീവിക്കുന്ന മകനെ എങ്ങനെയും സാധാരണ നിലയിലേക്ക് കൊണ്ടുവര ണമെന്ന ദൃഢപ്രതിജ്ഞയായിരുന്നു ആ തീരുമാനത്തിനു പിന്നിൽ. ലിപ് റീഡിങ് ഞാൻ കുറേയൊക്കെ പഠിച്ചു. എല്ലാ വാക്കുകളും പറയാൻ പഠിച്ചു. കാക്ക എന്ന് ഒരാൾ പറഞ്ഞാൽ എനിക്ക് മനസ്സിലാകും. പക്ഷേ, കാക്ക എന്ന് എങ്ങനെ എഴുതും. ഏതൊക്കെ അക്ഷരങ്ങൾ ചേർന്നാണ് ആ വാക്ക് ഉണ്ടാകുന്നതെന്ന് എനിക്ക് മനസ്സിലായില്ല. അതിന് അച്ഛൻ ഒരു വിദ്യ കണ്ടുപിടിച്ചു. ഒരു കാർഡിൽ അച്ഛൻ കാക്കയുടെ ചിത്രം ഒട്ടിക്കും. എന്നിട്ട് കാക്ക എന്നെഴുതും. പിന്നെ കാക്കയെ സംബന്ധിച്ച വിവരങ്ങൾ പറയും. ആ വിവരങ്ങൾ കാർഡിൽ എഴുതിച്ചേർക്കും. പലപ്പോഴും ചിത്ര ങ്ങൾ കാണിച്ച് വാക്കുകൾ മനസ്സിലുറപ്പിക്കുന്ന പഠനരീതി. അഞ്ച് വയ സ്സായപ്പോഴേക്കും ഞാൻ വായിക്കാൻ പഠിച്ചു. പക്ഷേ, കൂട്ടക്ഷരങ്ങൾ എഴുതി ഫലിപ്പിക്കാൻ പ്രയാസം തന്നെയായി. സംസാരിക്കാൻ കഴിയി ല്ലെങ്കിലും എന്നോട് സംസാരിക്കുന്നവരുടെ ചുണ്ടുകൾ ചലിക്കുന്നതനു സരിച്ച് ലിപ് റീഡിങ് കൃത്യമായി നടത്താൻ കഴിയും.

പക്ഷേ, പോരായ്മകളുടെ ആകത്തുകയായിരുന്നു ഞാൻ. ഗ്ലോക്കോ മയുടെ സർജ്ജറി നടത്തിയെങ്കിലും ഒരു കണ്ണിന് കാഴ്ചക്കുറവ് ബാധിച്ചു. ഒരു ചെവിക്കുമുണ്ട് കേൾവിക്കുറവ്. മറ്റുള്ളവർ സംസാരിക്കുന്നത് മന സ്സിലാകുമെങ്കിലും എനിക്ക് ഉറക്കെ സംസാരിക്കാൻ കഴിയില്ല. ക്രച്ചസിന്റെ സഹായത്തോടെയാണ് നടപ്പ്. ഇരിക്കാനോ നില്ക്കാനോ കഴിയാത്ത അവ സ്ഥ. അച്ഛനമ്മമാരോട് സുഹൃത്തുക്കളും സ്വന്തക്കാരും രഹസ്യമായി ഉപ ദേശിച്ചു. "ഇതുപോലൊരു കുഞ്ഞിനുവേണ്ടി നിങ്ങളുടെ ജീവിതം പാഴാ ക്കണോ..? ഭിന്നശേഷിയുള്ള കുഞ്ഞുങ്ങളെ സംരക്ഷിക്കുന്ന ഒരു ബോർഡി ങ്ങിൽ ആക്കിക്കൂടേ...? നിങ്ങൾക്ക് ഇനിയും ഒരു കുഞ്ഞുണ്ടാകുമല്ലോ..." പക്ഷേ, കുഞ്ഞുന്നാളിൽ എന്റെ ചുണ്ടിൽ ഒരു ചിരി കാണാൻ ആഗ്രഹിച്ച അച്ഛനമ്മമാരുടെ ആവേശം തന്നെയായിരുന്നു ഞാൻ. ഓരോ പുതിയ കാര്യങ്ങൾ പഠിച്ച് അവരെ കാണിക്കുമ്പോഴും ഞങ്ങളുടെ ഇനിയുള്ള ജീവിതമത്രയും അവനുവേണ്ടി എന്നവർ തീരുമാനിച്ചു.

കൊച്ചിയിലെ വാടക കൊടുത്തുള്ള ജീവിതം ഒരുപാട് കാലം തുട രാനായില്ല. ഒരു ബാങ്ക് വായ്പ ശരിയാക്കി അച്ഛൻ തൃപ്പൂണിത്തുറയിൽ ഒരു വീട് വെച്ചു. 1993 ൽ അവിടേക്ക് താമസം മാറി. ഒന്നാം ക്ലാസിൽ എന്നെ ഒരു നോർമൽ സ്കൂളിൽ ചേർക്കണമെന്ന് അച്ഛനമ്മമാർ ആഗ്ര ഹിച്ചു. പല സർക്കാർ സ്കൂളുകളെയും സമീപിച്ചു. സംസാരിക്കാൻ വയ്യാത്ത, ഇരിക്കാൻ വയ്യാത്ത, നടക്കാൻ വയ്യാത്ത ഒരു കുട്ടിയെ പഠിപ്പി ക്കാൻ ആരും തയ്യാറായില്ല. ഒടുവിൽ സെന്റ് മേരീസ് കോൺവെന്റ് സ്കൂളിലെ കന്യാസ്ത്രീകൾ കനിഞ്ഞു. കണ്ണടവെച്ച, ഹിയറിങ് എയ്ഡ് വെച്ച, ക്രച്ചസിന്റെ സഹായത്താൽ വരുന്ന എന്നെക്കുറിച്ച് സ്കൂൾ അസംം ബ്ലിയിൽ പ്രധാന അദ്ധ്യാപിക മറ്റ് കുട്ടികളെ ബോധവല്ക്കരിച്ചു. സ്കൂൾ ഒന്നടങ്കം എന്നോട് അനുകമ്പ കാണിച്ചു.

നാലാം ക്ലാസുവരെ സെന്റ് മേരീസിൽ ഞാൻ പഠിച്ചു. തുടർന്ന് ആർ എൽ പി യു പി സ്കൂളിൽ ചേർന്നു. സ്കൂളിൽ ചേർന്നതോടെ ഫിസിയോതെറാപ്പി മുടങ്ങി. അത് ക്രമേണ എന്റെ ആരോഗ്യസ്ഥിതിയെ പ്രതികൂലമായി ബാധിക്കാൻ തുടങ്ങി. ക്രച്ചസിന്റെ സഹായത്തോടെ നിവർന്ന് നില്ക്കുമ്പോഴും കാലുകൾക്ക് ബലക്ഷയം അനുഭവപ്പെട്ടു. ആകെ കൂനിപ്പോകുന്ന അവസ്ഥ. ആറാം ക്ലാസിൽ പഠിക്കുമ്പോൾ മണിപ്പാൽ ആശുപത്രിയിലെ ഡോ. ബഞ്ചമിന്റെ ചികിത്സ ആരംഭിച്ചു. രണ്ടുകാലുകളിലുമായി പന്ത്രണ്ട് സർജറികൾ വേണ്ടിവന്നു. വർഷം നീണ്ടുനിന്ന വേദനിപ്പിക്കുന്ന ചികിത്സകൾ. ആദ്യമാദ്യം വേദന സഹിക്കാതെ കരഞ്ഞു. പിന്നീട് മനസ്സിലായി എന്നേക്കാൾ കൂടുതൽ അച്ഛനുമമ്മയും കരയുന്നുണ്ടെന്ന്. അപ്പോൾ കരയാതിരിക്കാൻ പാടുപെട്ടു. ക്ലാസുകൾ നിരന്തരം മുടങ്ങി. വീട്ടിൽ വേദന കടിച്ചമർത്തി കിടക്കെ വെള്ളപേപ്പറുകളിൽ കോറിയിട്ടതു പലതും നല്ല ചിത്രങ്ങൾ ആയിരുന്നുവെന്ന് കൂട്ടുകാരും സിസ്റ്റേഴ്സും പറഞ്ഞു. ചികിത്സകൾ കഴിഞ്ഞ് ഏഴാം ക്ലാസിലേക്കുള്ള യാത്രകൾ ആരംഭിക്കുമ്പോൾ ഞാൻ പലപ്പോഴായി വരച്ച കുറെ സമ്പാദ്യങ്ങൾ സമ്പാദ്യമായി ഉണ്ടായിരുന്നു. എന്റെ ആദ്യ ചിത്രപ്രദർശനം അങ്ങനെയാണ് അരങ്ങേറുന്നത്. ആ ചിത്രങ്ങൾക്ക് അമൃതാ ബാലപ്രഭാ പുരസ്കാരം കിട്ടി.

എന്റെ ഹൈസ്കൂൾ വിദ്യാഭ്യാസം പാലസ് ഹൈസ്കൂളിലായിരുന്നു. അപ്പോഴേക്കും കുറേക്കൂടി കാര്യക്ഷമമമായി ക്രച്ചസിന്റെ സഹായത്താൽ നടക്കാനും മറ്റും തുടങ്ങിയിരുന്നു. പഠനത്തിൽ വാചകങ്ങൾ എഴുതിയുണ്ടാക്കൽ എനിക്ക് അപ്പോഴും ദുഷ്കരമായ സംഗതി തന്നെയായിരുന്നു. വീടിനടുത്തുള്ള കുറേ കുട്ടികളെക്കൂടി അമ്മ വീട്ടിൽ വിളിച്ചുവരുത്തി മാസങ്ങളോളം പരിശീലിപ്പിച്ചു. എസ് എസ് എൽ സിക്ക് സെക്കന്റ് ക്ലാസ് മാർക്കേ കിട്ടിയുള്ളൂ.

ഈ സമയം അത്യാവശ്യം ഇംഗ്ലീഷ് പരിജ്ഞാനം ഉണ്ടായി. കമ്പ്യൂട്ടർ കൈകാര്യം ചെയ്യാനും പഠിച്ചു. വീടിനടുത്തുള്ള ആദർശ് സ്പെഷ്യൽ സ്കൂളിൽ ഫിസിയോതെറാപ്പി തുടർന്നുവന്നു. ആദർശിന്റെ പുതിയ സ്കൂൾ കെട്ടിട സമുച്ചയം ഉദ്ഘാടനം ചെയ്തത് രാഷ്ട്രപതി എ പി ജെ അബ്ദുൾകലാമാണ്. ചിത്രങ്ങളും കാരിക്കേച്ചറും വരയ്ക്കുന്ന ഒരു കുട്ടി സദസ്സിലുണ്ടെന്ന് ആരോ പറഞ്ഞ് അറിഞ്ഞ രാഷ്ട്രപതി എന്നെ പേർ വിളിച്ച് വേദിയിലേക്ക് ക്ഷണിച്ചു. ആ വേദിയിൽവച്ച് ഞാൻ കലാംസാറിന്റെ കാരിക്കേച്ചർ വരച്ചു. ജീവിതത്തിലെ അവിസ്മരണീയമായ ഒരു മുഹൂർത്തമായിരുന്നത്. ഞാൻ വരച്ച ചിത്രം ഒപ്പിട്ട് അദ്ദേഹം എനിക്ക് സമ്മാനിച്ചു. മൾട്ടിപ്പിൾ ഡിസെബിലിറ്റിയുള്ള മകനെക്കുറിച്ചോർത്ത് എന്നും വേദനിച്ചിരുന്ന എന്റെ അച്ഛനമ്മമാരുടെ മുഖത്ത് ആദ്യമായി എന്നെപ്രതി അഭിമാനം നിറയുന്നത് ഞാനന്ന് കണ്ടു.

പിന്നീട് എത്രയോ വട്ടം ദൈവം എന്റെ മേൽ ഇത്തരം അനുഗ്രഹങ്ങൾ ചൊരിഞ്ഞിരിക്കുന്നു. 2008 മുതൽ ഞാൻ കാർട്ടൂൺ അക്കാദമി മെമ്പറാണ്. റസൂൽ പൂക്കുട്ടിക്ക് കൊച്ചിയിൽ സ്വീകരണം നല്കിയപ്പോൾ

ഒട്ടേറെ പ്രശസ്തർ പങ്കെടുത്ത ആ വേദിയിൽ റസൂൽ പൂക്കുട്ടിയുടെ ചിത്രം വരച്ച് ആ സദസ്സ് ഉദ്ഘാടനം ചെയ്യാനുള്ള അവസരം ദൈവം എനിക്കുവേണ്ടി മാറ്റിവെച്ചു. 2012 ൽ തെരഞ്ഞെടുത്ത ഇന്ത്യൻ കാർട്ടൂ ണിസ്റ്റുകൾ വരച്ച രാഷ്ട്രപതി പ്രണബ് മുഖർജിയുടെ കാരിക്കേച്ചർ പ്രദർശനം രാഷ്ട്രപതിഭവനിൽ നടന്നപ്പോൾ കേരളത്തിനെ പ്രതിനിധാനം ചെയ്യാൻ ഭാഗ്യം കിട്ടിയ ഒരാൾ ഞാനായിരുന്നു. ശബ്ദവും ചലനസ്വാത ന്ത്ര്യവും എന്റെ വഴികളിൽ തടസ്സങ്ങൾ തീർക്കുമ്പോഴും ഒരു സാധാരണ ക്കാരന് എത്തിപ്പെടാവുന്നതിലും അപ്പുറത്തേക്ക് എത്തിച്ചേരാൻ എനിക്ക് സാധിച്ചു. രാജ്യത്തിന്റെ വിവിധ ഭാഗങ്ങളിൽ ചിത്രപ്രദർശനങ്ങൾ നടത്തി. പല സംഘടനകളുടെയും അംഗീകാരങ്ങൾ നേടി. വലിയ പ്രസാധകരുടെ പുസ്തകങ്ങൾക്കുവേണ്ടി ചിത്രങ്ങൾ വരച്ചു. ഇപ്പോൾ ആദർശ് സ്പെഷ്യൽ സ്കൂളിലെ ചിത്രകലാ അദ്ധ്യാപകനാണ്. പ്രായം 26.

1999 ൽ അച്ഛന് ഒരു ബൈപാസ് വേണ്ടിവന്നു. ഡോക്ടർമാർ പറ ഞ്ഞത് അച്ഛന് ടെൻഷൻ ആണെന്നാണ്. ഒരിക്കൽ അമ്മ എന്നെ തോളിൽ ചുമന്ന് സ്കൂളുകളിൽനിന്നും സ്കൂളുകളിലേക്ക് ഓടിയിരുന്ന ഒരു കാല മുണ്ടായിരുന്നു. ഇന്ന് കണ്ണൻകുളങ്ങരയിൽ രാവിലെ 9.45 ന് ആദർശിന്റെ സ്കൂൾ ബസ് എത്തുമ്പോൾ ഞാൻ തനിച്ചാണ് ജങ്ഷനിൽ എത്തി ബസിൽ കയറുന്നത്. സോഷ്യൽ മീഡിയകളിൽ എന്റെ വരകൾക്ക് ഏറെ ലൈക്കുകൾ കിട്ടുന്നു. ഏറെപ്പേർ കമന്റ് ചെയ്യുന്നു. ഞാൻ വളരെ പോസി റ്റീവ് ആണെന്നാണ് അവർ പറയുന്നത്. ഭിന്നശേഷിയുള്ള ഒരാളെ പോസി റ്റീവാക്കി മാറ്റുന്നതിന് സമൂഹത്തിന് ഒരു കൂട്ടുത്തരവാദിത്വമുണ്ട്.

എന്റെ കാര്യത്തിൽ എന്റെ അച്ഛനമ്മമാർ മുന്നിൽനിന്ന് ആ ഉത്തര വാദിത്വം ഭംഗിയായി നിറവേറ്റി. ഭിന്നശേഷിത്വം ഒരു രോഗമല്ല. ഒരവസ്ഥ യാണെന്ന് അറിഞ്ഞ് നിങ്ങളും സഹായ മനസ്കരാകുക. സ്വയം പോസി റ്റീവ് ആയിത്തീരുക.

ഭായിമാരുടെ സ്വന്തം ചേച്ചി

ജലജ മാത്യു

തൊടുപുഴയ്ക്കടുത്ത് തൊട ങ്ങനാട് സ്വദേശിയാണ് ഞാൻ. എന്റെ പേര് ജലജ. കൂലിപ്പണിക്കാ രായ ചാക്കപ്പൻ – അച്ചാമ്മ ദമ്പതി മാരുടെ മൂന്ന് പെൺമക്കളിൽ മൂത്ത വളായിട്ടാണ് ഞാൻ ജനിച്ചത്. ഞങ്ങൾക്ക് സ്വന്തം വീടില്ലായിരു ന്നു. പിന്നെ ഇല്ലേ്യരിമലയിൽ സർക്കാർ കുറച്ച് ഭൂമി അനുവദിച്ച പ്പോൾ അവിടെ വീട് വെച്ചു. വലിയ ദാരിദ്ര്യത്തിലും കഷ്ടപ്പാടിലുമാണ് ഞങ്ങൾ വളർന്നത്. തൊടങ്ങനാട് സെന്റ് തോമസ് സ്കൂളിലാണ് ഞാൻ പത്താംക്ലാസു വരെ പഠിച്ച

ത്. സെക്കന്റ് ക്ലാസ് മാർക്ക് വാങ്ങി പത്ത് ജയിച്ചു. തുടർന്ന് പഠിപ്പിക്കാൻ അപ്പനമ്മമാർക്ക് പാങ്ങ് ഇല്ലാതിരുന്നിട്ടും എന്റെ ആഗ്രഹംകൊണ്ട് പി ഡി സിക്ക് എന്നെ ന്യൂമാൻ കോളേജിൽ ചേർത്തു.

മൂന്ന് പെൺമക്കളുടെ പഠനം അപ്പന്റെ കൂലിപ്പണികൊണ്ടുമാത്രം മുന്നോട്ടു കൊണ്ടുപോകേണ്ടി വന്നപ്പോൾ എനിക്ക് ഇടയ്ക്ക് പഠനം ഉപേ ക്ഷിക്കേണ്ടിവന്നു. ആ സമയത്താണ് അപ്പന്റെ ഒരു സുഹൃത്തുവഴി കോത മംഗലത്തുനിന്നും എനിക്കൊരു വിവാഹാലോചന വരുന്നത്. ലോറി ക്ലീന റായിരുന്ന മാത്യുവായിരുന്നു ചെറുക്കൻ. കോതമംഗലം അരമനയ്ക്കടുത്ത് അമ്പലപ്പറമ്പിൽ മൂന്നര സെന്റ് സ്ഥലവും അതിൽ ഒരു വീടും അയാൾക്കു

ണ്ടായിരുന്നു. വീട്ടിൽ അമ്മച്ചിയും അയാളും മാത്രം. 1986 ഫെബ്രുവരി 3 ന് ഞങ്ങളുടെ വിവാഹം നടന്നു. ഒരാർഭാടവുമില്ലാത്ത ഒന്നായിരുന്നു ഞങ്ങളുടെ വിവാഹം. മാത്യുവിന്റെ അമ്മച്ചി കൂലിവേല ചെയ്ത കാശുകൊ ണ്ടുണ്ടാക്കിയ വീടായിരുന്നു അത്. മാത്യു ഒരു മുഴുക്കുടിയനായിരുന്നു എന്ന് പിന്നീടാണ് ഞാൻ മനസ്സിലാക്കുന്നത്. വർഷങ്ങളായി ലോറിയിൽ പോകുന്ന മാത്യുവിന് ഡ്രൈവിങ്ങിനോട് ഒട്ടും താല്പര്യമില്ലായിരുന്നു. കിട്ടുന്ന കാശുകൊണ്ട് വൈകിട്ട് കള്ള് കുടിക്കുക. വീട്ടിൽ വരുമ്പോൾ അമ്മച്ചി കഞ്ഞി വെച്ചിട്ടുണ്ടെങ്കിൽ അതിന്റെ പങ്ക് കഴിക്കുക... മറ്റൊരു കാര്യത്തിലും മാത്യുവിന് താല്പര്യമില്ലായിരുന്നു. അമ്മച്ചി പണിതു കൊണ്ട് വരുന്നതുകൊണ്ട് റേഷൻ വാങ്ങിയിട്ടാണ് കഞ്ഞി വെക്കുന്നത്.

അമ്മയും മകനും കഴിച്ചുകഴിഞ്ഞാൽ എനിക്ക് കഞ്ഞിവെള്ളം മാത്ര മായിരുന്നു പലപ്പോഴും മിച്ചം. ഭക്ഷണമില്ലാതെ വെള്ളം മാത്രം കുടിച്ച് ദിവസങ്ങളും മാസങ്ങളും ഞാൻ തള്ളി നീക്കി. ഈ പട്ടിണിക്കിടയിലേ ക്കാണ് എന്റെ ഒരേയൊരു മകൾ ഡിനു റോസ് പിറക്കുന്നത്. അതോടെ എന്റെ കഷ്ടതകൾ പൂർണ്ണതയിലെത്തി. പലപ്പോഴും ഭക്ഷണമില്ലാതെ കണ്ണും തലയും ചുറ്റി ഞാൻ കുഴഞ്ഞു വീണു. എന്റെ പാവപ്പെട്ട അപ്പന മ്മമാർക്ക് എന്നെ ഒരു നിലയിലും സഹായിക്കാനുള്ള ശേഷി ഇല്ലായി രുന്നു. അയൽപക്കക്കാരോട് എനിക്ക് എന്തെങ്കിലും പണി ശരിയാക്കി ത്തരാൻ അപേക്ഷിച്ചു. ആദ്യമൊന്നും ആരുമത് കാര്യമാക്കിയില്ല. എന്റെ കുഞ്ഞ് പട്ടിണിയിലാണെന്ന് ഒടുവിൽ എനിക്ക് അവരോട് പറയേണ്ടി വന്നു. അങ്ങനെ ആദ്യമായി സമീപപ്രദേശത്തെ ഒരു വീട്ടിൽ പ്രസവിച്ചു കിടക്കുന്ന പെണ്ണിനെ ശുശ്രൂഷിക്കാൻ വേണ്ടി 6 ദിവസം പോയി. ഒരു ദിവസം 5 രൂപയായിരുന്നു പ്രതിഫലം. ഒരിടത്ത് ജോലിക്ക് പോയതോടെ ഇഞ്ചി നടാനും മഞ്ഞൾ പണിക്കും പാടത്തുപണിക്കുമൊക്കെ ആളുകൾ വിളിക്കാൻ തുടങ്ങി. അപ്പൻ അദ്ധ്വാനിച്ചു കൊണ്ടുവരുന്നതുകൊണ്ട് ജീവിച്ച എനിക്ക് ഇത്തരം ജോലികൾ ഒന്നും ചെയ്ത് ശീലമില്ലായിരുന്നു. കുഞ്ഞ് വിശന്നുകരയുന്നത് കാണാൻ വയ്യാത്തതുകൊണ്ട് എന്ത് കഷ്ട പ്പാടുണ്ടായാലും പണിക്ക് പോകണമെന്ന് ഞാൻ നിശ്ചയിച്ചു. പക്ഷേ, കൃഷിപ്പണികൾ എല്ലാം ഒരു സീസണിൽ മാത്രമേ ഉണ്ടായിരുന്നുള്ളൂ. ഒരു സ്ഥിരവരുമാനം കിട്ടണമെന്നുള്ള വാശിയോടെ ഞാൻ പല സ്ഥലങ്ങളിലും ജോലി അന്വേഷിച്ചുകൊണ്ടിരുന്നു. ധർമ്മഗിരിമഠത്തിലെ ബിൽഡിങ് പണി കൾ നടക്കുന്ന സമയമായിരുന്നത്. തൃക്കാരിയൂർ ഉള്ള കോൺട്രാക്ടറെ പോയിക്കണ്ട് എന്റെ അവസ്ഥകൾ ഒക്കെ പറഞ്ഞു. കഠിനമായ ജോലി യാണ്. പെണ്ണുങ്ങൾക്ക് പറ്റില്ല എന്നൊക്കെ അദ്ദേഹം ഒഴിവുകൾ പറഞ്ഞു. പക്ഷേ, ഏതും ജോലിയും ഞാൻ ചെയ്തോളാം എന്ന ഉറപ്പിൽ അവിടെ പണി കിട്ടി. അങ്ങനെ ആദ്യമായി കെട്ടിടം പണിയുടെ രീതികൾ കണ്ട് മനസ്സിലാക്കി. കല്ലും മെറ്റലും മുകൾനിലയിലേക്ക് ചുമന്ന് കയറ്റൽ ഭാര പ്പെട്ട പണിയായിരുന്നു. ഭാരവുമായി നടകൾ കയറുമ്പോൾ നെഞ്ചും പുറവും പൊട്ടിപ്പോകുന്ന വേദനയായിരുന്നു ആദ്യമൊക്കെ. കുഞ്ഞിന്റെ

മുഖമോർക്കുമ്പോൾ ഞാൻ എല്ലാം സഹിച്ചു. സിമന്റും മണലും മെറ്റലും കൂട്ടാനും ഷവ്വൽ കുത്താനും കാലിപ്പെട്ടി പിടിക്കാനുമൊക്കെ പരിശീലിച്ചു. അന്ന് 35 രൂപയായിരുന്നു ദിവസക്കൂലി. കുഞ്ഞിനെ ഭർത്താവിന്റെ അമ്മ യാണ് നോക്കുന്നത്. രോഗവും അവശതകളും ഉള്ളതുകൊണ്ട് കുഞ്ഞിന്റെ കാര്യമൊക്കെ കഷ്ടമായിരുന്നു. അദ്ദേഹം രാവിലെ ഇറങ്ങിപ്പോയാൽ രാത്രി ഒരു നേരത്ത് കാലുറയ്ക്കാതെയാണ് വീട്ടിലെത്തുന്നത്. എല്ലാം സഹിച്ചു കൊണ്ട് പത്ത് വർഷം ഞാൻ ആ കോൺട്രാക്ടറുടെ കീഴിൽ തന്നെ ജോലിചെയ്തു. ഇതിനിടയിൽ ആറ് മാസം എംപ്ലോയ്മെന്റിൽനിന്നും താല്ക്കാലിക നിയമനം കിട്ടി. കരിങ്കുന്നത്തെ മാവേലിസ്റ്റോറിലായിരുന്നു ജോലി. ഈ സമയത്ത് അമ്മച്ചിക്ക് രോഗം മൂർച്ഛിച്ച് ആശുപത്രിയിലായി. ഏക മകനുവേണ്ടി മാത്രം ജീവിതം മുഴുവൻ കഷ്ടപ്പെട്ട അമ്മച്ചിയെ അദ്ദേഹം തിരിഞ്ഞുനോക്കിയില്ല. പല ആശുപത്രികളിലുമായി അമ്മച്ചി യുമായി കയറിയിറങ്ങി. ആറുമാസം നീണ്ട ആശുപത്രിവാസത്തിനൊടു വിൽ അമ്മച്ചി മരിച്ചു. അപ്പോഴേക്കും എംപ്ലോയ്മെന്റ് വഴി ലഭിച്ച താല്ക്കാ ലിക ജോലി കഴിഞ്ഞിരുന്നു. വീണ്ടും പഴയ കോൺട്രാക്ടറുടെ കൂടെ പണിക്കുപോകാൻ തുടങ്ങി. മകൾ അന്ന് അഞ്ചാം ക്ലാസിൽ പഠിക്കുക യാണ്. രാവിലെ അവളെ ഒരുക്കി സ്കൂളിൽ വിട്ടിട്ടുവേണം എനിക്ക് പണി സ്ഥലത്ത് എത്താൻ. അല്പം താമസിച്ചാൽ പോലും കോൺട്രാക്ടർ ദുർമ്മുഖം കാട്ടും. പലപ്പോഴും വഴക്ക് പറയും. പത്ത് വർഷം ഒന്നിച്ചു ജോലി ചെയ്തിട്ടും പുരുഷന്മാർ ചെയ്യുന്ന ഭാരപ്പെട്ട ജോലികൾ പോലും മനസ്സോടെ ചെയ്തിട്ടും മയമില്ലാതെ പെരുമാറുന്ന കോൺട്രാക്ടറുടെ കൂടെ പിന്നെ പിടിച്ചു നില്ക്കാൻ കഴിഞ്ഞില്ല. എങ്ങനെ ജീവിതം മുന്നോ ട്ടുപോകുമെന്ന ആധിയുണ്ടായിരുന്നെങ്കിലും ആത്മാഭിമാനം പണയം വെച്ച് ജീവിക്കാൻ മനസ്സുവന്നില്ല. പെട്ടെന്ന് ഒരു ദിവസം തൊഴിലില്ലാതാ യി. പിന്നീട് കുറേക്കാലം ടാറിങ് പണിക്ക് പോയി. പെരുമ്പാവൂരായിരുന്നു പണി. 100 രൂപ കൂലി കിട്ടും. പക്ഷേ, മഴക്കാലത്ത് പണി ഇല്ലാതായി. അങ്ങനെ മറ്റൊരു കോൺട്രാക്ടർക്കൊപ്പം വീണ്ടും വാർക്കൽ പണിക്ക് പോകാൻ തുടങ്ങി. അവിടെവെച്ച് സബ്കോൺട്രാക്ടറായ രാധാകൃ ഷ്ണൻ എന്റെ കഷ്ടപ്പാട് കണ്ട് ഒരു നിർദ്ദേശം വെച്ചു. എത്രകാലമായി ചേച്ചിയിങ്ങനെ കഷ്ടപ്പെടുന്നു. ഒപ്പം കുറച്ച് ആളുകളെ സംഘടിപ്പിക്ക്... എന്നിട്ട് ചെറിയ ചെറിയ വർക്കുകൾ ഏറ്റെടുത്ത് ചെയ്യാൻ നോക്ക്.

എന്നോട് സ്നേഹമുള്ള നാലഞ്ച് പെണ്ണുങ്ങൾ ഒപ്പമുണ്ടായിരുന്നു. പക്ഷേ, ഒരു വാർക്കൽ ഏറ്റെടുത്ത് ചെയ്യാൻ കൂടുതൽ ആളുകൾ വേണം. പെരുമ്പാവൂർ പോയാൽ ബംഗാളികളും ബീഹാറികളുമായ ഭായിമാരെ പണിക്ക് കിട്ടുമെന്ന് കേട്ടു. രാവിലെ ആറുമണിക്ക് പെരുമ്പാവൂരിൽ എത്തി യാലേ ഭായിമാരെ നേരിൽ കാണാൻ പറ്റൂ. പുലർച്ചെ അഞ്ചുമണിക്ക് വീട്ടി നടുത്തുള്ള കോഴിപ്പിള്ളിയിൽനിന്നും ഒരു ബസ് പെരുമ്പാവൂർക്ക് പോകു ന്നുണ്ട്. അത് കിട്ടണമെങ്കിൽ നാലരമണിക്ക് വീട്ടിൽനിന്ന് ഇറങ്ങണം. ആ സമയം എങ്ങും കൂറ്റാകൂറ്റിരുട്ടാണ്. വഴിവരെ കൊണ്ടുചെന്ന് ആക്കാൻ

ഭർത്താവിനോട് പറഞ്ഞുനോക്കി. അതൊന്നും കക്ഷിയെ ബാധിക്കുന്ന കാര്യങ്ങളല്ലായിരുന്നു. നല്ല വെളിച്ചമുള്ള ഒരു ടോർച്ചും ജപമാലയും കൈയിൽ കരുതി ഞാൻ കോഴിപ്പള്ളിയിലേക്ക് നടന്നു. ആറുമണിക്ക് പെരു മ്പാവൂരിലെത്തി. ഭായിമാരോട് സംസാരിക്കാൻ ഭാഷ അറിയില്ലായിരുന്നു. കൈയും കലാശവും കാട്ടി 10 ഭായിമാരുമായി ഞാൻ കോതമംഗലത്ത് എത്തി. അങ്ങനെ ചെറിയ ചെറിയ വാർക്കലുകൾ കോൺട്രാക്ടേഴ്സ് എന്നെ ഏല്പിക്കാൻ തുടങ്ങി. ആദ്യ സമയങ്ങളിൽ പതിവായി പുലർച്ചെ പെരുമ്പാവൂർക്ക് പോകണമായിരുന്നു. പിന്നീട് ഭായിമാരുടെ നേതാവ് നൗഫലിന് ഒരു മൊബൈൽ വാങ്ങിക്കൊടുത്തു. അതോടെ അതാത് ദിവസം എത്ര ഭായിമാർ വേണമെന്ന് പറഞ്ഞാൽ നൗഫൽ കൃത്യം ആളു കളുമായി പണിസ്ഥലത്ത് എത്തും. നൂറ് ചാക്കിന്റെയും ഇരുന്നൂറ് ചാക്കി ന്റെയും വർക്കുകൾ ഞാൻ ഏറ്റെടുക്കാൻ തുടങ്ങി. ജീവിതം കുറേശ്ശെ പച്ചപിടിച്ചു. ഒപ്പം പത്ത് മുപ്പത് പണിക്കാരായി. അതോടെ നേരത്തെ ഒപ്പം പണിതിരുന്ന ചില ആണുങ്ങൾക്ക് എന്നോട് നീരസമായി. എന്റെ വളർച്ച യിൽ അവർക്ക് അസൂയയും അമർഷവും ഉണ്ടായി. ഒരിക്കൽ ഒരു ഭായിക്ക് സുഖമില്ലാതെ കോതമംഗലത്തെ ആശുപത്രിയിൽ കിടന്നപ്പോൾ അയാൾക്കുവേണ്ട ഭക്ഷണവും മരുന്നുമൊക്കെ കൃത്യമായി എത്തിച്ചതിന്റെ പേരിൽ ഈ അസൂയാലുക്കൾ ഭായിമാരെ തടഞ്ഞുവയ്ക്കുകയും ഭീഷ ണിപ്പെടുത്തുകയും ചെയ്തു. എന്റെ ഭർത്താവിന്റെ മനസ്സിലും തെറ്റിദ്ധാ രണകൾ സൃഷ്ടിക്കാൻ അവർക്കു കഴിഞ്ഞു. ഞാൻ ഒരു മകനെപ്പോലെ വളർത്തിയ ഇരുപത്തിമൂന്ന് വർഷക്കാലം വളർത്തിയ ആളെക്കൊണ്ട് എന്റെ ദേഹത്ത് ആസിഡ് ഒഴിപ്പിച്ചു. ഈ ജോലിയിൽനിന്നും എന്നെ എന്നെന്നേക്കുമായി ഒഴിവാക്കുകയായിരുന്നു അവരുടെ ലക്ഷ്യം. 2008 നവം ബർ 28 നായിരുന്നു ആ സംഭവം. പക്ഷേ, ആറുമാസത്തെ ആശുപത്രി വാസത്തിനുശേഷം ഞാൻ മടങ്ങിയെത്തി. ഇക്കാലത്ത് മകൾ ഹോട്ടൽ മാനേജ്മെന്റിൽ ബിരുദപഠനം പൂർത്തിയാക്കി ജോലിയിൽ പ്രവേശിച്ചി രുന്നു. ഞാൻ പലപ്പോഴായി വീട്ടിൽ സൂക്ഷിച്ചിരുന്ന പണവും അപഹ രിച്ച് എന്നെ അപായപ്പെടുത്താൻ ശ്രമിച്ച ആളുടെ വാക്കുകേട്ട് ഭർത്താവ് എന്നെ വീട്ടിൽനിന്നും ഇറക്കിവിട്ടു. മകളോടൊപ്പം മൂവാറ്റുപുഴയിൽ കുറ ച്ചുകാലം വാടകയ്ക്ക് താമസിച്ചുകൊണ്ട് ഞാൻ വീണ്ടും ഭായിമാരെ സംഘടിപ്പിച്ചു. പുതിയ വർക്കുകൾ ഏറ്റെടുത്ത് ചെയ്യാൻ തുടങ്ങി. കോൺക്രീറ്റ് ജോലിയിലും മത്സരങ്ങൾ നടക്കുന്ന കാലമായിരുന്നു. വാർക്കൽ ജോലികൾക്ക് വേഗത നല്കാൻ മാക്സ്മെക് കമ്പനി ലാഡർ ലിഫ്റ്റ് വിപണിയിലിറക്കിയ സമയം. ലക്ഷങ്ങൾ വിലവരുന്ന ആ ഉപക രണം ഉണ്ടെങ്കിൽ കൂടുതൽ ജോലികൾ കിട്ടുമെന്ന് കോൺട്രാക്ടർമാർ പറഞ്ഞതോടെ പലപ്പോഴായി കൂടിയ ചിട്ടികൾ പിടിച്ച് ഒരു ലാഡർ ലിഫ്റ്റ് വാങ്ങി. കമ്പനിയുടെ പ്രതിനിധികൾ വന്ന് ഭായിമാരെ പരിശീലിപ്പിച്ചു. കോലഞ്ചേരിയിലെ ഒരു പള്ളിയുടെ പണിയാണ് അതുകൊണ്ട് ആദ്യം ചെയ്തത്. ആ മെഷീൻ ഉപയോഗിച്ച് തുടങ്ങിയതോടെ 50 ആളുകൾ

വേണ്ടിടത്ത് 15 ആളുകൾ മതിയെന്നായി. രാത്രി വൈകി തീരുന്ന വാർക്ക ലുകൾ വൈകിട്ട് മൂന്നുമണിയോടെ തീർക്കാനായി. കോതമംഗലത്ത് കൃപ കോൺക്രീറ്റ് വർക്സ് എന്ന പേരിൽ ഒരു സ്ഥാപനം തുടങ്ങി. രണ്ട് മിക്സർ മെഷീനുകളും ഒരു ലാഡർ ലിഫ്റ്റും കൂടി വാങ്ങി. 1000 ചാക്ക് സിമന്റിന്റെ വാർക്കൽവരെ ഏറ്റെടുത്തുചെയ്യാനുള്ള തൊഴിലാളികളും യന്ത്രസാമഗ്രികളും ഉണ്ടായി.

ആണുങ്ങൾ ഏറ്റെടുത്ത് ചെയ്യേണ്ട കാര്യങ്ങൾ ഒരു പെണ്ണ് ഏറ്റെ ടുത്ത് ചെയ്യുന്നതുകണ്ട് അസ്വസ്ഥരായവർ പതുക്കെ നിശ്ശബ്ദരായി. ഞാൻ ആരെയും തോല്പിക്കാൻ വേണ്ടി ഒന്നും ചെയ്തില്ല. ഒരു പെണ്ണായിപ്പോയ തിന്റെ പേരിൽ സ്വയം തോല്ക്കാൻ പാടില്ല എന്ന ആഗ്രഹം കുറേയൊക്കെ സാധിച്ചു. കോതമംഗലം ടൗണിനടുത്ത് എട്ടരസെന്റ് സ്ഥലം വാങ്ങി ഒരു ചെറിയ വീടുണ്ടാക്കി. മകൾക്ക് ഒരാലോചന വന്നപ്പോൾ ഭർത്താവിനെ പ്പോയിക്കണ്ട് സംസാരിച്ചു. അദ്ദേഹം പിണക്കമെല്ലാം മറന്ന് ഞങ്ങൾക്കൊപ്പം വന്ന് താമസിച്ചു. മകളുടെ കല്യാണം ആഗ്രഹിച്ച നില യിൽ നടത്തി. യന്ത്രസാമഗ്രികൾ കൊണ്ടുപോകാൻ രണ്ടു വണ്ടികളും ഒരുകാറും വാങ്ങി. ജലജ വെറും പെണ്ണല്ലേ... അവൾക്ക് ഇതൊക്കെ ചെയ്യാൻ പറ്റുമോ എന്ന് അടക്കം പറഞ്ഞ നൂറുകണക്കിനാളുകൾക്കിട യിലാണ് ഞാൻ പോരാടി ജീവിച്ചത്. ഭർത്താവിന്റെ സ്നേഹത്തിലും സംര ക്ഷണത്തിലും ഒരു വെറും വീട്ടമ്മയായി ജീവിക്കാനാണ് ഞാനും ആഗ്ര ഹിച്ചിരുന്നത്. പക്ഷേ, വിധി എന്നെ ഈ നിലയിലൊക്കെ ജീവിക്കാൻ നിർബ്ബന്ധിതയാക്കി. എനിക്കും എന്റെ മോൾക്കും ജീവിതത്തിന്റെ പരീ ക്ഷണഘട്ടങ്ങളിൽ ഒരാളും സഹായത്തിനുണ്ടായില്ല. പക്ഷേ, എന്റെ ജീവിതംകൊണ്ട് ഒരാൾക്കെങ്കിലും പ്രയോജനം കിട്ടണമെന്ന് ആശിച്ചു. ഭായിമാരുടെ നേതാവ് നൗഫലിന് ഒരസുഖത്തെത്തുടർന്ന് ഒരു ഓപ്പറേ ഷൻ വേണ്ടി വന്നു. സർജ്ജറി കഴിഞ്ഞ നൗഫലിനെ നാട്ടിൽ ആക്കാൻ ഞാനും പോയിരുന്നു. ബംഗാളിലെ മുർഷിദാബാദിലായിരുന്നു നൗഫ ലിന്റെ വീട്. ചണക്കമ്പുകൾ പാകി ചണച്ചാക്കുകൾ കൊണ്ട് കെട്ടിമറച്ച ചെറിയ വീടുകൾക്കിടയിൽ പത്ത് പതിനഞ്ച് കോൺക്രീറ്റ് കെട്ടിടങ്ങൾ ഉണ്ടായിരുന്നു. അവയെല്ലാം എന്റെ പണിക്കാരായ ഭായിമാരുടെ വീടുക ളായിരുന്നു എന്നറിഞ്ഞപ്പോൾ സന്തോഷംകൊണ്ട് എന്റെകണ്ണുകൾ നിറ ഞ്ഞു. ആ വീടുകളിലെ അമ്മമാർ സന്തോഷംകൊണ്ട് എന്റെ മുന്നിൽ കൈകൂപ്പി നിന്നപ്പോൾ എന്റെ ജീവിതത്തിലെ കഷ്ടപ്പാടും ദുരിതങ്ങളു മെല്ലാം പത്തറുപത് ഭായിമാരുടെ കുടുംബങ്ങളിലെ വിളക്കും വെളിച്ചവു മാണെന്ന് ഞാൻ തിരിച്ചറിഞ്ഞു..

ഗവേഷണം തിടമ്പേറ്റിയ യുവശാസ്ത്രജ്ഞൻ

ഡോ. പി ഗോവിന്ദൻ

എന്റെ പേര് പി ഗോവിന്ദൻ. കാഞ്ഞങ്ങാടിനടുത്ത് ഉൾനാടൻ ഗ്രാമ മായ ചെമ്മട്ടം വയലാണ് സ്വദേശം. പുതുമന എന്ന് പേരുള്ള പുരാതന മായ ഒരു നമ്പൂതിരി തറവാട്ടിലാണ് ഞാൻ ജനിച്ചത്. അച്ഛൻ അമ്പലങ്ങ ളിൽ ശാന്തി ചെയ്തും തിടമ്പ് നൃത്തം കൊട്ടിയാടിയും ജീവിക്കാൻ കഷ്ട പ്പെട്ട ഒരു സാധു നമ്പൂതിരിയായിരുന്നു. അമ്മ രാധാമണി കുടുംബിനിയും. എനിക്ക് ഒരു അനുജൻ ഉണ്ട്. ഈശ്വരൻ.

താമസിക്കുന്ന വീട് ഒഴികെ അച്ഛന് ഒരു തുണ്ട് ഭൂമിപോലുമില്ലായി രുന്നു. അമ്പലങ്ങളിലെ ശാന്തിയോ തിടമ്പ് നൃത്തമോ ഒന്നും ഒരു സ്ഥിരം വരുമാനം കിട്ടുന്ന രംഗങ്ങളായിരുന്നില്ല. പലപ്പോഴും വീട് പട്ടിണിയായി രുന്നു. വീട് പട്ടിണിയിലായതോടെ മറ്റെന്തെങ്കിലും പണി കിട്ടുമോ എന്ന അന്വേഷണത്തിലായി അച്ഛൻ. ഒടുവിൽ കൊപ്രാകളങ്ങളിൽ തേങ്ങ പൊതിക്കുന്ന പണികിട്ടി. പക്ഷേ, ഒരു നമ്പൂതിരി ആ ജോലി ചെയ്യുന്നത് സമുദായത്തിനകത്ത് രൂക്ഷമായ വിമർശനങ്ങൾക്ക് ഇടയാക്കി. ഞങ്ങളെ പഠിപ്പിക്കാനും ഞങ്ങൾക്ക് ഭക്ഷണം തരാനും അച്ഛനു മുമ്പിൽ വേറെ മാർഗ്ഗങ്ങൾ ഒന്നും ഇല്ലായിരുന്നു. അതുകൊണ്ട് വിമർശനങ്ങൾക്ക് മറു പടി പറയാതെ അച്ഛൻ ആ ജോലി തുടർന്നു. അന്ന് ഞങ്ങളുടെ വീട്ടിൽ കറന്റ് ഇല്ല. അമ്മ മണ്ണെണ്ണ വിളക്കിന്റെ വെളിച്ചത്തിൽ എന്നെ ഇരുത്തി പഠിപ്പിച്ചു. മോൻ അഞ്ചാം ക്ലാസിൽ നന്നായി പഠിച്ചാൽ ആറാം ക്ലാസ് മുതൽ ഒരു വലിയ സ്കൂളിൽ പഠിക്കാം. നല്ല ഭക്ഷണവും താമസിക്കാൻ കറന്റുള്ള ഹോസ്റ്റലും കിട്ടും... അമ്മ എന്നെ തളരാതെ പഠിക്കാൻ നിര ന്തരം ഉപദേശിച്ചു കൊണ്ടിരുന്നു. ആറാം ക്ലാസിൽ എനിക്ക് നവോദയ യിൽ സെലക്ഷൻ കിട്ടി. സൗജന്യമായി പാഠപുസ്തകങ്ങളും നല്ല ഭക്ഷ ണവും കറന്റും കട്ടിലുമുള്ള ഹോസ്റ്റൽ മുറിയും കിട്ടിയപ്പോൾ ഞാൻ

കരഞ്ഞുപോയി. അമ്മ മുൻപ് പറഞ്ഞപ്പോഴെല്ലാം എന്നെ വെറുതെ ആശ്വ
സിപ്പിക്കാൻ വേണ്ടി എന്നു മാത്രമേ ഞാൻ കരുതിയിരുന്നുള്ളൂ...

സത്യത്തിൽ എന്നേക്കാൾ ആശ്വസിച്ചത് അച്ഛനമ്മമാരാണ്... മൂന്നു
നേരം മകന് ഭക്ഷണം മുടങ്ങാതെ കിട്ടുമല്ലോ... ശിരസ്സിൽ ദൈവങ്ങളുടെ
തിടമ്പേറ്റി നൃത്തം ചവിട്ടുമ്പോൾ അച്ഛന്റെ കണ്ണുകൾ നനഞ്ഞു. നവോ
ദയ പ്രവേശനത്തിലൂടെ പന്ത്രണ്ടാംക്ലാസുവരെയുള്ള എന്റെ പഠനം സുര
ക്ഷിതമായി. പക്ഷേ, അച്ഛനെക്കുറിച്ചോർക്കുമ്പോൾ ഞാൻ എന്നും ആരും
കാണാതെ കരഞ്ഞു. സാധാരണ ശാന്തിക്കാർക്ക് രാവിലെയും വൈകിട്ടും
മാത്രമേ ജോലിയുള്ളൂ. പക്ഷേ, അച്ഛൻ തേങ്ങ പൊതിക്കാൻ പോയില്ലെ
ങ്കിൽ വീട്ടിൽ അമ്മയും അനുജനും പട്ടിണിയാകും. പന്ത്രണ്ടാം ക്ലാസുക
ഴിഞ്ഞാൽ എന്തെങ്കിലും ജോലി സമ്പാദിക്കണം. ഞാൻ മനസ്സിൽ കണ
ക്കുകൂട്ടി. നവോദയയിലെ ഫിസിക്സ് അദ്ധ്യാപകൻ ശ്രീകുമാർ സാറിന്
എന്റെ കാര്യങ്ങളൊക്കെ അറിയാമായിരുന്നു.

പ്ലസ് വണ്ണിനു പഠിക്കുമ്പോൾ നേവിയിൽ ഒരു പ്രവേശന പരീക്ഷ
എഴുതി. നിയമനം കിട്ടിയാൽ പഠനവും ജോലിയും ഒന്നിച്ച് നടക്കും.
എനിക്ക് അച്ഛനെ സഹായിക്കാനാകും. പക്ഷേ, ആ പരീക്ഷയിൽ ഞാൻ
പരാജയപ്പെട്ടു. മുന്നിലെ ഏക പ്രതീക്ഷയാണ് നഷ്ടമായത്. ശ്രീകുമാർ
സാർ എന്നെ ആശ്വസിപ്പിച്ചു.

എഞ്ചിനീയറിങ് പ്രവേശന പരീക്ഷയെക്കുറിച്ച് സാറെന്നോട്
പറഞ്ഞു. ഒരു വിദൂര സ്വപ്നത്തിൽപ്പോലും എഞ്ചിനീയറാകാൻ ഞാൻ
ആഗ്രഹിച്ചിട്ടില്ല. പന്ത്രണ്ടാം ക്ലാസുകഴിഞ്ഞാൽ അച്ഛനെ സഹായിക്കാൻ
ഒരു ജോലി ആയിരുന്നു എന്റെ ലക്ഷ്യം. പക്ഷേ, സാറ് നിർബ്ബന്ധിച്ച് ഞാൻ
എൻട്രൻസ് എഴുതി. 1287-ാം റാങ്കിൽ ഞാൻ വിജയിച്ചു. കാസർഗോഡ്
എൽ ബി എസിൽ എനിക്ക് അഡ്മിഷൻ കിട്ടി.

കേരളത്തിലെ ഏത് എഞ്ചിനീയറിങ് കോളേജിലും എനിക്ക് അഡ്മി
ഷൻ കിട്ടുമായിരുന്നു. യാത്രയ്ക്കും ഭക്ഷണത്തിനും ഹോസ്റ്റൽ ഫീസു
മൊക്കെയായി വലിയ തുക വേണം. അതുകൊണ്ടാണ് വീട്ടിൽ പോയിവ
രാവുന്ന ദൂരത്തുള്ള എൽ ബി എസ് മതിയെന്ന് തീരുമാനിച്ചത്. വീട്ടിൽ
മണ്ണെണ്ണ വിളക്കിന്റെ വെളിച്ചത്തിലായിരുന്നു പഠനം. ഇരുന്നു പഠിക്കാൻ
നല്ലൊരു മേശ പോലുമില്ല. പക്ഷേ, അച്ഛനെ വിഷമിപ്പിക്കാൻ വയ്യാത്ത
തുകൊണ്ട് എന്റെ കൊച്ച് ലോകത്തിലിരുന്ന് രാത്രി പകലില്ലാതെ പരിശ്ര
മിച്ചു.

ഇതിനിടയിൽ ഒഴിവ് ദിവസങ്ങളിൽ അച്ഛനോടൊപ്പം ക്ഷേത്രങ്ങളിൽ
പോകും. പാരമ്പര്യമായി കിട്ടിയ തിടമ്പ് നൃത്തം ഞാൻ പരിശീലിച്ചു.
വഴിപാടായി എന്തെങ്കിലും കിട്ടിയാൽ അതച്ഛന് ആശ്വാസമാകുമല്ലോ.
എന്നായിരുന്നു മനസ്സിൽ. ഇതേ കാലത്ത് അനുജൻ ഈശ്വരനും നവോ
ദയയിൽ അഡ്മിഷൻ കിട്ടി. അത് വലിയ ഭാഗ്യമായി.

എന്നെ നന്നായി മനസ്സിലാക്കിയ കോളേജിലെ കൂട്ടുകാരും
ടീച്ചേഴ്സും ഒരുപാട് സഹായിച്ചു. ഫീസടയ്ക്കാൻ പോലും അവരാണ്

പരിശ്രമിച്ചത്. 2001 ൽ കണ്ണൂർ യൂണിവേഴ്സിറ്റിയിയിൽനിന്നും ഒന്നാം റാങ്കോടെ ഞാൻ ബി ടെക് പാസായി. കോളേജിലെ ആദ്യ യൂണിവേ ഴ്സിറ്റി റാങ്കുകാരൻ. നാട്ടിൽ ചില സ്വീകരണങ്ങളൊക്കെ കിട്ടിയെങ്കിലും വീട്ടിലെ സ്ഥിതി വളരെ മോശം തന്നെയായിരുന്നു. ഇതിനിടയിൽ ചെറു വത്തൂർ വീരഭദ്രക്ഷേത്രത്തിലെ വയലിൽ ആറാട്ടിന് എന്റെ തിടമ്പ് നൃത്തം ഒരനുഷ്ഠാന കലയായിരുന്നു. അതേസമയം മണിക്കൂറുകളോളം ഭഗ വതിക്കോലം ശിരസ്സിലേറ്റി നൃത്തം ചവിട്ടുക എന്നത് നല്ല കായികക്ഷ മത വേണ്ട ഒന്നുകൂടിയായിരുന്നു. എന്റെ അരങ്ങേറ്റം അച്ഛന് ഒരനുഗ്രഹ മായി.

എനിക്ക് ഐ ഐ ടിയിൽ എം ടെക്കിന് അഡ്മിഷൻ കിട്ടി. ഇതിനി ടയിൽ ഞാൻ ഗേറ്റ് പരീക്ഷ ഉയർന്ന മാർക്കിൽ പാസായിരുന്നു. ഐ ഐ ടിയിൽ അഡ്മിഷൻ കിട്ടുംവരെ കോഴിക്കോട് എൻ ഐ ടി യിൽ തുടരാമെന്നാണ് ഞാൻ വിചാരിച്ചിരുന്നത്. ചെന്നൈ ഐ ഐ ടിയിൽ നിന്ന് എനിക്ക് ഇന്റർവ്യൂ കാർഡ് വീട്ടിൽ വന്നു. കത്ത് ഇംഗ്ലീഷിലായതി നാൽ അച്ഛന് അതെന്താണെന്ന് മനസ്സിലായില്ല. കോഴിക്കോട്ട് വന്ന് എന്റെ ടുത്തേക്ക് വരാൻ കൈയിൽ വഴിക്കാശും ഇല്ലായിരുന്നു. ആരോടെ ക്കെയോ വായ്പ വാങ്ങി അച്ഛൻ കത്തുമായി കോഴിക്കോട് വന്നു. കത്ത് വാങ്ങി നോക്കിയ ഞാൻ തകർന്നുപോയി. അഡ്മിഷന്റെ ലാസ്റ്റ് ഡേറ്റിന് തലേദിവസമാണ് അച്ഛൻ വന്നിരിക്കുന്നത്. എന്റെ പരിഭ്രമം കണ്ട് അച്ഛൻ നിസ്സഹായനായി. അപ്പോൾ സമയം ഉച്ചകഴിഞ്ഞിരുന്നു. വൈകുന്നേരത്തെ ട്രെയിനിനു പോയാൽ രാവിലെ ചെന്നൈയിലെത്താം. പക്ഷേ, ടി സി വാങ്ങണം. അച്ഛന്റെ കൈയിൽ കാശുമില്ല. ദൈവം എന്നെ കൈവിട്ടില്ല. സുമനസ്സുകൾ എന്നെ സഹായിച്ചു. ടി സിയും എഴുതിക്കിട്ടി. അച്ഛനും ഞാനും കൂടി ലോക്കൽ ടിക്കറ്റിൽ രാവിലെ ചെന്നൈയിലെത്തി.

ഐ ഐ ടിയിലെ ഡെപ്യൂട്ടി രജിസ്ട്രാർ പ്രൊഫ. പാഞ്ചാലൻ സാറിനു മുന്നിൽ എത്തുമ്പോൾ അഡ്മിഷൻ ക്ലോസ് ചെയ്യാൻ വെറും രണ്ട് മണിക്കൂറേ അവശേഷിച്ചിരുന്നുള്ളൂ. അദ്ദേഹത്തിന്റെ വലിയ മന സ്സുകൊണ്ട് എന്റെ ഐ ഐ ടി പ്രവേശനം സത്യമായി. അങ്ങനെ ഞാൻ കമ്പ്യൂട്ടർ ഇന്റഗ്രേറ്റഡ് മാനുഫാക്ടറിങ്ങിൽ എം ടെക് വിദ്യാർത്ഥിയായി. പഠനകാലത്ത് പുതിയ സാങ്കേതിക വിദ്യകൾ വികസിപ്പിച്ചെടുത്ത് അന്താ രാഷ്ട്രതലത്തിൽ ശ്രദ്ധേയനായി. ഉയർന്ന റാങ്കോടെ ഞാൻ ഐ ഐ ടി പാസായി. പഠനം കഴിഞ്ഞ് തിടമ്പ് നൃത്തവുമായി അച്ഛനോടൊപ്പം കൂടി ഒരു ജോലി ആയിരുന്നു മനസ്സു മുഴുവൻ. 2003 ൽ ദൈവം എന്റെ പ്രാർത്ഥന കേട്ടു. പഠിച്ച കോളേജിൽ തന്നെ ലക്ചററായി എനിക്ക് നിയമനം കിട്ടി. ഇപ്പോൾ കണ്ണൂർ ഗവൺമെന്റ് എഞ്ചിനീയറിങ് കോളേജിലെ സീനിയർ അസിസ്റ്റന്റ് പ്രൊഫസറായി സേവനം അനുഷ്ഠിക്കുന്നു.

അച്ഛന്റെ കഷ്ടപ്പാടുകൾ അവസാനിപ്പിക്കണം എന്നായിരുന്നു ഏറ്റവും വലിയ സ്വപ്നം. അതുപോലെ കാറ്റും വെളിച്ചവുമുള്ള ഒരു സ്വപ്നവീട്. 2008 ൽ അതും സാധിച്ചു. എന്റെ ഭൂതകാലങ്ങളറിഞ്ഞ് ജീവിക്കാൻ മന

സ്സുള്ള ഒരു പെൺകുട്ടി ജീവിതപങ്കാളിയായി വരണമെന്ന് ഞാൻ ആഗ്ര
ഹിച്ചു. കണ്ണൂർ കൃഷ്ണമേനോൻ വനിതാ കോളേജിലെ ഇംഗ്ലീഷ് അദ്ധ്യാ
പിക ശ്രീദേവി നമ്പൂതിരിയെ ഒടുവിൽ കണ്ടെത്തി. 2012 ൽ വിവാഹം
കഴിഞ്ഞു.

അമേരിക്കയിലെ നോർത്ത് കരോലിനയിലെ ബയോഗ്രാഫിക്കൽ
ഇൻസ്റ്റിറ്റ്യൂട്ട്, ഇംഗ്ലണ്ടിലെ കോംബ്രിഡ്ജ് യൂണിവേഴ്സിറ്റി എന്നിവയുടെ
അടക്കം ഏകദേശം മുപ്പതിൽപ്പരം രാജ്യാന്തര ബഹുമതികൾ ഇതിനകം
ലഭിച്ചു കഴിഞ്ഞു.

2012 ൽ ബോംബെയിലെ ഐ ഐ ടിയിൽ വെച്ച് മുൻ പ്രധാനമന്ത്രി
ഡോ. മൻമോഹൻ സിങ്ങിൽനിന്നും ഡോക്ടറേറ്റ് നേടി. പെട്രോളിനും
ഡീസലിനും പകരം യന്ത്രഭാഗങ്ങൾ കൂട്ടി യോജിപ്പിക്കുന്നതിനും വേർതി
രിക്കുന്നതിനും പ്രകൃതിവാതകങ്ങളായ അന്തരീക്ഷ വായുവും നൈട്ര
ജനും ഹീലിയവും ഉപയോഗിക്കാമെന്ന എന്റെ കണ്ടെത്തൽ മുതലാണ്
യുവശാസ്ത്രജ്ഞൻ എന്ന നിലയിൽ അന്താരാഷ്ട്രതലത്തിൽ എന്നെ
ശ്രദ്ധിച്ചു തുടങ്ങിയത്. കഴിഞ്ഞ പത്തുവർഷത്തിനിടയിൽ ഇത്തരം ഒട്ടേറെ
കണ്ടെത്തലുകൾ രാജ്യാന്തര സമൂഹം അംഗീകരിച്ചുകഴിഞ്ഞു.

ജീവിതത്തിൽ കൊടിയ ദാരിദ്ര്യത്തിൽ കിടന്ന് വിഷമിച്ച ഒരു ബാല്യ
കാലം എനിക്കുണ്ട്. ഈ നിലയിലേക്ക് ജീവിതം എത്തിച്ചേരുമെന്ന് ഞാൻ
സ്വപ്നത്തിൽപ്പോലും വിചാരിച്ചിരുന്നില്ല. ദൈവാനുഗ്രഹവും നിരന്തര പരി
ശ്രമവുമാണ് എന്റെ ജീവിതം മാറ്റിമറിച്ചത്. ഒരു ശാസ്ത്രജ്ഞൻ എന്ന
നിലയിൽ തിരിഞ്ഞുനോക്കുമ്പോൾ ഒന്ന് മാത്രമേ എനിക്ക് പറയാനുള്ളൂ...
ശാസ്ത്രവും കലയും രണ്ടല്ല. ഒരു നാണയത്തിന്റെ രണ്ട് പുറങ്ങൾ മാത്രം.

തിടമ്പ് നൃത്തം ശാസ്ത്രീയമായി പരിഷ്കരിക്കാനുള്ള ശ്രമങ്ങൾ
ശാസ്ത്രപരീക്ഷണങ്ങൾക്കൊപ്പം ഒരുമിപ്പിക്കുകയാണ് ശിഷ്ട കാല
പ്രവർത്തനങ്ങളിൽ മുഖ്യം.

ദാരിദ്ര്യവും കഷ്ടപ്പാടുകളും ഒരിക്കലും നമ്മുടെ കുറവുകളല്ല. ശക്ത
മായ നാളേകൾ കെട്ടിപ്പടുക്കാനുള്ള അടിത്തറയാണ് ഭൂതകാലം. അതിനെ
വിസ്മരിക്കാതെ മുന്നോട്ടുപോയി ജീവിതത്തിൽ മുന്നേറുക. നമുക്ക്
വിജയം സുനിശ്ചിതമാണ്.

വെളിച്ചം പരത്തുന്ന സുമ

സുമ അനില്‍കുമാര്‍

വൈക്കത്തിനടുത്ത് തല യാഴം എന്ന സ്ഥലത്താണ് ഞാന്‍ ജനിച്ചത്. എന്റെ പേര് സുമ. സുകു മാരന്‍ - കമലമ്മ ദമ്പതിമാരുടെ നാലാമത്തെ മകളായിരുന്നു ഞാന്‍. ഞങ്ങള്‍ ആറുമക്കളായിരുന്നു. അച്ഛന്‍ കര്‍ഷകനും പാടശേഖരക്ക മ്മിറ്റി ചെയര്‍മാനുമായിരുന്നു. അമ്മ വലിയ സല്‍ക്കാരപ്രേമിയും. അച്ഛനെ ഈശ്വരനെപ്പോലെയാണ് അമ്മ കരുതിയിരുന്നത്. പള്ളിയാട് എസ് എന്‍ ഡി പി സ്കൂളിലാണ്

ഞാന്‍ പഠിച്ചത്. എട്ടാം ക്ലാസില്‍ എന്‍ എസ് എസ് സ്കൂളിലേക്ക് മാറി. കര്‍ഷക കുടുംബമായിരുന്നതിനാല്‍ ഞങ്ങളുടെ വിദ്യാഭ്യാസകാര്യങ്ങളി ലൊന്നും ആരും സഹായിച്ചിരുന്നില്ല. എന്നിട്ടും പത്താം ക്ലാസില്‍ ഞാന്‍ ഫസ്റ്റ് ക്ലാസ് മാര്‍ക്ക് വാങ്ങി. നാല് പെണ്‍മക്കളായിരുന്നതിനാല്‍ തുടര്‍ പഠനമൊന്നും നടന്നില്ല. പത്താം ക്ലാസ് കഴിഞ്ഞ് ഞാന്‍ ടൈപ്പും ഷോര്‍ട്ട് ഹാന്റും പഠിച്ചു. എന്നും പേപ്പര്‍ വാങ്ങാന്‍ അണ്ണന്മാരുടെ മുമ്പില്‍ കൈനീ ട്ടാന്‍ എനിക്ക് മടിയായിരുന്നു. അതുകൊണ്ട് ഞാന്‍ തഴപ്പായ നെയ്ത്ത് പഠിച്ചു.

ആരെയും ആശ്രയിക്കാതെ സ്വന്തം കാര്യങ്ങള്‍ ചെയ്യണമെന്ന് അന്നേ ഞാന്‍ ആശിച്ചിരുന്നു. 21-ാമത്തെ വയസ്സിലായിരുന്നു എന്റെ വിവാഹം. ബോംബെയില്‍ പെയിന്ററായിരുന്ന അനില്‍കുമാറായിരുന്നു വരന്‍. അമ്മ

നേരത്തെ മരിച്ചു. വീട്ടിൽ അച്ഛനും ഒരു സഹോദരിയും. കല്യാണം കഴി ഞ്ഞാൽ എന്നെയും ബോംബെയിലേക്ക് കൊണ്ടുപോകുമെന്നൊക്കെ ഞാൻ പ്രതീക്ഷിച്ചു. പക്ഷേ, വിവാഹശേഷം അനിലേട്ടൻ ബോംബെയി ലേക്ക് പോയില്ല. സഹോദരിയുടെ കല്യാണം നടത്തുകയായിരുന്നു ലക്ഷ്യം. വൈകാതെ പെങ്ങളെ കെട്ടിച്ചു. അപ്പോഴേക്കും അച്ഛന് അസു ഖങ്ങളായി. നാട്ടിൽ പല വർക്ക് ഷോപ്പുകളിലായി അനിലേട്ടൻ ജോലിക്ക് നിന്നു. ഞങ്ങൾക്ക് രണ്ട് പെൺമക്കൾ ഉണ്ടായി. ആതിരയും അഖിലയും.

രാവിലെ വീട്ടിലെ ജോലികൾ തീർന്നാൽ ഞാൻ തഴപ്പായ നെയ്യും. കൈതയോല ചെത്തി ഉണക്കി മടിയാക്കി വെക്കുന്നതും പിന്നെ അത് തണുപ്പിച്ച് കീറി എടുക്കുന്നതുമൊക്കെ ഞാൻ തനിച്ചാണ്. പകലും രാത്രി യിലുമായി ഒരു ദിവസം രണ്ട് പായ നെയ്യും. പത്ത് വർഷം മുമ്പ് ഒരു പായയ്ക്ക് 23 രൂപയായിരുന്നു വില. അന്ന് 23 രൂപയ്ക്ക് ഒരു വീട്ടിലേക്ക് വേണ്ട സാധനങ്ങളൊക്കെ കിട്ടും. 23 രൂപ ഞാൻ മിച്ചം പിടിക്കും.

ഈ സമയത്താണ് നാട്ടിൽ സ്ത്രീകളുടെ കൂട്ടായ്മ കുടുംബശ്രീ എന്ന പേരിൽ തുടങ്ങുന്നത്. അനിലേട്ടന്റെ നാടായ ടി വി പുരം പൊതുവേ ദരിദ്രമേഖലയായിരുന്നു. സ്ത്രീകൾക്ക് വേണ്ട വിദ്യാഭ്യാസമോ തൊഴിലോ ഒന്നും ഉണ്ടായിരുന്നില്ല. ആണുങ്ങൾ മത്സ്യബന്ധനത്തിലും കയർ പിരി ക്കലിലും നിപുണരായിരുന്നു. എന്നാൽ, മദ്യപാനവും ധൂർത്തുംമൂലം മിക്ക വീടുകളിലും ദാരിദ്ര്യമായിരുന്നു. സ്ത്രീകളെ സംഘടിപ്പിച്ച് 10 രൂപ വീതം ഷെയർ പിരിച്ച് കുടുംബശ്രീ ഗ്രൂപ്പുകൾ ഉണ്ടാക്കുകയായിരുന്നു ആദ്യ പടി. പിന്നീട് കുടുംബശ്രീ പഞ്ചായത്തിന് കീഴിലാക്കി. പത്താം ക്ലാസും ടൈപ്പും പഠിച്ചതുകൊണ്ട് മിനിറ്റ്സ് എഴുതാൻ പറ്റിയ ആൾ സുമയാണെന്ന് എല്ലാവരും കൂടി തീർച്ചപ്പെടുത്തി. എന്നെ എസ് എച്ച് ഗ്രൂപ്പിന്റെ സെക്ര ട്ടറിയാക്കി. അടുത്ത മീറ്റിങ്ങിൽ എന്നെ എ ഡി എസിന്റെ സെക്രട്ടറി ആക്കി. സത്യത്തിൽ ഇതിന്റെയൊക്കെ അർത്ഥമോ പ്രവർത്തന രീതിയോ എനിക്ക് അറിയില്ലായിരുന്നു. രണ്ട് മാസങ്ങൾക്കുള്ളിൽ ഒരു യോഗം കൂടി സി ഡി എസിന്റെ ചെയർപേഴ്‌സൺ ആകാൻ എല്ലാവരും കൂടി എന്നെ നിർബ്ബ ന്ധിച്ചു.

അച്ഛൻ രോഗശയ്യയിലാണ്. അനിലേട്ടന് രാവിലെ ജോലിക്ക് പോണം. ആറാം ക്ലാസിലും മൂന്നാം ക്ലാസിലും പഠിക്കുന്ന മക്കളെ സ്കൂളിലാക്കണം. എല്ലാ വീട്ടുജോലികളും തീർത്തിട്ട് പായ നെയ്യണം. ഇതിനിടയിൽ സാമൂ ഹിക സേവനവും പൊതുപ്രവർത്തനവും എനിക്ക് പറ്റിയ പണിയല്ല. ഞാൻ എന്റെ അഭിപ്രായം പ്രവർത്തകരെ അറിയിച്ചു. എന്റെ പൊതുസമ്മതിയോ പ്രവർത്തനമികവോ ഒന്നുമല്ല എന്നെ സി ഡി എസ് ചെയർപേഴ്‌സൺ ആക്കാനുള്ള ശ്രമത്തിന് പിന്നിലെന്ന് എനിക്ക് വൈകാതെ മനസ്സിലായി. മുമ്പ് ഈ സ്ഥാനത്തിരുന്ന സ്ത്രീ പൊതുസമ്മതയല്ല. അവരെ മാറ്റു കയാണ് എല്ലാവരുടെയും ലക്ഷ്യം. സ്വതേ പിന്നോക്ക ഗ്രാമമായ ടി വി പുരത്തുനിന്നും മറ്റൊരു സ്ത്രീയെ മുന്നോട്ട് നിർത്താനില്ലാത്ത അവസ്ഥ യാണ്. രോഗക്കിടക്കയിൽ കിടന്ന അച്ഛൻ വിവരങ്ങൾ മനസ്സിലാക്കി

എന്നോട് പറഞ്ഞു: "നീ അതിന് സമ്മതിക്കണം. ഇല്ലെങ്കിൽ ഞാൻ മരി ച്ചുകഴിയുമ്പോൾ പുറംലോകവുമായി ഒരു ബന്ധവുമില്ലാതെ നീയി വീട്ടിൽ ഒറ്റപ്പെട്ട് പോകും."

അച്ഛന്റെ അനുഗ്രഹവും അനിലേട്ടന്റെ മൗനാനുവാദവും കൂടി കിട്ടി യപ്പോൾ ഞാൻ സമ്മതിച്ചു. അങ്ങനെ 2005 ഫെബ്രുവരി എട്ടിന് എന്റെ പൊതുജീവിതം ആരംഭിച്ചു. സി ഡി എസ് ചെയർപേഴ്സണായി ചുമത ലയേറ്റശേഷം എന്തെങ്കിലും രണ്ട് വാക്ക് എന്നോട് പറയാൻ പറഞ്ഞു. നാലുപേരുടെ മുന്നിൽനിന്ന് എന്തെങ്കിലും പറഞ്ഞ് ശീലമില്ലാത്ത എന്റെ കൈകാലുകൾ വിറച്ചു. തൊണ്ടവരണ്ടു. ഞാൻ തപ്പിത്തടഞ്ഞു പറഞ്ഞു: "നിങ്ങൾ എന്നെ ഏല്പിക്കുന്ന ഈ കസേരയുടെ വില കളയാതെ സൂക്ഷിച്ച് പ്രവർത്തിക്കും..." വലിയ കരഘോഷത്തോടെ സ്ത്രീകൾ എന്റെ വാക്കുകൾ ഏറ്റുവാങ്ങി. മരുമകൾ ചെയർപേഴ്സണായെന്ന് കേട്ട് അച്ഛന് സന്തോഷമായി. അധികം വൈകാതെ അച്ഛൻ മരിച്ചു. അതോടെ എന്റെ പൊതുപ്രവർത്തനങ്ങൾക്ക് കൂടുതൽ സമയം കിട്ടി.

സത്യത്തിൽ എന്താണ് കുടുംബശ്രീ..? എന്താണ് സി ഡി എസ്...? ചെയർപേഴ്സന്റെ പ്രവർത്തനങ്ങൾ എന്തൊക്കെയാണ്...? ഒന്നും എനി ക്കറിയില്ലായിരുന്നു. രാവിലെ വീട്ടുജോലികൾ ഒതുക്കി ഞാൻ പഞ്ചായത്ത് ആഫീസിലെത്തും. നാല് വരെ ചെയർപേഴ്സന്റെ കസേരയിൽ ഇരിക്കും. പിന്നെ വീട്ടിലേക്ക് മടങ്ങും. തലചൊറിയാൻ നേരമില്ലാതെ പുകയിലും വെണ്ണീറിലും തഴപ്പായ നെയ്ത്തിലുമായി ജീവിച്ച ഒരു വീട്ടമ്മ രാവിലെ മുതൽ പഞ്ചായത്ത് ഓഫീസിൽ ഇരിക്കുന്നു. ചുവന്ന സാരിക്ക് നീല ബ്ലൗസും. കാതിൽ ഈർക്കിൽ കഷണവുമായിരിക്കും വേഷം. ഇത്ര യൊക്കെ തന്നെ ടി വി പുറത്തെ പെണ്ണിന് അധികം എന്നായിരുന്നു എന്റെ ചിന്ത. പഞ്ചായത്തിൽ എവിടെയൊക്കെ കുടുംബശ്രീ സംഘങ്ങൾ ഉണ്ടാ യിരുന്നു. ആഴ്ചതോറും ചെറിയ സംഖ്യ പിരിച്ച് ഓണഫ് നടത്തുകയാ യിരുന്നു അധികവും. ഇതിനിടയിൽ കുടുംബശ്രീയുടെ ജില്ലാ മീറ്റിങ് കോട്ട യത്ത് നടക്കുന്നു. സി ഡി എസ് ചെയർപേഴ്സൺ അതിൽ പങ്കെടുക്ക ണം. എനിക്ക് വഴി അറിയില്ല. കൂടെ വരാനും ആളില്ല. അന്ന് ആദ്യമായി തനിച്ച് യാത്ര ചെയ്തു. അവിടെ ചെന്നപ്പോൾ ജില്ലാ ഘടകം റിപ്പോർട്ട് ചോദിച്ചു: ഞാൻ വാ പൊളിച്ചു... എന്തോന്ന് റിപ്പോർട്ട്! അവിടെ കൂടിയ സ്ത്രീസമൂഹത്തെ ഞാൻ ആശ്ചര്യത്തോടെ നോക്കിക്കണ്ടു. സാരിക്കു ചേർന്ന ബ്ലൗസും കാതിലും കഴുത്തിലും അത്യാവശ്യം ആഭരണങ്ങളും വൃത്തിയും വെടിപ്പുമുള്ള ആ കൂട്ടായ്മയിൽ വേറിട്ട് നിന്നൊരാൾ ഞാൻ മാത്രമാണെന്ന് എനിക്ക് തോന്നി.

അവിടെവെച്ച് കുടുംബശ്രീയെക്കുറിച്ച് ഒരു കൈപ്പുസ്തകം എനിക്ക് കിട്ടി. അത് വായിച്ച ഞാൻ ഞെട്ടിപ്പോയി. സ്ത്രീ ശാക്തീകരണത്തിനുള്ള ആയിരം സുവർണ്ണ വഴികൾ എനിക്ക് മുമ്പിലുണ്ടായിട്ടും ഞാൻ ഇരു ട്ടിൽത്തന്നെ കഴിയുകയായിരുന്നല്ലോ എന്നോർത്ത് വേദനിച്ചു. കമ്യൂണി സ്റ്റുകാരന് *മൂലധനം* വേദഗ്രന്ഥമാകുന്നതുപോലെ എന്റെ വേദഗ്രന്ഥമായി

മാറി ആ കൈപ്പുസ്തകം. പിന്നെ ഞാൻ ഇരുന്നില്ല. എന്റെ അയൽപ ക്കത്തെ സ്ത്രീകളെ സംഘടിപ്പിച്ച് സ്നേഹ കുടുംബശ്രീ രൂപീകരിച്ചു. 20 വീടുകളുടെ ഒരു കൂട്ടായ്മ. ഒരു മാസം ഞാൻ ഇരിക്കാതെ ഉറങ്ങാതെ ഓടിനടന്ന് പ്രവർത്തിച്ചു. 63 കുടുംബശ്രീ യൂണിറ്റുകൾക്ക് രൂപംനല്കി. രാവിലെ ഇറങ്ങിയാൽ രാവേറെവരെ മീറ്റിങ്ങുകൾ. ഭക്ഷണവും വെള്ളവും ആരെങ്കിലും തന്നാൽ വാങ്ങി കഴിക്കും. ചോദിച്ചു വാങ്ങിയില്ല. പലപ്പോഴും പട്ടിണി. എങ്കിലും ഉറച്ച ശബ്ദത്തിൽ ഞാൻ സ്ത്രീകളോട് സംസാരിച്ചു. "സാരിക്ക് ചേർന്ന ഒരു ബ്ലൗസിടാൻ നിങ്ങൾക്ക് ആഗ്രഹമില്ലേ? കാതിലെ ഈർക്കിൽ കഷണം മാറ്റി ഒരു തരി പൊന്നിടാൻ നിങ്ങൾക്കാഗ്രഹമില്ല..? മാസാവസാനം ഭർത്താവിന്റെ കൈയിലേക്ക് കുടുംബചെലവിലേക്ക് ഇതെന്റെ വിഹിതം എന്ന് പറഞ്ഞ് ഒരു നൂറ് രൂപയെങ്കിലും വച്ചുകൊടു ക്കാൻ നിങ്ങൾക്ക് കഴിയേണ്ടേ...? വീട്ടിൽ നിങ്ങൾക്ക് ഒരു പരിഗണന വേണ്ടേ..?"

എന്റെ വാക്കുകൾ കേട്ട് പെണ്ണുങ്ങൾ പരസ്പരം ചോദിച്ചു. ഈ സുമയ്ക്ക് എന്താ പ്രാന്താ..?

പക്ഷേ, ഞാൻ തളർന്നില്ല. ടി വി പുരത്തെ എസ് ബി ടി ശാഖയി ലേക്ക് ഒരുദിവസം കടന്നുചെന്ന് മാനേജർ ഐസക് യോഹന്നാൻ സാറി നോട് കുടുംബശ്രീക്ക് ലോൺ വേണമെന്ന് ഞാൻ ആവശ്യപ്പെട്ടു. മാനേ ജർ നിർത്താതെ ചിരിച്ചു. ഞാൻ ഭയന്നു. വിയർത്തു. കാരണം ആദ്യമാ യാണ് ഞാൻ ഒരു ബാങ്കിൽ കയറുന്നതും മാനേജരോട് നേരിൽ സംസാ രിക്കുന്നതും.

എന്തോ കുഴപ്പം പറ്റിയെന്ന് എനിക്ക് ഉറപ്പായി. പക്ഷേ, സംഗതി മറ്റൊന്നായിരുന്നു. 2005 ൽ കേരളത്തിൽ ഏറ്റവും കൂടുതൽ കിട്ടാക്കടം ഉണ്ടായിരുന്ന എസ് ബി ടി ശാഖയിൽ ഒന്നായിരുന്നു ടി വി പുരം. ശാഖ ആദായകരമല്ലാത്തതിനാൽ അടച്ചുപൂട്ടൽ നടപടികൾ നടന്നുവരികയാ യിരുന്നു. ആ പ്രവർത്തനങ്ങൾ ഏകീകരിക്കാൻ ചുമതലക്കാരനായിരുന്ന മാനേജരായിരുന്നു ഐസക് സാർ. ചാകാൻ പോകുന്നവനോട് സക്കാത്ത് ചോദിക്കുന്നതുപോലെയായിരുന്നു എന്റെ ലോണിനുവേണ്ടിയുള്ള അപേക്ഷ. വസ്തുവിന്റെ ആധാരം പണയപ്പെടുത്തിയിട്ടുള്ള ലോണുകൾ പോലും അടച്ചിട്ടില്ല. പിന്നെയെങ്ങനെ കുടുംബശ്രീക്കാർ..?

മാനേജരുടെ സംശയം എനിക്ക് മനസ്സിലായി. ഇതിനിടയിൽ 4118 അംഗങ്ങൾ ഉള്ള 183 കുടംബശ്രീ യൂണിറ്റുകൾ രൂപീകരിച്ച് കഴിഞ്ഞിരുന്നു. ഞാൻ മാനേജരോട് പറഞ്ഞു. "ടി വി പുരത്തെ 3987 സ്ത്രീകളെയും അവരുടെ പ്രശ്നങ്ങളും എനിക്കറിയാം. അഞ്ചുപേരടങ്ങുന്ന ഓരോ യൂണി റ്റിനും 50,000 രൂപ ലോൺ അനുവദിക്കണം. ആ തുകകൊണ്ട് അഞ്ചു പേർക്ക് ദിവസവരുമാനം കിട്ടുന്ന ഒരു തൊഴിൽ അവർ തുടങ്ങും. കൃത്യ മായി തിരിച്ചടവുകൾ അവർ നടത്തും. എല്ലാ ദിവസവും തിരിച്ചടവ് വരാത്ത യൂണിറ്റുകളുടെ ലിസ്റ്റ് ഞാൻ പരിശോധിക്കാം. ഒരു യൂണിറ്റെ ങ്കിലും തിരിച്ചടവ് മുടങ്ങിയാൽ ആ തുക ഞാൻ അടയ്ക്കും." എന്റെ

കൊച്ചുശരീരത്തിൽനിന്നും വന്ന ഉറച്ച വാക്കുകൾ അദ്ദേഹത്തെ ഇരുത്തി ചിന്തിപ്പിച്ചു. എസ് ബി ടി ഒരു ഭാഗ്യപരീക്ഷണം പോലെ 50,00,000 രൂപ യുടെ ലോൺ കുടുംബശ്രീക്ക് അനുവദിച്ചു. സ്ത്രീകളുടെ 100 യൂണിറ്റു കൾ ടി വി പുരത്ത് ആരംഭിച്ചു. മാനേജർക്ക് കൊടുത്ത വാക്കുപാലിക്കാൻ എല്ലാ യൂണിറ്റുകളിലേയും പ്രവർത്തനങ്ങളും വായ്പയുടെ തിരിച്ചടവും ഞാൻ നേരിട്ട് വിലയിരുത്തി. അത്ഭുതകരമായിരുന്നു എന്റെ ഗ്രാമത്തിന്റെ മാറ്റം. മൂന്ന് വർഷംകൊണ്ട് എസ് ബി ടി, ടി വി പുരം ശാഖ ലാഭത്തി ലായി. 2009-10 ലെ ബെസ്റ്റ് കോ-ഓർഡിനേറ്റർക്കുള്ള അവാർഡ് എസ് ബി ടി എനിക്ക് നല്കി.

എന്റെ നാട്ടിലെ സാധാരണക്കാരായ വീട്ടമ്മമാരുടെ ഏറ്റവും വലിയ ആധിയും സങ്കടവും പ്രായമായ പെൺമക്കളുടെ വിവാഹമായിരുന്നു. പല പ്പോഴും ഇത് ആത്മഹത്യയിലേക്കും കടക്കെണിയിലേക്കും ആളുകളെ എത്തിച്ചു. വീട്ടമ്മയ്ക്ക് ഒരറിവും ഇത്തിരി വെളിച്ചവും ഉണ്ടായാലേ കുടും ബങ്ങൾ രക്ഷപ്പെടൂ എന്ന് എനിക്ക് ബോദ്ധ്യപ്പെട്ടു. കുടുംബശ്രീ കൂട്ടാ യ്മയിലെ സ്ത്രീകളെ പരസ്പരം ജാമ്യം നിർത്തി 317 പെൺകുട്ടികൾക്ക് വിവാഹവായ്പ അനുവദിച്ച് ഞങ്ങൾ ചരിത്രം കുറിച്ചു.

എല്ലാ വീട്ടമ്മമാർക്കും ഒരു വരുമാനമാർഗ്ഗം. എല്ലാ വീട്ടമ്മയ്ക്കും ഒരുതരി പൊന്ന്. സ്ത്രീ സമത്വത്തിനുവേണ്ടി ഞാൻ സ്വപ്നം കണ്ട മുദ്രാ വാക്യങ്ങൾ പതുക്കെപ്പതുക്കെ കർമ്മരംഗത്ത് പ്രാവർത്തികമായി. വസ്ത്ര ഗ്രാമം, ആട് ഗ്രാമം, അലങ്കാര മത്സ്യകൃഷി, മുട്ടക്കോഴി വളർത്തൽ, കയർപിടിത്തം തുടങ്ങി വൈവിദ്ധ്യങ്ങളായ പദ്ധതികളിലൂടെ ഒരു വീട്ട മ്മയ്ക്ക് ഒരു ദിവസം 500 രൂപയ്ക്ക് മുകളിൽ വരുമാനം കിട്ടുന്ന തൊഴിൽ മേഖല ഇന്ന് ടി വി പുരത്ത് സജ്ജമാണ്. 2008 ലാണ് അലങ്കാര മത്സ്യ ക്കൃഷി ആരംഭിക്കുന്നത്. ഉദയനാപുരം പഞ്ചായത്തിന് അനുവദിച്ച ഈ സ്കീം അവിടെ ആളില്ലാത്തതിനാൽ ഞാൻ ടി വി പുരം പഞ്ചായത്തി നായി ഏറ്റെടുക്കുകയായിരുന്നു. ആദ്യമൊന്നും ആരും മത്സ്യകൃഷി ചെയ്യാ നായി മുന്നോട്ടു വന്നില്ല. ഒടുവിൽ 30-ാം ദിവസം മത്സ്യക്കുഞ്ഞുങ്ങളെ തിരിച്ചെടുക്കാം എന്ന ഉറപ്പിൽ 16 പേർ അലങ്കാര മത്സ്യകൃഷിയോട് സഹ കരിച്ചു. ഫിഷറീസ് മന്ത്രി വന്ന് ആർഭാടമായി അലങ്കാര മത്സ്യകൃഷി ഉദ്ഘാടനം നിർവ്വഹിച്ചു. ഗപ്പി, ബ്ലാക് മോളി, റെഡ് മോളി, പോർട്ടെയിൽ തുടങ്ങിയ അലങ്കാര മത്സ്യങ്ങളെയാണ് കൃഷിക്ക് കിട്ടിയത്. 15000 രൂപ യുടെ ലോണിൽ പകുതിയും സബ്സിഡി കിട്ടും.

എന്റെ ഉറപ്പിൽ എല്ലാവരും കൃഷി തുടങ്ങി. പക്ഷേ, 30-ാം ദിവസം മത്സ്യക്കുഞ്ഞുങ്ങളെ വാങ്ങാൻ ആളെ കിട്ടിയില്ല. ചെയ്യുന്നതെല്ലാം ശരി യായാലും ഒരു വീഴ്ചമതി ആരോപണവിധേയയാകാൻ. 27-ാം ദിവസവും മത്സ്യക്കുഞ്ഞുങ്ങളെ വാങ്ങാൻ ആളെക്കിട്ടിയില്ല. ആത്മഹത്യയെക്കുറിച്ച് ഞാൻ ആദ്യമായി ചിന്തിച്ചു. കുറേക്കാര്യങ്ങൾ ഞാൻ ചെയ്തു. പക്ഷേ, ഇത് മറ്റൊരു പഞ്ചായത്തിന് അനുവദിച്ചത് ഞാൻ ഏറ്റെടുക്കുകയായി രുന്നു. അതിന്റെ പേരിൽ ധാരാളം പേർ വിമർശിക്കുന്നുണ്ട്. മത്സ്യക്കുഞ്ഞു

ങ്ങളെ വാങ്ങാൻ ആളെ കിട്ടിയില്ലെങ്കിൽ അത് വലിയ കോലാഹലങ്ങൾക്ക് ഇടയാക്കുമെന്ന് എനിക്ക് ഉറപ്പായി. എന്റെ പരിഭ്രമം കണ്ട് അനിലേട്ടൻ കാര്യംതിരക്കി. അദ്ദേഹം ഒന്നും പറയാതെ പുറത്തേക്ക് പോയി. ഇടയ്ക്ക് വിളിച്ച് നീ വീട്ടിൽ കാണണം എന്ന് പറഞ്ഞു. എനിക്ക് കരച്ചിൽ വന്നു.

അനിലേട്ടൻ വരുമ്പോൾ ഞാൻ ഇവിടെ ഉണ്ടാവില്ലല്ലോ എന്നോർത്ത പ്പോൾ ഹൃദയം പിടഞ്ഞു. പക്ഷേ, ആ സമയത്ത് അനിലേട്ടൻ പറഞ്ഞു വിട്ടിട്ട് ഒരാൾ വീട്ടിൽ വന്നു. അലങ്കാര മത്സ്യങ്ങൾ വിലയ്ക്ക് വാങ്ങി വിദേ ശങ്ങളിലേക്ക് അയയ്ക്കുന്ന ഒരാളായിരുന്നു അത്. 16 പേരുടെയും മീൻ അദ്ദേഹം വാങ്ങി. 5,000 രൂപ മുതൽ 25,000 രൂപ വരെ പലർക്കും കിട്ടി. അന്നാണ് എന്റെ നിസ്വാർത്ഥമായ പ്രവർത്തനങ്ങളിൽ ദൈവത്തിന്റെ ഒരു കരുതൽ ഉണ്ടെന്ന് എനിക്ക് ബോദ്ധ്യപ്പെട്ടത്. ഇന്ന് സിംഗപ്പൂർ, ഫ്രാൻസ്, അമേരിക്ക, ഇറ്റലി തുടങ്ങി അനേകം വിദേശ രാജ്യങ്ങളിലേക്ക് ടി വി പുരത്തുനിന്നും അലങ്കാര മത്സ്യങ്ങൾ കയറ്റുമതി ചെയ്യുന്നു. 175 വീട്ടു കാർ ആ മത്സ്യകൃഷിയിൽ വ്യാപൃതരാണ്.

സ്ത്രീശാക്തീകരണത്തിനും സ്ത്രീസമത്വത്തിനും വേണ്ടി ഒരു ഗ്രാമം കൈകോർത്തപ്പോൾ അവർക്ക് എല്ലാ വിധ സഹകരണവും നല്കി എസ് ബി ടിയും ഫാർമേഴ്സ് ബാങ്കും സഹകരണ ബാങ്കും മുന്നോട്ടു വന്നു. ഇന്ന് ഈ ബാങ്കുകളുടെ പ്രധാന ഇടപാടുകാർ കുടുംബശ്രീ പ്രവർത്തക രാണ്. ഈ നാടിന്റെ വികസനത്തിന് ടി വി പുരം പഞ്ചായത്ത് 5 വർഷം കൊണ്ട് 5 കോടി രൂപ ചെലവഴിച്ചപ്പോൾ കുടുംബശ്രീ ചെലവഴിച്ചത് 19 കോടി രൂപയാണ്.

കണ്ണീരും ആധിയുമായി നടക്കുന്ന ഒരു വീട്ടമ്മയും ഇന്ന് ഗ്രാമത്തി ലില്ല. ഇനി അങ്ങനെയൊരാൾ ഉണ്ടെങ്കിൽ ഞാനും കുടുംബശ്രീയും അവർക്കൊപ്പമുണ്ടാകും. സി ഡി എസ് ചെയർപേഴ്സന്റെ കസേരയിൽ ഈ ഗ്രാമം എന്നെ ഇരുത്തിയിട്ട് പത്ത് വർഷം തികയുകയാണ്. സംസ്ഥാന സർക്കാരിന്റെ ബെസ്റ്റ് സി ഡി എസ് ചെയർപേഴ്സൺ അടക്കം ഒട്ടേറെ അംഗീകാരങ്ങൾ ഇതിനകം കിട്ടി. ടി വി പുരത്തെ ഒരു ചെറിയ വീടിന്റെ അടുക്കളയിലും തഴപ്പായ നിർമ്മാണത്തിലുമായി ഒതുങ്ങേണ്ട എന്റെ ജീവിതം ഇങ്ങനെ ആയത് ദൈവനിശ്ചയമാകാം. ഞങ്ങടെ സുമ എന്ന് ടി വി പുരത്തെ അമ്മമാർ എന്നെക്കുറിച്ച് പറയുമ്പോൾ ഏറ്റവും വലിയ അംഗീകാരം എനിക്ക് അതുതന്നെ.

കെട്ടുപോകുന്ന ജീവന്
ഒരു കെടാവിളക്ക്

ബെന്നി കുന്നേൽ

എന്റെ പേര് ബെന്നി കുന്നേൽ. ഇടു
ക്കിയിൽ ചെമ്മണ്ണാർ സ്വദേശി. കർഷക
രായ തോമസ്-ഗ്രേസി ദമ്പതിമാരുടെ
രണ്ടുമക്കളിൽ മൂത്തയാളായിരുന്നു
ഞാൻ. ഏലവും കുരുമുളകും വിളയുന്ന
നല്ല മണ്ണായിരുന്നു ഞങ്ങളുടേത്. ആദ്യ
കാലത്ത് ഏക്കറോളം മണ്ണിന് ഉടമസ്ഥർ.
ഞാൻ ചെമ്മണ്ണാർ സെന്റ് സേവ്യേഴ്സ്
ഹൈസ്കൂളിൽ പഠിക്കുമ്പോഴാണ് അമ്മ
ച്ചിക്ക് ആദ്യമായി അസുഖം തുടങ്ങുന്ന
ത്. കാലുകൾക്ക് ബലക്കുറവും വേദനയു
മായിരുന്നു തുടക്കം. നാട്ടിലെ ചികിത്സ
കൾക്ക് ഫലം കാണാതെ വന്നപ്പോൾ
അടിമാലിയിലും പിന്നീട് കോട്ടയം മെഡി
ക്കൽ കോളേജിലും കൊണ്ടുപോയി.

കൃഷിയിൽ ശ്രദ്ധിക്കാൻ അപ്പച്ചന് നേരമില്ലാതായി. ഒരാശുപത്രിയിൽ
നിന്നും മറ്റൊരു ആശുപത്രിയിലേക്ക്... കൈയിൽ കാശു കുറഞ്ഞപ്പോൾ
അപ്പൻ മനഃപ്രയാസത്തിലായി. പതുക്കെ കുടി തുടങ്ങി. ചികിത്സയ്ക്കായി
സ്ഥലങ്ങൾ വിറ്റു. ഞാൻ ഡിഗ്രി കഴിഞ്ഞ് ഒരു സഹകരണ സംഘത്തിൽ
താല്ക്കാലികമായി ജോലിക്ക് ചേർന്നു. കുറച്ച് രാഷ്ട്രീയ പ്രവർത്തനവും
ഉണ്ടായിരുന്നു. ബാങ്ക് ജോലിക്കിടയിൽ ജെ ഡി സി പാസായി. അമ്മച്ചി
യുമായി അപ്പച്ചന്റെ ആശുപത്രിവാസം നീണ്ടു. ഉള്ളതെല്ലാം വിറ്റുപെറുക്കി
ചികിത്സകൾ തുടർന്നു. ബാങ്കിലെ ജോലി സ്ഥിരമായില്ല. വീട്ടിലെ പ്രയാ
സങ്ങൾ കൂടിയപ്പോൾ കൂലിപ്പണിക്ക് പോയി.

അമ്മച്ചിയുമായി മാസങ്ങളോളം മെഡിക്കൽ കോളേജിലും മറ്റും കയ റിയിറങ്ങിയപ്പോൾ രോഗികളുടെ ദുരിതങ്ങൾ കണ്ട് മനസ്സ് നൊന്തു. ഇതി നിടയിൽ സഹോദരിയുടെ വിവാഹം നടത്തി. അമ്മച്ചിയുടെ യഥാർത്ഥ രോഗം കണ്ടുപിടിക്കാൻ ഡോക്ടർമാർക്കും കഴിഞ്ഞില്ല. വർഷത്തിൽ ഏറിയ ഭാഗവും അമ്മച്ചി ആശുപത്രിയിൽ തന്നെ. വീട്ടുകാര്യങ്ങൾ കുഴ ഞ്ഞപ്പോൾ 1998 ൽ മുണ്ടിയെരുമക്കാരി മിനിയെ ഞാൻ വിവാഹം കഴിച്ചു. ചെമ്മണ്ണാരിൽ ഒരു ചെറിയ ബേക്കറിയും കൂൾബാറും തുടങ്ങി. ഒപ്പം പൊതുപ്രവർത്തനവും തുടർന്നു. ഡൽഹി ജവഹർലാൽ നെഹ്റു ലീഡർഷിപ്പ് ഇൻസ്റ്റിറ്റ്യൂട്ടിൽനിന്നും ലീഡർഷിപ്പ് ട്രെയിനിങ് പൂർത്തിയാ ക്കി. ത്രിതല പഞ്ചായത്ത് അംഗങ്ങൾക്ക് പരിശീലനം നല്കുന്ന തൃശൂർ കിലയിൽ വിവരാവകാശ എക്സ്റ്റൻഷൻ ഫാക്കൽട്ടി മെമ്പറായി ഞങ്ങൾക്ക് രണ്ട് കുട്ടികൾ. നവിയയും, നിതിനും.

2011 ലാണ് വയനാട്ടിലെ എന്റെ സുഹൃത്തും പൊതുപ്രവർത്തകനു മായിരുന്ന ജോഷി കിഡ്നി ദാനം ചെയ്യുന്ന വാർത്ത ഞാൻ അറിയുന്നത്. പിന്നീട് കൊച്ചിയിൽ വെച്ചു നടന്ന സംസ്ഥാന ലീഡർഷിപ്പ് ട്രെയിനിങ് ക്യാമ്പിൽ വെച്ച് ജോഷിയെ ഞങ്ങൾ ആദരിച്ചു.

അമ്മച്ചിയുടെ ജീവിതം കണ്ടു പഠിച്ച എനിക്ക് രോഗികളോട് വല്ലാത്ത മമതയുണ്ടായിരുന്നു. അവർക്കിടയിൽ പ്രവർത്തിക്കുന്നവരോടും. അങ്ങ നെയാണ് ജോഷിയിലൂടെ ഫാദർ ഡേവിസ് ചിറമ്മേൽ എന്ന വൈദികനെ പരിചയപ്പെടുന്നത്.

കിലയിലെ ക്ലാസുകൾക്കിടയിൽ തൃശൂരിലെ കിഡ്നി ഫെഡറേഷന്റെ ഓഫീസിൽവെച്ചായിരുന്നു ആ കൂടിക്കാഴ്ച. അവയവദാനത്തിന്റെ മഹ ത്ത്വത്തെക്കുറിച്ചൊക്കെയായിരുന്നു അന്നു ഫാദറിന്റെ സംഭാഷണം. ആ സമയങ്ങളിലെപ്പോഴോ ആണ് ഒരു രോഗിയെ എങ്കിലും സഹായിക്കണം എന്ന ആഗ്രഹം തോന്നുന്നത്. ഭാര്യയോടുപോലും പറയാതെ ആ ആഗ്രഹം ഞാൻ മനസ്സിൽ കൊണ്ടുനടന്നു. എന്റെ മകൾ അന്ന് എട്ടാം ക്ലാസിലും മകൻ ഒന്നാം ക്ലാസിലും പഠിക്കുകയാണ്. കിലയിലെ ക്ലാസു കളും പൊതുപ്രവർത്തനവുമായി നടക്കുന്ന എനിക്ക് വീട്ടുകാര്യങ്ങളിൽ പലപ്പോഴും ശ്രദ്ധിക്കാൻ പറ്റിയിരുന്നില്ല. കടയും വീട്ടുകാര്യങ്ങളും മിനി യുടെ മേൽനോട്ടത്തിലായിരുന്നു. എങ്കിലും മനസ്സിലാഗ്രഹിച്ചതുപോലെ തന്നെ ചെയ്യണം എന്ന് ഞാൻ തീരുമാനമെടുത്തു. ഫാദറിനെ വിളിച്ച് ആഗ്രഹം പറഞ്ഞു. അവയവദാനമാണ് നീ ആഗ്രഹിക്കുന്നതെങ്കിൽ വീട്ടി ലുള്ളവരുമായി ആലോചിച്ചിട്ട് മതി എന്നായിരുന്നു ഫാദറിന്റെ നിലപാട്. ഒടുവിൽ ഞാൻ മിനിയോട് കാര്യം പറഞ്ഞു. ഒരു ഭാര്യ എന്ന നിലയിൽ ആദ്യം ചില എതിർപ്പുകൾ പറഞ്ഞെങ്കിലും മിനി ഒടുവിൽ എന്റെ അഭി പ്രായത്തോട് യോജിച്ചു.

തൃശൂരിലെ ഓട്ടോറിക്ഷാ തൊഴിലാളിയായിരുന്ന ബൈജുവിനെ പരി ചയപ്പെടുന്നത് അപ്പോഴായിരുന്നു. പനിക്കും ജലദോഷത്തിലും പാരസെ റ്റാമോൾ കഴിച്ച് സ്വയം ചികിത്സിച്ച് ഒടുവിൽ കിഡ്നികൾ രണ്ടും തകരാ റിലായ ചെറുപ്പക്കാരനായിരുന്നു ബൈജു. വിവാഹിതനായിരുന്നു അയാൾ.

ബൈജുവിന് കിഡ്നി കൊടുക്കാൻ ഞാൻ തയ്യാറായി. ചെക്കപ്പുകൾക്കായി കുറച്ചുദിവസങ്ങൾ ബൈജുവിനൊപ്പം ചെലവിട്ടപ്പോൾ അതൊരു ആത്മ ബന്ധമായി വളർന്നു. പക്ഷേ, പരിശോധനകളുടെ ഒരു ഘട്ടത്തിലാണ് എനിക്ക് കിഡ്നി സ്റ്റോൺ ഉള്ളത് കണ്ടുപിടിക്കപ്പെടുന്നത്. എനിക്ക് കിഡ്നി ദാനം ചെയ്യാൻ കഴിയില്ലെന്ന് മനസ്സിലായി. ബൈജുവിനോട് യാത്ര പറയുമ്പോൾ എന്റെ കണ്ണുകൾ നിറഞ്ഞൊഴുകി.

ഫാദർ എന്നെ സമാധാനിപ്പിച്ചു. സാരമില്ലെടാ... കൊടുക്കാനുള്ള മനസ്സുണ്ടല്ലോ... അതുതന്നെ വലിയ കാര്യം..

പക്ഷേ, ഞാൻ വല്ലാതെ നിരാശനായി. എന്നെ ചുറ്റിപ്പറ്റി ബൈജുവും കുടുംബവും ഏറെ പ്രതീക്ഷിച്ചിരുന്നു. ഞാൻ ഫാദറിനോട് ലിവർ കൊടു ക്കുവാൻ കഴിയുമോ എന്ന് ചോദിച്ചു. കിഡ്നിദാനം പോലെയല്ല കരൾദാനം. വളരെ കോംപ്ലിക്കേറ്റഡ് ആണ്. പതിമൂന്ന് മണിക്കൂർ നീളുന്ന സർജ്ജറി വേണം. ഫാദർ എന്നെ നിരുത്സാഹപ്പെടുത്തി.

പക്ഷേ, ആയിടയ്ക്കാണ് മലപ്പുറത്തുകാരനായ ഹുസൈൻ എന്റെ ശ്രദ്ധയിൽ വരുന്നത്. കരൾ മാറ്റിവെക്കലിനുവേണ്ടി കാത്തിരിക്കുന്ന ഒരു രോഗി. പക്ഷേ, ഒരു ഡോണറെ ഇതുവരെ കിട്ടിയിട്ടില്ല. ഹുസൈന്റെ ഭാര്യ എന്റെ മുന്നിൽ പൊട്ടിക്കരഞ്ഞു. ഞാൻ ഹുസൈനെ സഹായിക്കാൻ ആഗ്ര ഹിക്കുന്ന വിവരം ഫാദറെ അറിയിച്ചു. എന്റെ ഉറച്ച തീരുമാനം മനസ്സിലാ ക്കിയ ഫാദർ ചെക്കപ്പിനുള്ള സൗകര്യങ്ങൾ ഒരുക്കി. പക്ഷേ, മൂന്നാം ദിവസം ഹുസൈൻ മരിച്ചു.

പിന്നീട്, ഒരു മാസക്കാലത്തിനുശേഷം ഫാദർ എന്നെ ചെന്നൈയിൽ നിന്നും വിളിച്ചു. ആലപ്പുഴയിലെ ഒരു ശശിധരന്റെ കാര്യം ഫാദർ സംസാ രിച്ചു. കരൾ ട്രാൻസ്പ്ലാന്റേഷനുവേണ്ടി കാത്തുകിടക്കുന്ന ഒരു റിട്ടയേർഡ് ജോയിന്റ് രജിസ്ട്രാർ. ലിവർ സോറിയാസിസ് ആയിരുന്നു രോഗം. അവ യവദാനം ചെയ്യാൻ ബന്ധുക്കൾ ഇല്ലാത്ത ആളാണോ എന്നും മദ്യപനാ യിരുന്നോ എന്നും ഞാൻ അന്വേഷിച്ചു. ബന്ധുക്കൾ ഉണ്ടെങ്കിലും യോജി ക്കുന്ന കരൾ ഉള്ളവരില്ലാത്തതായിരുന്നു പ്രശ്നം. 14 രക്ത പരിശോധന കൾ ഉൾപ്പെടെ ഒരു മാസം നീണ്ട പരിശോധനകൾ. ക്ലിനിക്കൽ സൈക്കോ ളജിസ്റ്റിന്റെ കൗൺസലിങ്. സർക്കാരിൽനിന്നും ജില്ലാ ഭരണകൂടത്തിൽ നിന്നുമായി 38 ഓളം ഡോക്യുമെന്റുകൾ തയ്യാറാക്കേണ്ടി വന്നു. ഒടുവിൽ ആ ദിവസം നിശ്ചയിക്കപ്പെട്ടു. 2013 ഏപ്രിൽ 23, എന്റെ കരൾ പകുത്ത് തികച്ചും അപരിചിതനായ ആലപ്പുഴക്കാരൻ ശശിധരന് തുന്നിച്ചേർക്കുന്ന ദിവസം.

ഞാൻ ആലോചിച്ചു, എന്താണ് ശശിധരനും ഞാനും തമ്മിൽ? വർഷ ങ്ങളോളം അമ്മച്ചിയുടെ ചികിത്സകൾക്കായി വസ്തുക്കൾ വിറ്റ് അപ്പച്ചൻ ആശുപത്രികൾ കയറിയിറങ്ങി. അന്ന് ആ ആശുപത്രി അന്തരീക്ഷത്തിൽ കണ്ട നൂറുകണക്കിന് ഒരാശ്രയവുമില്ലാത്ത രോഗികൾ. അവരിൽ ഒരാളെ യെങ്കിലും സഹായിക്കാനായെങ്കിൽ എന്ന ആഗ്രഹത്തിൽ നിന്നുമാണ് ഞാൻ ശശിധരനിലേക്ക് എത്തുന്നത്. ഓപ്പറേഷൻ ഏതാനും ദിവസം മുമ്പാണ് അപ്പനും അമ്മയുമൊക്കെ എന്റെ തീരുമാനം അറിയുന്നത്.

തലേദിവസം തന്നെ ഞങ്ങൾ അമൃതയിലെത്തി. ശശിധരനെയും എന്നെയും ഡോക്ടർ ഒരുമിച്ച് വിളിച്ച് സംസാരിച്ചു. ഡോ. സുധീന്ദ്രന്റെ നേതൃത്വത്തിൽ എട്ടു ഡോക്ടർമാരുടെ സംഘമാണ് സർജ്ജറി നടത്തുന്നത്. സർജ്ജറിക്കിടെ ബ്ലീഡിങ് ഉണ്ടായാൽ മരണം സംഭവിക്കാൻ സാദ്ധ്യതയുണ്ട്. അവയവദാനത്തിൽനിന്നും അവസാന നിമിഷവും പിന്മാറാൻ എനിക്ക് അവർ അവസരം തന്നു. ഞാൻ ശശിധരനെ നോക്കി. വിളറിയ കണ്ണുകളിൽ കണ്ണീരുപോലുമുണ്ടായിരുന്നില്ല. ഞാൻ അയാളുടെ കരം ഗ്രഹിച്ചു.

പുലർച്ചെ എന്നെ തിയേറ്ററിലേക്ക് കൊണ്ടുപോകുമ്പോൾ മിനി വിങ്ങി ക്കരഞ്ഞു. ശശിധരന്റെ ബന്ധുക്കൾ അവളെ ആശ്വസിപ്പിച്ചു. എന്റെ ശരീര ത്തിലെ ഏറ്റവും വലിയ ഗ്രന്ഥിയുടെ ഒരു കിലോ ഇരുന്നൂറ് ഗ്രാം പകു ത്തെടുത്ത് ശശിധരനിൽ തുന്നിച്ചേർത്തു. സർജ്ജറി കഴിയുമ്പോൾ രാത്രി 9 മണി ആയിരുന്നു. രണ്ടുമണിക്കൂർ കഴിഞ്ഞ് എനിക്ക് ബോധം വന്നു. ചിലന്തിവലയിൽ കുരുങ്ങിയ ഇരയെപ്പോലെ ശരീരമാസകലം കുഴലു കളാൽ ബന്ധിക്കപ്പെട്ട് ഞാൻ കിടന്നു.

പതിനേഴു ദിവസത്തെ ആശുപത്രി വാസത്തിനുശേഷം ഞാൻ ഹൈറേഞ്ചിലേക്ക് വണ്ടി കയറി. മൂന്ന് മാസത്തിനുശേഷം ചെക്കപ്പിനു വേണ്ടി ഞാൻ അമൃതയിൽ ചെന്ന ദിവസം ശശിധരന്റെ ജന്മദിനമായി രുന്നു. രാവിലെ ക്ഷേത്രത്തിൽ പോയി മടങ്ങിവന്ന ശശിധരനുമൊന്നിച്ച് ഞാൻ പ്രഭാത ഭക്ഷണം കഴിച്ചു. 'ഒരുപക്ഷേ, ബെന്നിയെപ്പോലൊരാൾ കരൾ ദാനം തന്നില്ലായിരുന്നെങ്കിൽ ഈ ജന്മദിനം ആഘോഷിക്കാൻ ഞാനുണ്ടാവുമായിരുന്നില്ല' എന്ന് ശശിധരന്റെ ഹൃദയം മന്ത്രിച്ചത് ഞാൻ മനസ്സിലാക്കി.

ഏറ്റവും ശ്രേഷ്ഠമായ ദാനങ്ങളിൽ ഒന്നാണ് അവയവദാനം. അജ്ഞതകൊണ്ടും പേടികൊണ്ടും നമ്മൾ അതിൽനിന്നും പിന്നോട്ട് പോവുകയാണ്. നമ്മുടെ മനോഭാവങ്ങൾ മാറണം. ബ്രെയിൻ ഡെത്ത് സംഭവിച്ചവരുടെ അവയവങ്ങൾ ദാനം ചെയ്യാൻ പോലും ഇന്ന് ബന്ധു ക്കൾ മടിക്കുന്നു. അവയവദാനം ഒരു കച്ചവടമായി കാണുന്നവരും ഇന്ന് നമ്മുടെ നാട്ടിൽ കുറവല്ല. ഫാദർ ഡേവിഡ് ചിറമ്മേലും കൊച്ചൗസേഫ് ചിറ്റിലപ്പിള്ളിയുമൊക്കെ ഈ രംഗത്ത് വന്നതോടെ ഇതൊരു കച്ചവടമല്ല വലിയൊരു ത്യാഗമാണെന്ന് ചിലരെങ്കിലും മനസ്സിലാക്കിയിട്ടുണ്ട്.

അവയവദാനം നടത്തിയവർക്ക് പിന്നീട് സ്വാഭാവിക ജീവിതം ബുദ്ധി മുട്ടാണെന്നും പ്രചരണം നടക്കുന്നു. ഓർഗൻ ഡോണേഴ്സ് അസോസി യേഷൻ രൂപീകരിച്ചത് ഈ രംഗത്തെ ബോധവല്ക്കരണത്തിനുവേണ്ടി യാണ്. അതിന്റെ ചെയർമാൻ എന്ന നിലയിൽ അവയവദാനം നടത്തിയ 50 പേരെ കൊച്ചിയിൽ മാരത്തണിൽ പങ്കെടുപ്പിക്കാൻ കഴിഞ്ഞു. 1984 ൽ കിഡ്നി ദാനംചെയ്ത പറവൂർക്കാരൻ അശോകൻ കൊച്ചി മാർക്കറ്റിൽ ചുമടെടുത്ത് ഇന്നും ജീവിക്കുന്നു. അദ്ദേഹത്തിന് 75 വയസ്സുണ്ട്.

അവയവദാനവും മരണാനന്തര അവയവ ദാനവുമെല്ലാം മാതൃകാ പരമായി പ്രോത്സാഹിപ്പിക്കപ്പെടേണ്ടതാണ്. കെട്ടുപോകുന്ന ജീവന് കെടാ വിളക്കാവാൻ കിട്ടുന്ന ഒരവസരവും നമ്മൾ പാഴാക്കരുത്.

തിരുമുറിവിലൂടെ പങ്കുവയ്ക്കലിലേക്ക്

ഡോ. ഡേവിഡ് ചിറമ്മേൽ

സമ്പന്നതയുടെ മടിത്തട്ടിൽ ജീവിച്ച ഒരു സിൽക്ക് വ്യാപാരിയുടെ മകന്റെ കഥ കേട്ടാണ് ഞാൻ കുട്ടിക്കാലം കഴിച്ചത്. ഉൾക്കാഴ്ച ഉണ്ടായ പ്പോൾ വീട്ടിലെ സമ്പത്തെല്ലാം മകൻ തെരുവു തെണ്ടികൾക്ക് എടുത്തു കൊടുത്തു. ഞാൻ വിയർത്തുണ്ടാക്കിയതാണ് നീ എടുത്ത് ധൂർത്തടിച്ച തെന്ന് അപ്പൻ മകനെ കുറ്റപ്പെടുത്തി. അപ്പൻ കഷ്ടപ്പെട്ട് ഉണ്ടാക്കിയ തൊന്നും തനിക്ക് വേണ്ട എന്നു പറഞ്ഞ് അടിവസ്ത്രം വരെ ഊരി എറിഞ്ഞ് മകൻ തെരുവിലേക്ക് ഇറങ്ങി.

വിശപ്പ് മാറാൻ ഭക്ഷണമില്ലാതിരുന്ന കുട്ടിക്കാലത്ത് ഫ്രാൻസിസ് അസീസിയുടെ ഈ കഥ പറഞ്ഞാണ് അമ്മാമ്മ ഞങ്ങളെ ആശ്വസിപ്പിച്ചി രുന്നത്. വിശക്കുന്നവർക്ക് ഇടയിലേ ഈശോയെ കാണാൻ പറ്റൂ എന്നൊരു സാരോപദേശം കൂടി അമ്മാമ്മയുടെ വകയായി ഉണ്ടായിരുന്നു.

തൃശൂരിലെ അരണാട്ടുകര ഗ്രാമത്തിലെ ചിറമ്മേൽ കുഞ്ഞാവു ചാക്കുണ്ണി എന്ന ഒരു സാധാരണക്കാരന്റെ ആറ് മക്കളിൽ മൂന്നാമനായി ട്ടാണ് ഞാൻ ജനിച്ചത്. തൃശൂർ അങ്ങാടിയിലെ ചിറക്കേക്കാരൻ സ്വർണ്ണ പ്പീടികയിലെ വില്പനക്കാരനായിരുന്നു അപ്പൻ. അറുപതുകളിൽ ആറുമ ക്കളും അപ്പനും അമ്മയും അമ്മാമ്മയുമടങ്ങുന്ന ഞങ്ങളുടെ കുടുംബ ത്തിന് കഴിയാൻ അപ്പന്റെ മുപ്പതു രൂപ ശമ്പളമായിരുന്നു ഏക ആശ്രയം. അതുകൊണ്ടാകാം വിശുദ്ധന്മാരുടെ കഷ്ടപ്പാടിന്റെയും കണ്ണീരിന്റെയും കഥകൾ അപ്പനമ്മമാർ ഞങ്ങൾക്ക് നിരന്തരം പറഞ്ഞുതന്നിരുന്നത്.

ഡിസംബർ എനിക്ക് വളരെ ഇഷ്ടപ്പെട്ട മാസങ്ങളിൽ ഒന്നായിരുന്നു. ഉണ്ണീശോയുടെ തിരുപ്പിറവി നടന്നതും എന്റെ ജന്മദിനവും ഡിസംബറി ലായതാകാം അതിന് കാരണം. വീട്ടിൽ വലിയ ക്രിസ്മസ് ആഘോഷ ങ്ങളൊന്നുമില്ലെങ്കിലും നാട്ടിലും പള്ളിയിലുമുള്ള ആഘോഷങ്ങൾ

ഞങ്ങൾ ഞങ്ങളുടേതാക്കി മാറ്റും. പടക്കം വാങ്ങി പൊട്ടിക്കാനൊന്നും അന്ന് വീട്ടിൽ കാശില്ലായിരുന്നു. പള്ളിയിലും അടുത്ത വീടുകളിലും പൊട്ടിച്ച പടക്കങ്ങളിൽ പൊട്ടാതെ കിടക്കുന്നവ ഞങ്ങൾ പെറുക്കിക്കൂട്ടും. ആ പടക്കങ്ങളിലായിരുന്നു ഞങ്ങളുടെ ആഘോഷങ്ങളത്രയും. ആ പോരാ യ്മകളിലൊന്നും ഞാൻ സങ്കടപ്പെട്ടില്ല. കാരണം പാവങ്ങൾക്ക് ഒരു രക്ഷ കൻ ഉണ്ടായ ദിവസമല്ലേ ക്രിസ്മസ്.. അതിൽപ്പരം വേറെന്തു സന്തോഷം...!

ചിറമ്മൽ തരകൻ മെമ്മോറിയൽ ഹൈസ്കൂളിലായിരുന്നു പത്താം തരം വരെ പഠിച്ചത്. വെക്കേഷൻ ബൈബിൾ ക്ലാസുകളിലോ ധ്യാന ത്തിനോ ഒക്കെ പോവുക പതിവായിരുന്നു. ആ വർഷം തോപ്പ് മൈനർ സെമിനാരിയിലായിരുന്നു ക്യാമ്പ്. സത്യത്തിൽ പുരോഹിതരാകാൻ ആഗ്ര ഹിക്കുന്നവർക്കുവേണ്ടിയുള്ള ദൈവവിളി ക്യാമ്പായിരുന്നു അത്. ഞങ്ങ ളുടെ ഇടവക വികാരി തോമസ് പാറേക്കാടച്ചനാണ് ആ ക്യാമ്പിൽ പങ്കെ ടുക്കാൻ എന്നെ പ്രേരിപ്പിച്ചത്. 1978 ൽ എന്റെ സെമിനാരി പഠനം ആരം ഭിച്ചു. 14 വർഷം നീണ്ട പൗരോഹിത്യ പഠനം. അതികഠിനമായ ഒരു പരീ ക്ഷണകാലഘട്ടമായിരുന്നു. ഇക്കാലത്തുതന്നെ സാമ്പത്തികശാസ്ത്ര ത്തിൽ ബിരുദവും നേടി. 1988 ഡിസംബർ 30 ന് ഉച്ചകഴിഞ്ഞ് 2.30 ന് ഞാൻ പട്ടം സ്വീകരിച്ച് പുരോഹിതനായി അഭിഷിക്തനായി. 28 വർഷ ങ്ങൾക്ക് മുൻപ് 1960 ഡിസംബർ 30 ന് വെള്ളിയാഴ്ച ഉച്ചകഴിഞ്ഞ് 2.30 നാണ് അമ്മച്ചി എന്നെ പ്രസവിച്ചത്. ആ അപൂർവത ദൈവം എനിക്കായി കരുതിവെച്ചതാണോ എന്ന് അറിയില്ല.

കൊച്ചച്ചനായി മേലൂർ സെന്റ് ഫ്രാൻസിസ് പള്ളിയിൽനിന്നാണ് എന്റെ പുരോഹിത ജീവിതം ആരംഭിക്കുന്നത്. കർത്താവേ! അങ്ങ് സമാ ധാനത്തിന്റെ ഉപകരണമായി എന്നെ മാറ്റുക... വിദ്വേഷമുള്ളിടത്ത് ഞാൻ സ്നേഹം വിതയ്ക്കട്ടെ. വൈരാഗ്യമുള്ളിടത്ത് ക്ഷമയും സംശയമുള്ളി ടത്ത് വിശ്വാസവും നിരാശയുള്ളിടത്ത് പ്രത്യാശയും അന്ധകാരമുള്ളിടത്ത് പ്രകാശവും സങ്കടമുള്ളിടത്ത് സന്തോഷവും പകരാൻ കഴിയേണമേ... എന്ന വിശുദ്ധന്റെ പ്രാർത്ഥന തന്നെയാണ് പുരോഹിത വൃത്തിയിൽ ഞാൻ മുറുകെ പിടിച്ചത്. 2007 ൽ വാടാനപ്പിള്ളി സെന്റ് സേവ്യേഴ്സ് പള്ളിയിൽ വികാരിയായി എത്തി. ഒരു തീരദേശ ഗ്രാമമാണെങ്കിലും നഗരത്താൽ ഏറെ സ്വാധീനിക്കപ്പെട്ട ഒരു സ്ഥലമായിരുന്നു. അവിടം. അവിടെവെച്ചാണ് ഞാൻ ഗോപിനാഥനെക്കുറിച്ച് കേൾക്കുന്നത്. വൃക്കകൾ തകരാറിലായ ഒരാൾ ആത്മഹത്യയ്ക്ക് ശ്രമിച്ചു എന്നാണ് ആദ്യം കേൾക്കുന്നത്. പിന്നീട് ഗോപി നാഥനെ രക്ഷിക്കാൻ ഒരു ജനകീയ കൂട്ടായ്മ ഉണ്ടാക്കി. ഗോപിനാഥന് കിഡ്നികൾ മാറ്റിവയ്ക്കാൻ ആവശ്യമായ ഫണ്ട് കണ്ടെത്തുകയായിരുന്നു കൂട്ടായ്മയുടെ ലക്ഷ്യം. ആ സമിതിയുടെ രക്ഷാധികാരിയായി എന്നെ യാണ് തെരഞ്ഞെടുത്ത്. അതെങ്ങനെ സംഭവിച്ചു എന്ന് ഇന്നും എനി ക്കറിയില്ല. രക്ഷയുടെ അധികാരി ഈശ്വരനാണ്. പക്ഷേ, ഗോപിനാഥന്റെ രക്ഷയുടെ അധികാരിയായി എന്നെ നിയോഗിച്ചിരിക്കുന്നു. ദൈവത്താൽ നിർവ്വഹിക്കപ്പെടേണ്ടത് ഒരു പുരോഹിതന്റെ ചുമലിൽ വന്നതെങ്ങനെ...?

ഞാൻ ആശങ്കകളിലായി. ആറുമാസം നീണ്ടുനിന്ന പ്രവർത്തനങ്ങൾ കൊണ്ട് 12 ലക്ഷം രൂപയാണ് സമാഹരിച്ചത്. പക്ഷേ, യഥാർത്ഥ പ്രശ്ന ങ്ങൾ തുടങ്ങുന്നത് പിന്നീടാണ്. ഗോപിനാഥന് മാച്ച് ചെയ്യുന്ന കിഡ്നി കിട്ടാനില്ല. അയാൾക്ക് അച്ഛനുമമ്മയുമില്ല. മക്കളാകട്ടെ, പൊടിക്കുഞ്ഞു ങ്ങൾ. ഭാര്യയുടെ കിഡ്നി ചേരുകയില്ല. അന്വേഷണങ്ങൾ പല നിലയിൽ തുടർന്നു. ഒടുവിൽ കോയമ്പത്തൂരിൽനിന്നും വലിയ വിലകൊടുത്ത് കിഡ്നി വാങ്ങിക്കാനായി നീക്കങ്ങൾ. രക്ഷയുടെ അധികാരിയായിരുന്നിട്ട് നീ എന്ത് ചെയ്തു..? എന്നിലെ ധാർമ്മികത എന്നെ ചോദ്യം ചെയ്തു. ഒടുവിൽ ഞാൻ തീരുമാനിച്ചു. ഗോപിനാഥിന് ഞാൻ വൃക്ക ദാനം ചെയ്യും. 2009 ജൂൺ 10 നാണ് ഞാൻ തീരുമാനമെടുത്ത്. അന്നുതന്നെയാണ് വത്തിക്കാനിൽ മാർപ്പാപ്പ വൈദിക വർഷമായി 2009 ആചരിക്കാൻ തീരു മാനിച്ചത്. പിതാവ് വൈദിക വർഷം പ്രഖ്യാപിച്ച ദിവസം തന്നെ ഒരു കത്തോലിക്കാ പുരോഹിതൻ ഒരു ഹിന്ദുവിന് കിഡ്നി ദാനം ചെയ്യാൻ തീരുമാനിക്കുക... യാദൃച്ഛികതകളുടെ ഒരു തുടർച്ചതന്നെയായിരുന്നു പല പ്പോഴും എന്റെ ജീവിതം. സഹോദരനുവേണ്ടി ജീവൻ ബലിയർപ്പിക്കുന്ന തിനേക്കാൾ വലിയ സ്നേഹമില്ലെന്ന് ഈശോ എന്നെ പഠിപ്പിച്ചിരുന്നു. വാക്കുകളാൽ അത് ആവർത്തിക്കുകയല്ല ജീവിതംകൊണ്ട് പകർത്തുക യാണ് വേണ്ടതെന്ന് ഞാൻ തീരുമാനിച്ചു.

എന്റെ തീരുമാനം അറിഞ്ഞ് കമ്മിറ്റിക്കാരിൽ പലരും വന്ന് ഉപദേ ശിച്ചു. അച്ചൻ കിഡ്നി കൊടുക്കണ്ട. നമുക്ക് പുറത്തുനിന്നും സംഘടി പ്പിക്കാം. ഞാൻ കൊടുക്കുന്നില്ല. നിങ്ങൾക്ക് കൊടുക്കാമോ...? ഞാനവ രോട് ചോദിച്ചു. ഒരാളും മറുപടി പറഞ്ഞില്ല. കിഡ്നി ദാനം എല്ലാവരെയും ഭീതിപ്പെടുത്തുന്ന ഒന്നാണെന്ന് ഞാൻ മനസ്സിലാക്കി. മുമ്പ് കിഡ്നി ദാനം ചെയ്ത ചിലരെയും പ്രശസ്ത ഡോക്ടർമാരെയും ഞാൻ നേരിൽ കണ്ടു.

ഇതിനിടയിൽ എന്റെ കിഡ്നി ദാനം പത്രങ്ങളിലൊക്കെ വാർത്ത യായി. ഒരു കത്തോലിക്കാ പുരോഹിതൻ ഹിന്ദുവിന് വൃക്ക ദാനം ചെയ്യുന്നു...! ഈ വാർത്ത കേട്ടറിഞ്ഞ് വൃക്കരോഗികളും അവരുടെ സ്വന്ത ക്കാരുമടക്കം ഒരുപാട് പേർ എന്തെങ്കിലും സഹായം കിട്ടുമോ എന്നറി യാൻ എന്നെ തേടിയെത്തി. കേരളത്തിലെ വൃക്കരോഗികളുടെ ബാഹുല്യം എനിക്ക് ബോദ്ധ്യപ്പെട്ട സംഭവമായിരുന്നു അത്. അവർക്കുവേണ്ടി എന്തെ ങ്കിലും ചെയ്യണം എന്ന ചിന്തയ്ക്ക് പൂർണ്ണരൂപം നല്കിയതാണ് കിഡ്നി ഫെഡറേഷൻ ഓഫ് ഇന്ത്യ. ഔദ്യോഗികമായ ഒരു ഉദ്ഘാടനമോ പ്രഖ്യാ പനമോ ഒന്നും ഈ സംഘടനയ്ക്ക് ഉണ്ടായില്ല. 2009 സെപ്തംബർ 30 ന് എന്റെ കിഡ്നി എടുത്തുകൊണ്ട് ഡോ. ജോർജ്ജ് പി എബ്രഹാം അതിന്റെ പ്രവർത്തനങ്ങൾക്ക് നാന്ദി കുറിച്ചു. വൃക്കദാനത്തിന് മതമില്ല. ഒരു മനു ഷ്യന്റെ ജീവന്റെ വിലയിടുന്ന ആ കർമ്മം മഹത്തരമാണ്. എനിക്കും ഗോപി നാഥനും വേണ്ടി അന്ന് വാടാനപ്പിള്ളിയിൽ സർവ്വമത പ്രാർത്ഥന നടന്നു. പിന്നീട് ഒക്ടോബർ 30 ന് തൃശൂർ ടൗൺഹാളിൽ വച്ച് കിഡ്നി ഫെഡ റേഷന്റെ പ്രവർത്തനോദ്ഘാടനം ഗാനഗസ്ധർവ്വൻ യേശുദാസ് നിർവ്വ ഹിച്ചു.

എന്റെ വൃക്കദാനത്തിനുശേഷം ദിവസവും നൂറുകണക്കിനാളുകളാണ് വിളിച്ച് കിഡ്നി ഫെഡറേഷന്റെ പ്രവർത്തനങ്ങളെക്കുറിച്ച് അന്വേഷിച്ചത്. സമൂഹത്തിന് ഈ കാര്യത്തിലുള്ള അജ്ഞത മാറ്റുകയാണ് ആദ്യം വേണ്ട തെന്ന് ഞാൻ തീരുമാനിച്ചു. ആ ദിവസങ്ങളിൽ എന്നെ വിളിച്ചവരുടെ കൂട്ടത്തിൽ ഒരു സിസ്റ്ററും ഉണ്ടായിരുന്നു. അവരുടെ സഹോദരന് വൃക്ക രോഗമാണ്. വൃക്ക കിട്ടിയില്ല. സിസ്റ്റർ വൃക്ക കൊടുക്കാൻ ഞാൻ പറ ഞ്ഞു. ക്രൈസ്തവർ സഹോദരനുവേണ്ടി മരിക്കുവാൻപോലും തയ്യാറാ കണം എന്നാണ് വേദപുസ്തകം പഠിപ്പിക്കുന്നത്.

രക്തം കൊടുക്കുംപോലെ വൃക്ക കൊടുക്കുന്നതും അപകടസാദ്ധ്യത കളേക്കാൾ അറിവില്ലായ്മ മൂലമുള്ള ആശങ്കകളാണ് ആളുകൾക്കുള്ളത്. അത് മാറണം, ഗോപിനാഥൻ ഒരു ബാദ്ധ്യതയായിരുന്നോ എന്ന് എന്നോട് പലരും ചോദിച്ചു. ഗോപിനാഥൻ എന്ന വൃക്കരോഗി ഒരു ബാദ്ധ്യതയല്ല. ഒരു സാദ്ധ്യതയായിരുന്നു. കിഡ്നി ഫെഡറേഷനിലൂടെ ആ സാദ്ധ്യത ആളുകൾക്കിടയിലേക്ക് എത്തിക്കാനുള്ള പ്രവർത്തനങ്ങൾ ഞാൻ ഏറ്റെ ടുത്തു. വൃക്കദാനം തീർത്തും അപകടരഹിതമായ ഒന്നാണെന്ന് ഞാൻ വിശ്വസിക്കുന്നില്ല. എന്നാൽ, ലാപ്റോസ്കോപ്പിക് വൃക്കദാന ശസ്ത്രക്രിയ ലോകത്തുതന്നെ ഏറ്റവും സാങ്കേതികമേന്മയുള്ള ഒരു സർജ്ജറിയാണ്. ഓപ്പറേഷനുശേഷം നാലോ അഞ്ചോ ദിവസം മാത്രം ആശുപത്രിയിൽ കിടന്നാൽ മതി. ആവശ്യമെങ്കിൽ കുടുംബാംഗങ്ങൾ തന്നെ രോഗിക്ക് വൃക്ക കൊടുക്കാൻ തയ്യാറാവുക എന്ന സന്ദേശമാണ് കിഡ്നി ഫെഡറേ ഷൻ കേരളീയ സമൂഹത്തിന് മുന്നിൽ വെക്കുന്ന സന്ദേശം. എന്റെ ഓപ്പ റേഷൻ കഴിഞ്ഞ് നാല് മാസങ്ങൾക്കുശേഷം ഈ സന്ദേശം സമൂഹത്തി ലേക്ക് പകരാൻ പാറശ്ശാല മുതൽ കാസർഗോഡ് വരെ ഞാൻ അവയവ ദാന സന്ദേശയാത്ര നടത്തി. കിഡ്നി ബാങ്ക് എന്ന ആശയം രൂപപ്പെട്ടു. പ്രമുഖവ്യവസായി കൊച്ചൗസേപ്പ് ചിറ്റിലപ്പിള്ളി കിഡ്നി ദാനം നല്കി കിഡ്നി ബാങ്കിന്റെ ഉദ്ഘാടനം നിർവ്വഹിച്ചു.

മറ്റുള്ളവർക്കുവേണ്ടി ജീവിക്കുക എന്ന ക്രിസ്തുവിന്റെ സന്ദേശം ഒരു ത്യാഗാനുഭവമാണ്. ആക്സിഡന്റ് കെയർ ട്രാൻസ്പോർട്ട് സർവ്വീസ് (ആ ക്ട്സ്) എന്ന സംഘടനയുടെ തുടക്കവും ഈ ത്യാഗാനുഭവത്തെ ജീവി തത്തിന്റെ ഭാഗമാക്കലായിരുന്നു. അതിലേക്ക് നയിച്ചതാകട്ടെ ഷാജി താഞ്ചൻ എന്ന ഡ്രംസ് കലാകാരന്റെ ദാരുണമരണവും. കുരിയച്ചിറയിൽ വെച്ച് പാതിരാത്രിയിൽ അപകടത്തിൽപ്പെട്ട ഷാജിയെ ആശുപത്രിയിലെ ത്തിക്കാൻ ആരും തയ്യാറായില്ല. ഒടുവിൽ എവിടെയോ പരിപാടി കഴിഞ്ഞു വന്ന ഒരു കലാസംഘത്തിലുള്ളവരാണ് ഷാജിയുടെ ബൈക്ക് നമ്പർ ശ്രദ്ധിച്ച് ആശുപത്രിയിലെത്തിച്ചത്. കുറച്ചു മുമ്പേ എത്തിയിരുന്നെങ്കിൽ ഷാജിയെ രക്ഷപ്പെടുത്താമായിരുന്നു എന്ന് ഡോക്ടർമാർ അഭിപ്രായപ്പെട്ടു. റോഡപകടത്തിൽപെട്ടവരെ ആശുപത്രിയിലെത്തിച്ചാൽ പൊല്ലാപ്പ് പിടി ക്കേണ്ടിവരും എന്ന് ഭയന്നിട്ടാണ് ദൃക്സാക്ഷികൾപോലും കാണാത്ത മട്ടിൽ പോകുന്നത്. തൃശൂർ ജില്ലാ കളക്ടറുടെ അദ്ധ്യക്ഷതയിൽ റോഡ

പകടങ്ങളിൽപ്പെടുന്നവരെ രക്ഷിക്കാൻ ഒരു ആക്ഷൻ പ്ലാനിന് രൂപംനല്കി. നിയമക്കുരുക്കുകൾ ഭയക്കാതെ അപകടത്തിൽപ്പെടുന്നവരെ രക്ഷിക്കുന്ന ഈ സംഘടന ഇതിനകം അമ്പതിനായിരം ആളുകൾക്ക് രക്ഷയായി മാറി.

മനുഷ്യത്വത്തിൽനിന്നും മനുഷ്യൻ പിന്നോട്ട് നടക്കുന്ന ഒരു കാല മാണിത്. അവനവനിലേക്ക് ഉൾവലിഞ്ഞുകൊണ്ടുള്ള ഒരു ജീവിതമാണ് പലരും ഇഷ്ടപ്പെടുന്നത്. സ്വന്തം ശരീരം പണം കായ്ക്കുന്ന ഒരു മരമാ ണെന്ന് തിരിച്ചറിഞ്ഞവരും നമ്മൾക്കിടയിൽ കൂടിവരുന്നു. ആത്മഹത്യ ചെയ്യാൻ തീരുമാനിച്ചവർ എന്ന് സ്വയം വിശേഷിപ്പിക്കുന്ന ചിലർ എന്നെ വിളിച്ച് സംസാരിക്കാറുണ്ട്. എന്റെ കിഡ്നി തരാം. പത്ത് ലക്ഷം രൂപ വേണമെന്നാണ് അവരുടെ നിലപാട്. വില്പന സാദ്ധ്യതകൾ അന്വേഷി ക്കുന്നവർ നമുക്കിടയിൽ കൂടിവരുന്നു. കൊടുക്കാൻ മനസ്സില്ലാത്തവരുടെ ഒരു വലിയ സമൂഹം നമുക്ക് ചുറ്റും വളർന്ന് വരുന്നതിന്റെ സൂചനകളാ ണിത്. കൊടുക്കാൻ കഴിയുന്നവർക്കേ നേടാൻ കഴിയൂ എന്ന് അവർ മന സ്സിലാക്കുന്നില്ല. എന്റെ സുഖം... എന്റെ സന്തോഷം.... അതിനപ്പുറത്തേക്ക് കാഴ്ചപ്പാടുകൾ വളരുന്നില്ല.

മറ്റുള്ളവർക്കുവേണ്ടി കുരിശിലേറിയവന്റെ പീഡാനുഭവവം ഹൃദയ ത്തിലേറ്റിയ ഒരു പുരോഹിതനാണ് ഞാൻ. ജീവൻ പകുത്ത് ജീവിതം കൊടുക്കുക എന്ന ഒരു ചെറിയ കാര്യമേ വൃക്കദാനത്തിലൂടെ എനിക്ക് ചെയ്യാൻ കഴിഞ്ഞിട്ടുള്ളൂ. ശിഷ്ടജീവിതംകൊണ്ട് എന്നെ നയിക്കുന്നവനെ മഹത്വപ്പെടുത്താൻ ഇനിയുമേറെ ചെയ്യുവാനുണ്ട്. ലോകത്തിനുവേണ്ടി ത്യാഗപ്പെടുവാൻ ഈശോ വീണ്ടും വീണ്ടും പിറക്കുകയാണ്. ത്യാഗം ചെയ്ത് മാതൃകയാവുക എന്ന മഹത്തായ സന്ദേശമാണ് ക്രിസ്തുമസ് നമുക്ക് തരുന്നത്. ഒരു കേക്ക് നൂറ് കഷണങ്ങളായി പങ്കുവെക്കുന്നതു പോലെ നമ്മളും പങ്കുവെക്കുക. നമ്മുടെ സ്നേഹവും നമ്മുടെ ഹൃദ യവും...

തോല്‍ക്കാന്‍ മനസ്സുള്ള ഒരാള്‍

നാവൂര്‍ പരീത്

എന്റെ പേര് നാവൂര്‍ പരീത്. മൂവാ റ്റുപുഴ നഗരമധ്യത്തിലെ പേട്ട എന്ന സ്ഥലത്താണ് ഞാന്‍ ജനിച്ചത്. ബാപ്പ അസീസ്. ഉമ്മയുടെ പേര് ഇസബെല്ല. നാല് മക്കളില്‍ മൂത്തയാളാണ് ഞാന്‍. ഒരു സാധാരണ കുടുംബമായിരുന്നു ഞങ്ങളുടേത്. മീന്‍ കച്ചവടമാണ് ബാപ്പ യുടെ ജോലി. ഞാന്‍ ജനിച്ച് രണ്ട് മാസം കഴിഞ്ഞാണ് എനിക്ക് കാഴ്ചയ്ക്ക് കുഴ പ്പമുണ്ടെന്ന് വീട്ടുകാര്‍ മനസ്സിലാക്കിയ ത്. അവര്‍ക്കത് സഹിക്കാന്‍ കഴിഞ്ഞില്ല. കാരണം എനിക്ക് മുമ്പേ അവര്‍ക്കൊരു കുഞ്ഞു പിറന്നെങ്കിലും അത് മരിച്ചുപോ യിരുന്നു.

പിന്നീട് എന്നെയുംകൊണ്ട് വീട്ടു കാര്‍ പല ആശുപത്രികളിലും കയറിയിറങ്ങി. ഒടുവില്‍ അങ്കമാലി ലിറ്റില്‍ ഫ്ളവര്‍ ആശുപത്രിയിലെത്തി. വല്യാപ്പയുടെ കണ്ണുകള്‍ എനിക്ക് ദാനം ചെയ്യാന്‍ തയ്യാറായി. പക്ഷേ, റെറ്റിനയില്‍നിന്നും ബ്രെയിനിലേക്കുള്ള ഒപ്റ്റിക് നെര്‍വ് വളര്‍ച്ചയില്ലാത്ത അവസ്ഥയിലായതിനാല്‍ എല്ലാ ശ്രമ ങ്ങളും പാഴായി. എല്ലാവരും നിരാശയിലായി.

എനിക്ക് മൂന്ന് വയസ്സുള്ളപ്പോഴാണ് അനുജന്‍ ഉണ്ടാകുന്നത്. അവനും കാഴ്ചയില്ലാതായതോടെ മാതാപിതാക്കള്‍ തീരാദുഃഖത്തിലായി. ഇതിനിടയില്‍ എന്നെ സ്കൂളിലാക്കാനുള്ള പരിശ്രമങ്ങള്‍ തുടങ്ങി.

കോട്ടയം ജില്ലയിലെ ഒളശ്ശയിലുള്ള ബ്ലൈൻറ് സ്കൂളിലാണ് ചേർന്നത്. 1987 ജൂൺ 15 ന് വല്യാപ്പയുമൊന്നിച്ച് സ്കൂളിലെത്തി. ഒരു ദിവസം എനി ക്കൊപ്പം വല്യാപ്പയും അവിടെ നിന്നു. എന്നും എന്റെയപ്പം വല്യാപ്പയും സ്കൂളിൽ വരുമെന്ന് ഞാൻ പ്രതീക്ഷിച്ചു. പക്ഷേ, അടുത്ത ദിവസം വല്യാപ്പ തിരിച്ചുപോയി. ഇനി എനിക്ക് ആരുമില്ലെന്ന് ഓർത്ത് ഞാൻ ആർത്തു കരഞ്ഞു. തൃക്കാരിയൂർക്കാരി ഒരു സരസ്വതി അന്തർജ്ജനമാ യിരുന്നു ഞങ്ങളുടെ മേട്രൻ. ഒരമ്മയെപ്പോലെ അവരെന്നെ സ്നേഹിച്ചു. പതുക്കെപ്പതുക്കെ ഞാൻ സ്കൂളും ഹോസ്റ്റൽ അന്തരീക്ഷവുമായി പൊരു ത്തപ്പെട്ടു. എല്ലാവരും കണ്ണുകൊണ്ടാണ് കാണുന്നത്. പക്ഷേ, ആ കാഴ്ച ശരിയല്ല. ഹൃദയംകൊണ്ട് കാണാൻ കഴിയുമ്പോഴാണ് ശരിയായ ഉൾക്കാഴ്ച കിട്ടുന്നത്.

നീ ഹൃദയം കൊണ്ട് കാണണം എന്ന് മേട്രൻ എന്നെ പഠിപ്പിച്ചു. ക്രമേണ എന്റെ വഴികളിലെ വെളിച്ചമായി മാറി സരസ്വതി അന്തർജ്ജനം. ആഴ്ചയിൽ ബാപ്പ വന്ന് എന്നെ വീട്ടിലേക്ക് കൂട്ടിക്കൊണ്ടുപോകും. തിരിച്ചുകൊണ്ടാക്കാൻ ബാപ്പ വരില്ല. എന്നെ തനിച്ചാക്കി പോരാൻ ബാപ്പയ്ക്ക് വല്യ സങ്കടമായിരുന്നു.

ഒന്നാം ക്ലാസിൽ ആറ് മാസംകൊണ്ട് ഞാൻ ബ്രെയിൽ അക്ഷരമാല പഠിച്ചു. അത് ടീച്ചേഴ്സിനെ അമ്പരപ്പിച്ചു. ഈ കുട്ടിക്ക് എന്തോ പ്രത്യേ കതയുണ്ടെന്ന് അവർ പരസ്പരം പറഞ്ഞു. ഇതിനിടയിൽ പേട്ടയിൽനിന്നും കോളേജ് പടിയിലേക്ക് ഞങ്ങൾ മാറി താമസിച്ചു. ഞാൻ ഏഴാം ക്ലാസി ലെത്തിയപ്പോഴേക്കും എനിക്ക് കാഴ്ചയുള്ള രണ്ട് സഹോദരിമാർ കൂടി ഉണ്ടായി. ഭിന്നശേഷിയുള്ള കുട്ടികളിൽ ഏറ്റവും കൂടുതൽ മാർക്ക് വാങ്ങിയ ആളായി ഞാൻ 7-ാം ക്ലാസ് പാസായി. തുടർന്ന് പഠനം കുടമാളൂർ ഹൈസ്കൂളിലേക്ക് മാറി. പത്താം ക്ലാസിൽ എനിക്കുവേണ്ടി പരീക്ഷ എഴു തേണ്ട ഒരു പരീക്ഷാസഹായിയെ നേരത്തെ കണ്ടെത്തിയിരുന്നു. പക്ഷേ, അവസാന നിമിഷം ആ കുട്ടി പിന്മാറി.

പിന്നീട് ഒരാളെ കണ്ടെത്തി. പരീക്ഷ എഴുതിയെങ്കിലും ഉയർന്ന മാർക്ക് പ്രതീക്ഷിച്ച എനിക്ക് വെറും 256 മാർക്ക് മാത്രമേ കിട്ടിയുള്ളൂ... ആ സംഭവം തീരാത്ത സങ്കടമായിത്തീർന്നു. വീട്ടിൽനിന്ന് പോയി വരാ വുന്ന ദൂരത്തെ കോളേജിൽ പഠിക്കണം എന്നായിരുന്നു ആഗ്രഹം. പക്ഷേ, മാർക്ക് തീരെയില്ലാത്തതിനാൽ നിർമ്മല കോളേജിൽ കിട്ടുമെന്ന പ്രതീക്ഷ നഷ്ടപ്പെട്ടു. എങ്കിലും അപേക്ഷിച്ചു. കാഴ്ചയില്ലാത്തവർക്കുള്ള സംവരണ സീറ്റിൽ മറ്റാരും വരാത്തതിനാൽ തേർഡ് ഗ്രൂപ്പിൽ എനിക്ക് അഡ്മിഷൻ കിട്ടി. ടി ജെ ജോസഫ് സാർ ആയിരുന്നു പ്രധാന അദ്ധ്യാപകൻ. കുട്ടി കളും അദ്ധ്യാപകരും എന്നെ ഒരുപാട് സ്നേഹിച്ചു. സഹായിച്ചു. ഫസ്റ്റ് ക്ലാസോടെ ഞാൻ പി ഡി സി പാസായി. അവിടെത്തന്നെ ബി എ മലയാ ളത്തിന് ചേർന്നു. ഇതേ സമയം ഭിന്നശേഷിയുള്ളവർക്കായുള്ള ഡി എസ് ഇ വി എച്ച് കോഴ്സിന്റെ എൻട്രൻസ് എഴുതി. ആ കോഴ്സ് പാസായാൽ

ഉടൻ ജോലി ലഭിക്കുമെന്ന് കേട്ടതുകൊണ്ടാണ് ആ ശ്രമം നടത്തിയത് നാലുമക്കളെ പഠിപ്പിക്കാൻ ബാപ്പ വല്ലാതെ കഷ്ടപ്പെടുന്നുണ്ടായിരുന്നു. ബാപ്പയെ സഹായിക്കണമെന്ന് ഞാൻ ഏറെ ആഗ്രഹിച്ചു. എന്തായാലും എൻട്രൻസിന് ഒന്നാം റാങ്ക് ലഭിച്ചു. പാലക്കാടാണ് കോളേജ്. നിർമ്മല യിലെ അദ്ധ്യാപകർക്ക് എന്നെ അയയ്ക്കാൻ താല്പര്യമില്ലായിരുന്നു. ഒരു വർഷം കഴിഞ്ഞ് ഡിഗ്രി തുടരാം എന്ന ആശയിൽ പാലക്കാട് പോയി ജോയിൻ ചെയ്തു. വല്യാപ്പായും ബാപ്പയും കൂടിയാണ് എന്നെ കൊണ്ടു പോയത്.

രണ്ട് വശത്തും സഹായികളുമായി എത്തിയ എന്നെക്കണ്ട് അവി ടത്തെ പ്രധാന അദ്ധ്യാപകൻ പിന്നീട് ഉപദേശിച്ചു. പരീത് മറ്റുള്ളവരെ ആശ്രയിക്കാതെ തനിയെ വരാൻ പഠിക്കണം. ആദ്യമായി ഞാൻ എന്നെ ക്കുറിച്ച് ചിന്തിച്ചു. കാഴ്ച കെട്ടുപോയ ഒരാൾ എത്രകാലം മറ്റുള്ളവരെ ആശ്രയിച്ച് ജീവിക്കും. മൂവാറ്റുപുഴ പാലക്കാട് യാത്ര ഞാൻ തനിച്ച് പോയി വരാൻ തീരുമാനിച്ചു.

പക്ഷേ, തനിച്ച് യാത്രചെയ്യാൻ വീട്ടുകാർ സമ്മതിക്കില്ല. അതുകൊണ്ട് മറ്റുള്ളവർ കൊണ്ടുചെന്ന് ആക്കുന്ന കുട്ടികളെ കോഴ്സിൽ തോല്പിക്കു മെന്ന് ഞാൻ കള്ളം പറഞ്ഞു. അരുതാത്തകാലമാണ്. കാഴ്ചയുള്ളവർക്കു പോലും അപായങ്ങൾ ഉണ്ടാകുന്നു... വീട്ടുകാർ എന്റെ യാത്രകളിൽ എനിക്കുവേണ്ടി പ്രാർത്ഥിച്ചു. പറ്റാത്തത് പറ്റുന്നതാണെന്ന് ഒരിക്കലും വിചാരിക്കരുത്. പക്ഷേ, പറ്റുന്നത് പറ്റാത്തതാണെന്ന് നമ്മളിൽ പലരും വിശ്വസിക്കുന്നു. പറ്റുന്നത് പറ്റാത്തതാണെന്ന എന്റെ വിശ്വാസം തിരുത്തി. ഡി എസ് ഇ വി എച്ച് പരീക്ഷ ഇന്ത്യയിൽ നാലാം റാങ്കിൽ ഞാൻ പാസായി. അതോടെ ഒരുജോലി വേണമെന്നാണ് ഞാൻ ആഗ്രഹിച്ചത്. ജോലി കിട്ടുന്നതുവരെ ഡിഗ്രി തുടരാനായി വീണ്ടും നിർമ്മലയിൽ ജോയിൻ ചെയ്തു. എനിക്കൊപ്പം ഉണ്ടായിരുന്നവർ സെക്കന്റ് ഇയർ എത്തിയപ്പോൾ ഞാൻ ഫസ്റ്റ് ഇയർ കുട്ടികൾക്കൊപ്പം ഇരുന്നു. വർഷം പകുതിയായപ്പോൾ എനിക്ക് ആദ്യ പോസ്റ്റിങ് ഓർഡർ വന്നു. എന്നാൽ, നിർമ്മലയിലെ അദ്ധ്യപകർ ഏകകണ്ഠമായി അതിനെ എതിർത്തു. പരീത് പഠനം പൂർത്തിയാക്കണം. ഒടുവിൽ അവരെ അനുസരിച്ചു. ബാപ്പ എന്നെ സമാധാനിപ്പിച്ചു. ആരോഗ്യമുള്ളിടത്തോളം കാലം ഞാൻ മീൻ വില്ക്കും. നീ പഠിക്കാവുന്നിടത്തോളം പഠിച്ചോ... അങ്ങനെ എന്റെ പഠനം തുടർന്നു. ഡിഗ്രി സെക്കന്റ് ഇയർ പരീക്ഷയ്ക്ക് പരീക്ഷാഹാളിൽവെച്ച് ക്വസ്റ്റ്യൻ പേപ്പർ പറന്നുപോയത് ഞാനറിഞ്ഞില്ല. അതുകൊണ്ട് ആ പരീക്ഷയ്ക്ക് ആകെ 44 മാർക്കാണ് കിട്ടിയത്. വിവരം യൂണിവേഴ്സിറ്റിയെ അറിയിച്ചെ ങ്കിലും നിങ്ങൾക്ക് കാഴ്ചയില്ലാത്തത് ഞങ്ങളുടെ കുഴപ്പമാണോ എന്ന മനോഭാവമായിരുന്നു അവർക്ക്. എന്റെ കുറവുകൾ ഹൃദയത്തിൽ ആഴ ത്തിൽ മുറിവുകൾ സൃഷ്ടിച്ച സന്ദർഭങ്ങളായിരുന്നു അത്. ഡിഗ്രിക്ക് നിർമ്മ ലയിലെ രണ്ടാം റാങ്ക് എനിക്കായിരുന്നു. ഞാൻ വീണ്ടും ഒരു ബി എഡ്

കൂടി ചെയ്ത് പഠനം പൂർത്തിയാക്കാൻ ഉത്സാഹിച്ചു. വീട്ടു സാഹചര്യ ങ്ങൾ തീർത്തും മോശമായിരുന്നു. രണ്ട് സഹോദരിമാരും വിവാഹപ്രായ ത്തിലെത്തിയിരുന്നു അപ്പോൾ. പക്ഷേ, ടീച്ചേഴ്സ് എന്നെ എം എ ചെയ്യാൻ നിർബ്ബന്ധിച്ചു. ഒടുവിൽ എം എയ്ക്ക് ചേർന്നു. ഫസ്റ്റ് ടേം പരീക്ഷ നട ക്കുന്ന സമയത്ത് വല്യാപ്പ മരിച്ചു. മുതിർന്നെങ്കിലും എന്റെ വഴികളിൽ പ്രകാശം പകർന്ന വല്യാപ്പ ഒരിക്കലും മരിക്കില്ലെന്ന് ഞാൻ വെറുതെ സ്വപ്നം കണ്ടു. പെട്ടെന്ന് കുരുടന്റെ മുന്നിലൂടെ വഴിത്താരകൂടി ഒലിച്ചു പോയ അവസ്ഥയായി എന്റേത്.

2005 ൽ എം എ ഫസ്റ്റ് റാങ്കിൽ ഞാൻ പാസായി. തുടർന്ന് ബി എഡ് പൂർത്തിയാക്കി. യു ജി സി നെറ്റും ജൂനിയർ റിസർച്ച് ഫെല്ലോഷിപ്പും നേടി. 2007 ൽ എച്ച് എസ് എ നിയമനം ലഭിച്ചു. മൂവാറ്റുപുഴ ഈസ്റ്റ് ഗവൺമെന്റ് ഹൈസ്കൂളിലായിരുന്നു ആദ്യ നിയമനം.

സാധാരണ ഭിന്നശേഷിയുള്ള അദ്ധ്യാപകരുടെ നിയമനത്തിൽ പല സ്കൂളുകളും താല്പര്യം കാണിക്കാറില്ല. പക്ഷേ, അവിടത്തെ പ്രധാന അദ്ധ്യാപിക എൽസിടീച്ചർ എനിക്കുവേണ്ട എല്ലാ സപ്പോർട്ടുകളും നല്കി. ഇതിനിടയിൽ അനുജത്തിയുടെ വിവാഹം നടത്തി. 2011 ജൂണിൽ പറ വൂർ കുഞ്ഞിക്കുട്ടൻ മെമ്മോറിയൽ ഗവൺമെന്റ് കോളേജിൽ ലക്ചറ റായി നിയമനം ലഭിച്ചു. ബാപ്പയോട് മീൻ കച്ചവടം നിർത്തി വിശ്രമിക്കാൻ ഞാൻ സ്നേഹപൂർവ്വം പറഞ്ഞുനോക്കി. നിനക്ക് കുറച്ചിലാണെങ്കിൽ ഞാനീ തൊഴിൽ നിർത്താം. ഇല്ലെങ്കിൽ ആരോഗ്യമുള്ളിടത്തോളം എന്നെയീ പണി ചെയ്യാൻ അനുവദിക്കണമെന്ന് ബാപ്പ പറഞ്ഞു. ഒട്ടും വൈകാതെ രണ്ടാമത്തെ സഹോദരിയുടെ വിവാഹവും നടത്തി.

2011 ജൂലൈ 10 ന് ആയിരുന്നു എന്റെ വിവാഹം കോതമംഗലംകാരി ഷീജയാണ് ഭാര്യ.

കോളേജ് അദ്ധ്യാപകനാണെങ്കിലും ഒരുപാട് പോരായ്മകൾ ഉള്ള ഒരാളാണ് ഞാൻ. ആ കുറവുകളിൽ വേദനിക്കാത്ത ഒരാളെയാണ് ഞാൻ അന്വേഷിച്ചത്. ഇപ്പോൾ എറണാകുളം മഹാരാജാസിലാണ് ഞാൻ പഠി പ്പിക്കുന്നത്. ഒരേട്ടനെപ്പോലെ അവരോടൊപ്പം നിന്ന് പഠിപ്പിക്കുന്നതു കൊണ്ട് കുട്ടികളുടെ സ്നേഹവും സഹകരണവും കിട്ടുന്ന ഒരദ്ധ്യാപക നാണ് ഞാൻ. തോല്ക്കാൻ മനസ്സുള്ള ഒരാൾക്ക് ജീവിതത്തിൽ എവി ടെയും ജയിക്കാൻ കഴിയുമെന്നാണ് എന്റെ ചെറിയ ജീവിതംകൊണ്ട് ഞാൻ മനസ്സിലാക്കിയിരിക്കുന്നത്.

ഭിന്നശേഷിയുള്ള എത്രയോപേർ ഇന്ന് നമ്മുടെ പല വീടുകളുടെയും നാലുചുവരുകൾക്ക് അകത്ത് ഒതുങ്ങിക്കഴിയുന്നു. വീട്ടുകാരുടെ അമിത സംരക്ഷണവും ആശങ്കയുംമൂലം തങ്ങളുടെ ശേഷിത്വം തിരിച്ചറിയാൻ കഴിയാതെ പോയവരാണ് അവരിൽ ഏറെപ്പേരും. അവർക്ക് ഭിന്നശേഷിത്വം ഒരു ശാപമായി മാറാൻ കാരണം നമ്മൾതന്നെയല്ലേ...?

സൗഹൃദവീട്ടിലെ ആതിഥേയൻ

ഗണേഷ് കുമാർ, കുഞ്ഞിമംഗലം

ഗണേഷ് കുമാർ എന്നാണ് എന്റെ പേര്. പയ്യന്നൂരിനടുത്ത് കുഞ്ഞിമംഗലമാണ് സ്വദേശം. കാർപ്പെന്ററായിരുന്നു അച്ഛൻ. ഒരു സാധാരണ കുടുംബം. ആറുമക്കളിൽ രണ്ടാമത്തെ കുട്ടിയായിരുന്നു ഞാൻ. ജനിക്കുമ്പോൾ പൂർണ്ണ ആരോഗ്യവാനായിരുന്നെങ്കിലും പിന്നീട് പോളിയോ ബാധിച്ച് കാലുകൾ തളർന്നു. കൂട്ടുകാർ സ്കൂളിൽ പോകുമ്പോൾ മുറ്റത്തെ മാവിൻ തണലിലിരുന്ന് ഞാനാ കാഴ്ചകൾ കണ്ടു.

ചലനസ്വാതന്ത്ര്യമില്ലാത്ത കാലുകളും ഒന്നും ചെയ്യാനില്ലാത്ത വന്റെ ശൂന്യതാബോധവും എന്റെ മനസ്സിനെയും വിരലുകളെയും വീർപ്പു മുട്ടിച്ചു. ചേട്ടൻ വിശ്വനാഥൻ മാവിൻ തണലിലിരുന്ന് ചിത്രങ്ങൾ വരയ്ക്കു ന്നത് മാത്രമായിരുന്നു മുന്നിലെ ഏക കാഴ്ച. അടുത്ത പരിചയത്തിലുള്ള ഏകദൈവം ഗണപതിയായിരുന്നു. വീട്ടിൽ വിളക്കു കത്തിക്കുന്നിടത്താ യിരുന്നു അതിന്റെ സ്ഥാനം. ചേട്ടൻ വരയ്ക്കുന്നതുപോലെ എന്തെങ്കിലും എനിക്കും വരയ്ക്കണമെന്ന് ഉൽക്കടമായി തോന്നിയപ്പോൾ മനസ്സിൽ നിന്നും ഗണപതിരൂപം വിരൽത്തുമ്പിലേക്ക് ഇറങ്ങിവന്നു.

അന്നൊക്കെ വീടുകൾ തമ്മിൽ അതിർത്തികൾ കെട്ടിമറച്ചിരുന്നില്ല.

വീടുകളുടെ മുറ്റത്തു കൂടെയും പറമ്പിലൂടെയും നാട്ടുവഴികൾ ഉണ്ടായി രുന്നു. എന്റെ വീടിനു മുന്നിലൂടെയും നടവഴിയുണ്ടായിരുന്നു. മണൽ നിറഞ്ഞ മിനുസമുള്ള തറയിൽ ഞാൻ ഗണപതിയെ വരച്ചു. ചേട്ടൻ ചെയ്യു ന്നതുപോലെ ഒടുവിൽ മാത്രം കണ്ണുകളും തെളിച്ചിട്ട് ഞാൻ അല്പം ദൂരേക്ക് മാറി ദൈവത്തിന് കൂട്ടിരുന്നു. അതുവഴി വന്ന വഴിയാത്രക്കാര നായ ഒരു വൃദ്ധൻ ഏറെനേരം ആ ചിത്രം നോക്കിനിന്നിട്ട് പിന്നെ വഴി മാറി യാത്ര തുടർന്നു. കാഴ്ചക്കാരന്റെ കണ്ണിന് ആനന്ദം നല്കുന്നതാണ് എന്റെ ദൈവം എന്നെനിക്ക് മനസ്സിലായി.

സന്ധ്യാനേരത്ത് അച്ഛൻ ശിവപുരാണം വായിക്കുമായിരുന്നു. മുക്ക ണ്ണനായ ശിവൻ എന്ന് പലവട്ടം വായിച്ചുകേട്ടതിൽനിന്നും എന്റെ മന സ്സിൽ രൂപപ്പെട്ട ഭഗവാന് മൂന്ന് കണ്ണുകൾ ഉണ്ടായിരുന്നു. പിന്നീട് ഞാൻ ചേട്ടന്റെ ടെക്സ്റ്റ് ബുക്കിലെ ഒഴിഞ്ഞ പേജുകളിൽ മൂന്ന് കണ്ണുകൾ നിര ന്നിരിക്കുന്ന ശിവനെ വരച്ചു. സർക്കാർ ആശുപത്രിയിൽനിന്നും ചുമയ്ക്കും തൊണ്ടവേദനയ്ക്കും സൗജന്യമായി കിട്ടുന്ന വയലറ്റ് ലായനിയിൽ പീലി കൾ ചേർത്തുവെച്ചുണ്ടാക്കിയ ബ്രഷ് മുക്കിയായിരുന്നു വര. തൃക്കണ്ണിന് പകരം നിരന്ന മൂന്ന് കണ്ണുകളുള്ള ശിവനെ കണ്ട് ആളുകൾ എന്നെ പരി ഹസിച്ചു. എന്റെ കാഴ്ചയുടെ ശിവനെ കണ്ട് ആളുകൾ എന്നെ പരിഹ സിച്ചു. എന്റെ കാഴ്ചയുടെ ലോകം അത്രത്തോളം ചെറുതായിരുന്നു. പിന്നീട് ഞാൻ പ്രകൃതിദൃശ്യങ്ങളിലേക്ക് മനസ്സിനെ തുറന്നുവിട്ടു. ആകാ ശവും മരങ്ങളും പക്ഷികളും എന്റെ വിരൽത്തുമ്പിന് വഴങ്ങി. മഴവെള്ളം മുറ്റത്ത് തളംകെട്ടിയപ്പോൾ ഞാൻ മനസ്സിൽ ഒരു പുഴ സങ്കല്പിച്ചു. മുറ്റത്തെ മാവ് പുഴയിറമ്പിലെ മരമായി. ആ ദൃശ്യങ്ങൾ പെൻസിൽ കൊണ്ടും വയലറ്റ് ലായനികൊണ്ടും നോട്ട് ബുക്കിന്റെ ഒഴിഞ്ഞ പേജുക ളിൽ സ്കെച്ച് ചെയ്യുന്നതിനിടെ ഒരു ദിവസം കൈയ്ക്ക് ഒരു തളർച്ച തോന്നി. പതുക്കെപ്പതുക്കെ കാലുകൾ പോലെ കൈകളും തളർന്നു. കണ്ണ് കണ്ടത് ഹൃദയത്തിലേക്കും ഹൃദയത്തിൽ തൊട്ടത് വിരൽത്തുമ്പിലേക്കും ആവാഹിക്കപ്പെട്ട ഒരു കാലം കഴിഞ്ഞു. എനിക്കന്ന് എട്ട് വയസ്സ് മാത്രം.

കടുത്ത ഏകാന്തത മാത്രം കൂട്ടുകൂടിയ ബാല്യം. മുറ്റത്തെ മാവിൻചുവടും അതുവഴി കാണുന്ന ഇത്തിരി ആകാശത്തിനുമപ്പുറത്തേക്ക് വേറൊരു കാഴ്ച കാണാൻ എനിക്ക് ഭാഗ്യമുണ്ടായില്ല. ചേട്ടന്റെ പുസ്ത കങ്ങളിലെ അക്ഷരങ്ങളിൽ ആനയുടെ ചന്തവും മയിലിന്റെ അഴകും ഒളി ഞ്ഞിരിപ്പുണ്ടെന്ന് ഞാൻ മനസ്സിലാക്കി. അതൊക്കെ വായിച്ചു കേൾക്കാൻ എപ്പോഴും ചേട്ടനെയോ മറ്റുള്ളവരെയോ കിട്ടിയെന്ന് വരില്ല. അതുകൊണ്ട്, എങ്ങനെയും വായിക്കാൻ പഠിക്കണമെന്ന് ആഗ്രഹിച്ചു. അക്ഷരങ്ങൾ എഴു തിപ്പറിച്ചവർക്കിടയിൽ അത് കണ്ടുപഠിച്ച അപൂർവ്വം ചിലരിൽ ഒരാളായി ഞാൻ മാറി. വായന കൂടിയപ്പോൾ ഭാവനകൾക്ക് ചിറക് മുളച്ചു. പുഴ കട ലായി വളർന്നു. കടലിൽ കാറ്റുലയുകയും തിരകൾ ഗർജ്ജിക്കുകയും ചെയ്തു. മനസ്സിലുദിച്ച ചിത്രങ്ങൾ എനിക്ക് വരച്ചേ പറ്റൂ എന്ന നിലയി ലായി.

എനിക്കും വരയ്ക്കണം എന്നുപറഞ്ഞ് ഞാൻ ശാഠ്യം പിടിച്ചപ്പോൾ അച്ഛനമ്മമാർ നിസ്സഹായരായി. കൈകാലുകൾക്ക് ചലനശേഷി ഇല്ലാത്ത ഒരു കുഞ്ഞിന് എങ്ങനെ ചിത്രങ്ങൾ വരയ്ക്കാൻ കഴിയും? എന്നെ ആശ്വ സിപ്പിക്കാനായിട്ടെങ്കിലും ഇടയ്ക്ക് അമ്മ എന്നെ വാരിയെടുക്കുമ്പോൾ സ്വതേ മെലിഞ്ഞ പ്രകൃതക്കാരിയായ അമ്മ വിഷമിക്കുന്നത് ഞാൻ കണ്ടി ട്ടുണ്ട്. ഞാൻ വളരുന്തോറും അമ്മയ്ക്ക് പ്രയാസം കൂടിവരുമല്ലോ എന്നോർത്ത് എനിക്ക് വിഷമം തോന്നി. അതുകൊണ്ട് സ്വന്തം കാര്യങ്ങൾ സ്വയം ചെയ്യാൻ ഞാൻ കഠിനശ്രമം നടത്തിക്കൊണ്ടിരുന്നു. പല സാധന ങ്ങളും ഒരു സ്ഥലത്തുനിന്നും മറ്റൊരിടത്തേക്ക് മാറ്റിവയ്ക്കാൻ അമ്മയെ ബുദ്ധിമുട്ടിക്കാതിരിക്കാൻ ഞാൻ കടിച്ചുപിടിച്ച് കൊണ്ടുപോകും.

വരയിലും ആ വിദ്യ തന്നെ പരീക്ഷിക്കാൻ ഞാൻ തീരുമാനിച്ചു. മനസ്സിൽ വിങ്ങി കനത്ത് നിന്ന ചിത്രങ്ങൾ വായിൽ ബ്രഷ് കടിച്ചുപിടിച്ച് ഞാൻ കടലാസിലേക്ക് പകർത്തി. മരങ്ങൾക്ക് ചില്ലമുളയ്ക്കുന്നതുപോലെ അല്പാല്പമായി അപൂർണ്ണതയിൽനിന്നും പൂർണ്ണതയിലേക്ക് ചിത്രങ്ങൾ പിറന്നു. ആ ചിത്രങ്ങൾ കണ്ട് കൊള്ളാം എന്ന് ആദ്യം പറഞ്ഞത് അച്ഛന മ്മമാരാണ്. ബ്രഷ് കടിച്ചുപിടിച്ച് ചിത്രങ്ങൾ വരയ്ക്കുന്നത് കാണാൻ അടുത്ത വീട്ടിലെ പെൺകുട്ടിയും അവളുടെ കൂട്ടുകാരും വരാറുണ്ട്. ആദ്യ കാല ചിത്രങ്ങളെല്ലാം അവൾക്കുള്ള സമ്മാനങ്ങളായിരുന്നു.

എനിക്ക് പതിനഞ്ച് വയസ്സുള്ളപ്പോഴാണ് ദൂരക്കാഴ്ച കുറഞ്ഞത്. ഈ സമയത്ത് അടുത്ത വീട്ടിലെ പെൺകുട്ടി കണ്ണടവെച്ചിരുന്നു. അവളോട് നമ്പർ വാങ്ങി ഡോ. ജയന്തിന് ഞാനൊരു കത്തെഴുതി. ആ കത്തിൽ എന്റെ സങ്കടങ്ങളത്രയും ഞാൻ പകർത്തിയിരുന്നു. ഞാൻ കുത്തിക്കുറി ക്കുന്നതൊക്കെ പതിവായി വായിച്ചിരുന്ന ആ കുട്ടിക്ക് മാത്രമേ കത്തിലെ ഉള്ളടക്കം മനസ്സിലായുള്ളൂ. അവൾ അത് വൃത്തിയായി പകർത്തിയെഴുതി ഡോക്ടർക്ക് കൊടുത്തു. കത്തുവായിച്ച ഡോക്ടർ എന്നോട് ആശുപ ത്രിയിലെത്താൻ ആവശ്യപ്പെട്ട് വീട്ടിലേക്ക് കത്തെഴുതി. കാശ് കടം വാങ്ങി ഒരു ടാക്സി വിളിച്ച് അച്ഛനെന്നെ ആശുപത്രിയിൽ കൊണ്ടുപോയി. ഡോ. ജയന്തനുമായുള്ള കൂടിക്കാഴ്ച എന്റെ ജീവിതം തന്നെ മാറ്റിമറിച്ചു.

വായകൊണ്ടും കാലുകൊണ്ടും ചിത്രമെഴുതുന്നവരുടെ ഒരു സംഘ ടന സ്വിറ്റ്സർലന്റിൽ പ്രവർത്തിക്കുന്നുണ്ടെന്ന വിവരം ഞാൻ അറിയു ന്നത് ഡോക്ടറിൽനിന്നുമാണ്. എ എം എഫ് പി എ എന്ന സംഘടനയ്ക്ക് ചിത്രങ്ങൾ അയച്ചുകൊടുക്കാൻ അദ്ദേഹം എന്നെ നിർബ്ബന്ധിച്ചു. ആയി ടയ്ക്ക് എന്റെ കൂട്ടുകാരിയുടെ ഒരു ബന്ധു ബോംബെയിൽനിന്നും വന്ന പ്പോൾ ഒരു വാട്ടർ കളർബോക്സ് എനിക്ക് സമ്മാനമായി നല്കിയിരുന്നു. സ്കെച്ചിലും വാട്ടർ കളറിലും വരച്ച അഞ്ച് ചിത്രങ്ങൾ ഞാൻ എ എം എഫ് പി എയുടെ ബോംബെ ഓഫീസിലേക്ക് അയച്ചു. ആ ചിത്രങ്ങൾ ലണ്ടൻ ഓഫീസിലേക്ക് അയക്കാൻ പറഞ്ഞ് അവരത് മടക്കി അയച്ചു. മടക്കത്തപാലിൽ ചിത്രങ്ങൾ ലണ്ടൻ ഓഫീസിലേക്ക് അയച്ചു. ചിത്രങ്ങൾ ഹെഡ് ഓഫീസായ സ്വിറ്റ്സർലാന്റിലേക്ക് അയയ്ക്കാൻ പറഞ്ഞ് അവരും

മടക്കി അയച്ചു. ആ അന്തർദ്ദേശീയ സംഘടനയിൽ വലിയ വിശ്വാസം തോന്നിയതുകൊണ്ടു മനസ്സുമടുക്കാതെ ചിത്രങ്ങൾ ലീച്ചൻസ്റ്റേയിലെ ഹെഡ് ഓഫീസിലേക്ക് അയച്ചു. ആഴ്ചകൾ കടന്നുപോയി.

ഒരുദിവസം വീട്ടിലേക്ക് കയറിവന്ന വിദേശിയെക്കണ്ട് ഞാൻ ഞെട്ടി. അയച്ച ചിത്രങ്ങൾ ബ്രഷ് കടിച്ചുപിടിച്ച് തന്നെ വരച്ചതാണോ എന്ന് നേരിൽ ബോദ്ധ്യപ്പെടാൻ എ എം എഫ് പി എ അയച്ച പ്രതിനിധി ഫെലക്സ് വിസിംഗർ ആയിരുന്നത്. അങ്ങനെ 1998 ൽ ഞാനും ആ അന്തർദ്ദേശീയ സംഘടനയിലെ മെമ്പറായി. ഞാൻ വരച്ച ചിത്രങ്ങൾക്ക് മൂല്യമുണ്ടായിരുന്നെന്നും അത് എന്റെയും എന്റെ കുടുംബത്തിന്റെയും ജാതകം തന്നെ മാറ്റിയെഴുതാൻ കഴിവുള്ളതായിരുന്നെന്നും മനസ്സിലാ കുന്നത് അപ്പോൾ മാത്രമാണ്. എന്റെ ചിത്രങ്ങൾക്ക് എനിക്ക് സ്വപ്നം കാണാൻ പോലും കഴിയാത്ത പ്രതിഫലം കിട്ടിത്തുടങ്ങിയപ്പോൾ ജീവിതം കളർഫുളായി. ചിത്രകലയിലെ പുതിയ പ്രവണതകൾ അറിയാനുള്ള ആഗ്രഹം തീവ്രമായി. നാട്ടിലെ അറിയപ്പെടുന്ന ചിത്രകലാ അദ്ധ്യാപക നായ കെ ടി നാരായണൻ മാഷിന് വിവരങ്ങൾ പറഞ്ഞ് കത്തെഴുതി. അദ്ദേഹം വീട്ടിൽ വന്ന് പഠിപ്പിക്കാൻ തുടങ്ങി. മോഡൽ ഡ്രോയിങ് വരെ വീട്ടിലെത്തിച്ച് പരിശീലിപ്പിച്ചു. വിഖ്യാത ചിത്രകാരനായ സാൽവഡോർ ഡാലിയിലേക്കുവരെ ഇറങ്ങിച്ചെല്ലാനുള്ള അവസരങ്ങൾ ചിത്രമെഴുത്തിൽ പുതിയ ദിശാബോധം സൃഷ്ടിച്ചു. പക്ഷേ, പുതിയ കാഴ്ചകളൊന്നും എന്റെ മുമ്പിൽ കണ്ണുതുറന്നില്ല. *സോവിയറ്റ് നാട്, റീഡേഴ്സ് ഡൈജസ്റ്റ്* തുട ങ്ങിയ ചില മാഗസിനുള്ളിൽ പരിചയപ്പെട്ട സർ റിയലിസ്റ്റിക് ചിത്രങ്ങൾ എന്നെ പൊള്ളിച്ചു. എന്റെ വരകൾ അപ്പോഴും വാഴക്കുലയിലും കൊട്ടാ രത്തിലുമൊക്കെയായി തട്ടിത്തടഞ്ഞ് നില്ക്കുകയായിരുന്നു. റിയലിസ്റ്റിക് പ്രവണതകളിലേക്ക് ഞാൻ വരയുടെ വഴിമാറ്റി. 1991 ൽ സംഘടന എന്നോട് തായ്‌വാനിൽ വെച്ച് നടക്കുന്ന ഒരു ഡെമോൺസ്ട്രേഷൻ ക്യാമ്പിൽ പങ്കെ ടുക്കാൻ എത്തിച്ചേരണമെന്ന് അറിയിച്ചു. എന്റെ 22-ാം വയസ്സിലായിരു ന്നത്. കുഞ്ഞിമംഗലത്തെ ആകാശവും ഭൂമിയും മാത്രം കണ്ടുപഠിച്ച ഞാൻ ഭ്രമിച്ചുപോയി. ഒരു വീൽചെയർ സംഘടിപ്പിച്ചു. സംഘടനയിൽ മെമ്പറാ യതോടെ അത്യാവശ്യം ഇംഗ്ലീഷൊക്കെ പഠിക്കാൻ ശ്രമിച്ചിരുന്നു. പാസ്പോർട്ട് റെഡിയാക്കി ഞാൻ പറന്നു. ആ യാത്രയിൽ ഹോങ്കോ ങ്ങിലെ ഒരു ഹോട്ടൽ മുറിയിൽ വച്ചാണ് ഞാൻ ആദ്യമായി ടി വി കാണു ന്നത്.

ഒരു തായ്‌വാൻ യാത്രകൊണ്ട് ഒരുപാട് ആശയങ്ങളും വരകളും മന സ്സിലേക്ക് ഓടിക്കയറി. ഒരിക്കൽ ഈശ്വരൻ എന്നെ രക്ഷിക്കും എന്റെ അസുഖങ്ങൾ മാറ്റും എന്ന അച്ഛനമ്മമാരുടെ വാക്ക് വിശ്വസിച്ച് ഞാൻ പ്രാർത്ഥനാപൂർവ്വം ശിവനെയും ഗണപതിയെയും വരച്ചു. ഒരർത്ഥത്തിൽ ഭഗവൽ പൂജപോലെ ആയിരുന്നു ആ വരകൾ. അവർ പ്രത്യക്ഷപ്പെടു മെന്നും എന്റെ രോഗങ്ങളും സങ്കടങ്ങളും മാറ്റുമെന്നും വിശ്വസിച്ചു. പക്ഷേ, എന്റെ ലോകം വളർന്നപ്പോൾ എന്നെപ്പോലെ ഒരുപാട് പേരെ കണ്ടപ്പോൾ

എന്റെയൊപ്പം അവരെക്കൂടി ഈശ്വരന് രക്ഷിക്കാനാകുമോ എന്നായി സന്ദേഹം. പിന്നീട് വിദൂരമായ ഒരിടത്തെ മയൂരസിംഹാസനത്തിൽ ഈശ്വരൻ ഉപവിഷ്ടനാണെന്ന് മനസ്സിലായി. ഈശ്വരീയമായത് നമ്മുടെ ഹൃദയത്തിലെ നന്മ മാത്രമാണെന്ന് ബോധ്യപ്പെട്ട ഒരു കാലമായിരുന്നത്. ഷെൽട്ടർ, മദർ, മീനിങ്ലെസ് ഇസം തുടങ്ങിയ ചിത്രങ്ങൾ അക്കാലത്തെ ആകുലതകളിൽ ഉറ്റു വിരിഞ്ഞവയാണ്.

ഓയിൽ പെയിന്റിങ്ങിലേക്കും അക്രിലിക് പെയിന്റിങ്ങുകളിലേക്കും ചിത്രമെഴുത്തിന്റെ സാങ്കേതികത പറിച്ചു നട്ടു. നാട്ടിൽത്തന്നെ പുതിയ വീട് വെച്ചു. അമ്മയ്ക്ക് പ്രായം കൂടുന്നു. വൈകല്യമുള്ള മകനെ നോക്കി അമ്മ വിഷമിക്കരുത് എന്നുകരുതി ഫിസിക്കലി ചലഞ്ചിങ് ആയ ഒരാൾക്ക് ഏത് മുക്കിലും മൂലയിലും എത്തിച്ചേരാവുന്ന ഒരു വീടാണ് പണിതത്. വായനയുടെ ലോകം വലുതാക്കാൻ ശ്രമിക്കുമ്പോൾ ഓഷോയെയും ഒ വി വിജയനെയും പരിചയപ്പെട്ടു. നമ്മുടെ അസ്തിത്വം. നമ്മുടെ വേരുകൾ. അംഗപരിമിതരായ നിരാശ്രയരുടെ വിലാപങ്ങൾ ഒക്കെ കൂട്ടിവായിക്കാൻ കഴിഞ്ഞ ചില നാളുകൾ. 1992 ൽ ബോംബെയിലെ ഒരു ചിത്രകലാ ക്യാമ്പിൽ വച്ച് പരിചയപ്പെട്ട ഒരു മാധ്യമ പ്രവർത്തകൻ എന്നെക്കുറിച്ച് പത്രങ്ങളിൽ എഴുതി. ബ്രഷ് കടിച്ചുപിടിച്ച് ചിത്രങ്ങൾ വരയ്ക്കുന്ന ഒരാൾ കേരളത്തിൽ ജീവിച്ചിരിപ്പുണ്ടെന്ന് കേരളീയർ അറിയുന്നത് അങ്ങനെയാണ്. പക്ഷേ, പലരും ഞാനൊരു കള്ളനാണയം ആണെന്ന് വാദിച്ചു. കോഴിക്കോട്ട് നടത്തിയ ഒരു ചിത്രപ്രദർശനത്തിൽ വെച്ച് ഒരു വലിയ ചിത്രകാരൻ എന്റെ ചിത്രങ്ങൾ കണ്ട് വെല്ലുവിളിച്ചു. ഈ ചിത്രങ്ങളെല്ലാം കൈകൊണ്ട് എഴുതിയതാണെന്ന് അയാൾ വാദിച്ചു. ഒടുവിൽ ജനമധ്യത്തിൽ വെച്ച് ഞാൻ ബ്രഷ് കടിച്ചുപിടിച്ച് ചിത്രം വരച്ചു കാണിച്ചു.

1996 ൽ നിറം സ്കൂൾ ഓഫ് ആർട്ട്സ് എന്ന സ്ഥാപനം തുടങ്ങി. ചിത്രകലാ അഭിരുചിയുള്ളവർക്ക് സൗജന്യ പഠനമായിരുന്നു ഉദ്ദേശ്യം. വിദ്യാർത്ഥികളുടെ ചിത്രങ്ങൾ ഇന്ത്യയിലുടനീളം പ്രദർശിപ്പിക്കാൻ ക്യാമ്പുകളും സംഘടിപ്പിച്ചു. ഇതിനിടയിൽ ഡിഗ്രി എടുത്തു. ചിത്ര പ്രദർശനങ്ങളുമായി ലോകരാജ്യങ്ങളിൽ നടത്തിയ യാത്രകൾ നിരവധി പുരസ്കാരങ്ങൾ. മികച്ച വിലയ്ക്കു വിറ്റുപോയ ഏറെ ചിത്രങ്ങൾ. കൈയ്ക്കും കാലിനും ചലനസ്വാതന്ത്ര്യമില്ലാതെ വിശപ്പ് മറക്കാൻ വായിൽ ബ്രഷ് കടിച്ചുപിടിച്ച് ചിത്രങ്ങൾ വരച്ചുകൂട്ടിയ ഒരു കാലം എനിക്കുണ്ടായിരുന്നു. അക്കാലത്ത് കണ്ണ് നല്ലൊരു കാഴ്ച കാണാൻ കൊതിച്ചു. ദാരിദ്ര്യവും കുഞ്ഞിമംഗലത്തെ ഇത്തിരി ആകാശവും മണ്ണും മാത്രമായിരുന്നു. അന്നത്തെ പതിവ് അനുഭവങ്ങൾ. ഇന്ന് ചുറ്റും കാഴ്ചകളുടെ ഉത്സവങ്ങളാണ്. ജീവിതം ഇങ്ങനെയൊക്കെയാണ്. തളരാതെ ഉണർന്നിരിക്കുന്ന വർക്കൊപ്പമാണ് ജീവിതവും വിജയവും.

പക്ഷേ, ഓരോ യാത്രകളിലും ഞാൻ കണ്ടുമുട്ടിയ അംഗപരിമിതരുടെ ജീവിതവും കഷ്ടപ്പാടും എന്നെ ചിന്തിപ്പിച്ചു. ഒരു മച്ചിന്റെ മടുപ്പിക്കുന്ന കാഴ്ചവട്ടത്തിലും വീടുകളുടെ അകത്തളങ്ങളിലുമായി തളച്ചിട

പ്പെട്ടവരുടെ ഒരു കൂട്ടായ്മ ഉണ്ടാക്കാൻ ഞാൻ ആഗ്രഹിച്ചു. എന്നെ ശുശ്രൂ
ഷിക്കാനും സംരക്ഷിക്കാനും എന്റെ അമ്മ അനുഭവിച്ച കഷ്ടതകൾ കണ്ടു
പഠിച്ച എനിക്ക് സ്വയം പര്യാപ്തരാകാത്ത അംഗപരിമിതരുടെ ദൈന്യത
ശരിക്കും ഉൾക്കൊള്ളാൻ കഴിഞ്ഞു. 2006 ൽ ഫ്ളൈ വിത്ഔട്ട് വിങ്സ്
എന്ന സംഘടന രൂപീകരിച്ചു. അംഗപരിമിതരുടെ പുനരധിവാസമായി
രുന്നു ലക്ഷ്യം. സൗഹൃദ വീട് എന്ന പേരിൽ വർഷാവർഷം ക്യാമ്പുകൾ
സംഘടിപ്പിച്ചു.

ആദ്യക്യാമ്പ് പയ്യന്നൂരിൽ സൈമൺ ബ്രിട്ടോയുടെ സാന്നിദ്ധ്യത്തിൽ
പി കെ ഗോപിയാണ് ഉദ്ഘാടനം ചെയ്തത്. രോഗത്തെക്കുറിച്ചോ അവ
ശതയെക്കുറിച്ചോ അവിടെ ചർച്ചകൾ ഉണ്ടായില്ല. വൈകല്യത്തിന്റെ അട
യാളങ്ങളായ വീൽച്ചെയറിനപ്പുറത്തേക്ക് ഒരാകാശം കെട്ടിപ്പടുക്കാനും
ഓരോരുത്തർക്കും ഇണങ്ങിയ ഒരു സൗഹൃദ ലോകം ഉണ്ടാക്കാനും
അവിടെ അവസരമൊരുക്കി. പ്രണയവും ജീവിതവും അവിടെനിന്നും ആരം
ഭിച്ചവരുണ്ട്. എനിക്ക് എന്തിന് ഒരു സെൽഫോൺ എന്ന് ചോദിച്ചവർ
പലർക്കും ഇന്ന് ഒന്നിലധികം ഫോണുകളുണ്ട്. ഈ ജീവിതം ആരെയെ
ങ്കിലുമൊക്കെ ആശ്രയിച്ച് അങ്ങ് കഴിക്കാം എന്ന് വിചാരിച്ചിരുന്ന പലരും
ആ ക്യാമ്പുകളിൽ വെച്ച് പുതിയ തീരുമാനങ്ങൾ എടുത്തു. ഒരു വരു
മാന മാർഗ്ഗം വേണം ജീവിക്കാൻ എന്ന് എല്ലാവരും തിരിച്ചറിഞ്ഞു.

വരയിൽ മാത്രമല്ല ക്രിയേറ്റിവിറ്റി എന്ന് ഇന്ന് ഞാൻ എന്റെ ജീവിതം
കൊണ്ട് തിരിച്ചറിയുന്നു. വാക്കുകൊണ്ടും കേൾവികൊണ്ടും നമുക്ക് ക്രിയേ
റ്റിവ് ആകാൻ കഴിയും. കടിച്ച് പിടിച്ച് വരയ്ക്കുന്ന ചിത്രങ്ങളിൽ ജീവിത
ത്തിന്റെ തുടിപ്പ് നിറയുന്നത് സൗഹൃദവീട്ടിലെ സന്തോഷം കണ്ടത് മുത
ലാണ്. ലോകം പ്രതീക്ഷ നശിക്കാത്തവരുടേതാണ്. അംഗപരിമിതരുടെ
കൂട്ടായ്മയായ സൗഹൃദവീട്ടിലൂടെ പ്രതീക്ഷ നശിക്കാത്തരുടെ ലോകം
വലുതാക്കുകയാണ് എന്റെ ലക്ഷ്യം.

അസ്തമിക്കാത്ത സൂര്യൻ

ഷാഫി

പത്ത് നാല്പത് വർഷ ങ്ങൾക്കുമുമ്പ് കൊച്ചി പുല്ലേപ്പടി യിലെ ഏറ്റവും വലിയ തറവാടായി രുന്നു കറിപ്പിനോപ്പിൽ. മൂന്ന് താവ ഴികൾ ഒരു കൂരയ്ക്കു കീഴിൽ ഒരു മയോടെ ജീവിച്ചു. എന്റെ ബാപ്പ ഹംസയ്ക്ക് സ്വകാര്യ സ്ഥാപനത്തി ലായിരുന്നു ജോലി. ഉമ്മച്ചി നബീസ കുടുംബിനി. മൂന്നു കുടും ബങ്ങളിലെയും കുട്ടിപ്പട്ടാളങ്ങളുടെ അംഗബലം തീരെ കുറവൊന്നുമാ യിരുന്നില്ല.

അമ്മയുടെ ചെറിയച്ഛന്റെ മകൻ സിദ്ദിഖ്, അമ്മാവന്മാരായ ഷെരീഫ്, അപ്പാക്കുട്ടി, അവരുടെ അടുത്ത ചങ്ങാതിയായ ഹനീഫ, എന്റെ ചേട്ടൻ റാഫി അങ്ങനെ വലിയൊരു ചങ്ങാതിക്കൂട്ടം തറവാട്ടിൽ എപ്പോ ഴുമുണ്ടായിരുന്നു. അന്ന് ഞങ്ങളുടെ ഇഷ്ടവിനോദം സിനിമാ കാഴ്ചയാ യിരുന്നു. വീട്ടിൽനിന്നും നടന്നുപോകാവുന്ന ദൂരത്തായിരുന്നു പത്മാ തിയേറ്ററും ഷേണായീസുമെല്ലാം. ഞാൻ രണ്ടാം ക്ലാസിൽ പഠിക്കുമ്പോൾ തന്നെ അവർക്കൊപ്പം സിനിമയ്ക്ക് പോകുമായിരുന്നു.

വൈകുന്നേരങ്ങൾ സിനിമാ ചർച്ചകളാൽ മുഖരിതമായിരുന്നു വീട്ട നരീക്ഷം. മാമന്മാരായ ഷെരീഫും അപ്പാക്കുട്ടിയും നാടകക്കമ്പം മൂത്ത് കൂട്ടുകാരോടൊപ്പം ഒരു ട്രൂപ്പ് തന്നെ അക്കാലത്ത് ആരംഭിച്ചു. കൊച്ചിൻ ഹനീഫ എന്ന മഹാനടൻ ആ ട്രൂപ്പിലൂടെയാണ് മലയാളികൾക്ക് പരിചി

തനാകുന്നത്. സിദ്ദിഖ് അണ്ണൻ അന്ന് മഹാരാജാസിലാണ് പഠിച്ചിരുന്നത്. കോളേജ് കലോത്സവങ്ങളിലെ താരമായിരുന്നു അണ്ണൻ. കലോത്സവവേ ദിയിൽ നിന്നും അണ്ണൻ കൈനിറയെ സമ്മാനങ്ങളുമായിട്ടാണ് വീട്ടിലെ ത്തുന്നത്. അതൊക്കെ എന്റെ മനസ്സിനെയും സ്വാധീനിച്ചു. ജീവിതത്തിൽ എന്തെങ്കിലുമൊക്കെ ആകണം എന്ന സ്വപ്നം പതുക്കെ മനസ്സിൽ നാമ്പെ ടുക്കാൻ തുടങ്ങി.

വർഷത്തിൽ രണ്ടോ മൂന്നോ കുടുംബാംഗങ്ങൾ തറവാട്ടിൽ ഉണ്ടാകും. പിറന്നാളോ വിവാഹ നിശ്ചയമോ വിവാഹമോ അങ്ങനെ എന്തു മാകാം ചടങ്. ആ ചടങ്ങിലെല്ലാം സിദ്ദിഖ് അണ്ണന്റെ കലാപരിപാടി ഉണ്ടാകും. അക്കാലത്ത് സ്റ്റേജ് പ്രോഗ്രാമുകളും ഹനീഫിക്കയും സിദ്ദിഖ് അണ്ണന്റെ ചങ്ങാതി ലാലേട്ടനും ഒക്കെ ചേർന്ന് അവതരിപ്പിക്കാറുണ്ട്. അവ രുടെ പ്രകടനങ്ങളും സിനിമാമോഹവും കൂടി ഒത്തുചേർന്നപ്പോൾ എന്റെ ആദ്യത്തെ അഭിനിവേശം അഭിനയത്തോടായി.....

പാട്ടുംപാടി മരംചുറ്റി പ്രേമിക്കുന്ന താരജോടിയിൽ നായകസ്ഥാനത്ത് ഞാൻ എന്നെ അവരോധിച്ചു. നായികയെ അംഗോപാംഗം പുണർന്നും കരവലയത്തിൽ ഒതുക്കിയും സ്നേഹിച്ച് സ്നേഹിച്ച്... ഒരു ദിവസം തറ വാട്ടുവീടിന്റെ പിൻഭിത്തിയിലെ നീളൻ കണ്ണാടിയിൽ ഞാൻ എന്നെ പരീ ക്ഷണത്തിനു വിധേയനാക്കി. മെലിഞ്ഞ് കവിളൊട്ടിയ പരിതാപകരമായ എന്റെ രൂപം കണ്ട് എന്നിലെ സിനിമാ ഭ്രാന്തനായ പ്രേക്ഷകൻ ഉറക്കെ കൂവി... എഴുന്നേറ്റ് നില്ക്കാൻ കെല്പില്ലാത്ത നീയോ നടൻ...? ആ മോഹ ത്തിന്റെ കുമ്പ് ഞാൻ തന്നെ നുള്ളി. അക്കാലത്ത് ബാപ്പയ്ക്ക് ക്രോംപ്ടൺ ഗ്രീവ്സിലായിരുന്നു ജോലി. ഞങ്ങൾ ഒരണുകുടുംബത്തിന്റെ ബീജാവാപം പോലെ എളമക്കരയിലേക്ക് താമസം മാറ്റി. തറവാട്ടിൽ ഒത്തുചേർന്ന ദിവ സങ്ങൾ ആഴ്ചയിൽ രണ്ടായി ചുരുങ്ങി. സിദ്ദിഖ് അണ്ണന്റെ പാത പിന്തു ടർന്ന് ചേട്ടൻ റാഫിയും മിമിക്രിയിലും മറ്റ് കലാപരിപാടികളിലും സജീ വമാകാൻ തുടങ്ങി. അപ്പോഴേക്കും അണ്ണൻ കലാഭവനിലെ മിമിക്രി ആർട്ടി സ്റ്റായി കഴിഞ്ഞിരുന്നു. എന്റെ മനസ്സിലെ റോൾ മോഡലായി പതുക്കെപ്പ തുക്കെ സിദ്ദിഖ് അണ്ണൻ മാറി. മറ്റുള്ളവർ ആദരവോടും അസൂയയോടും നോക്കുന്ന ഒരാളായി എനിക്ക് മാറണമെന്ന് ഞാൻ തീവ്രമായി ആഗ്ര ഹിച്ചു.

ഈ സമയത്താണ് ബാപ്പയുടെ ജോലി നഷ്ടപ്പെടുന്നത്. അതിന്റെ അനന്തരഫലം പെട്ടെന്നെനിക്ക് മനസ്സിലായില്ല. പക്ഷേ, ക്രമേണ രക്ഷി താവിന് ജോലിയില്ലാത്ത മക്കൾക്ക് അനുഭവിക്കേണ്ടി വരുന്ന പല സംഗ തികളും ഞങ്ങൾക്കും അനുഭവിക്കേണ്ടിവന്നു. ബഹുവർണ്ണങ്ങൾകൊണ്ട് നിറഞ്ഞിരുന്ന ജീവിതത്തിന്റെ ബാക്ക്ട്രോപ്പ് പെട്ടെന്ന് ബ്ലാക്ക് ആന്റ് വൈറ്റായി. നിറം മങ്ങിയ ഷർട്ടുകൾ തന്നെ വീണ്ടും ഉമ്മ അലക്കിത്തേച്ചു. ഊണ് മേശപ്പുറത്ത് നിരത്തുന്ന പ്ലേറ്റുകൾ ഒന്നൊന്നായി കുറഞ്ഞു.

തൊടുകറികളെല്ലാം ഊണിന് കോളേജിലേക്ക് ഉമ്മ ചിതറിച്ചൊഴു ക്കുന്ന ഒരു സാമ്പാറിലേക്കോ മോരു കൂട്ടാനിലേക്കോ സംക്രമിച്ചു. ജോലി നഷ്ടപ്പെട്ട ബാപ്പ വീട്ടിനുള്ളിലേക്ക് ഉൾവലിഞ്ഞപ്പോൾ ഹൃദയവ്യഥയോടെ

ഉമ്മ എന്നെയും റാഫിയെയും നെഞ്ചോടുചേർത്തു. ഒടുവിൽ ഉമ്മ തയ്യൽ ജോലിക്ക് പോകാൻ തുടങ്ങി.

ഈ സമയത്ത് സംവിധായകൻ ഫാസിലിന്റെ സഹായിയായി സിദ്ദിഖ് അണ്ണൻ കയറിപ്പറ്റി. പുല്ലേപ്പടിയിൽ സിദ്ദിഖ് അണ്ണൻ നടത്തിയിരുന്ന ഒരു ബാഗ് കമ്പനി റാഫി ഏറ്റെടുത്തു. രാത്രികളിൽ മിമിക്രിയും മറ്റു പരിപാ ടികളുമായി റാഫിയുടെ ദിവസങ്ങൾ തിരക്കുപിടിച്ചതായി. അതുവരെ പഠി പ്പിൽ മികവ് പുലർത്തിയിരുന്ന എനിക്ക് വീട്ടിലെ അരക്ഷിതാവസ്ഥമൂലം ആ നിലവാരം നിലനിർത്താനായില്ല. പ്രതികൂല സാഹചര്യങ്ങളിൽ പിടിച്ചു നില്ക്കുകയും അതിനെ അതിജീവിക്കുകയും ചെയ്യുന്നവരാണ് മിടുക്ക ന്മാർ എന്നൊക്കെ സിദ്ദിഖ് അണ്ണൻ അടക്കമുള്ളവർ ഉപദേശിച്ചു. പക്ഷേ, മനസ്സ് നിരന്തരം അലോസരപ്പെട്ടു. പരാധീനതകളെ അതിജീവിച്ച് ജീവി തത്തിന് സുസ്ഥിരത കിട്ടുന്ന ഒരു വേറിട്ട വഴി ഞാൻ അന്വേഷിച്ചുകൊ ണ്ടിരുന്നു.

ബാപ്പയുടെ മനസ്സിന്റെ സങ്കടങ്ങൾ തീർക്കണം. ഉമ്മച്ചിയെ പണി ക്കൊന്നും വിടാതെ പോറ്റണം. പെങ്ങളെ വിവാഹം കഴിപ്പിച്ചയയ്ക്കണം. മറ്റുള്ളവർക്ക് മാതൃകയായി മാറണം... പക്ഷേ, മുന്നിലെ വഴികൾ പഴ യതുതന്നെയായിരുന്നു. പത്താംക്ലാസിനുശേഷം തുടർപഠനം പ്രതിസന്ധി യിലായി. ബാഗ് കമ്പനിയുടെ ലോകത്ത് എന്റെ ദിനരാത്രങ്ങളും തളച്ചിട പ്പെട്ടു. വായനയായിരുന്നു അക്കാലത്തെ ഏക ആശ്വാസം. വാരികകൾ വരുന്ന ദിവസം പുലർച്ചെ തന്നെ പത്രക്കാരനെ നോക്കിയിരിക്കും. പി വി തമ്പിയുടെ *ശ്രീകൃഷ്ണപ്പരുന്ത്* പോലുള്ള നോവലുകൾ അച്ചടിച്ചുവരുന്ന കാലം. വായന ഒരു ഭ്രാന്തുപോലെ ആയിരുന്നു.

ഒരു ദിവസം ബാഗ് കമ്പനിയിലേക്ക് ഒരു കള്ളിമുണ്ടും ഉടുത്ത് ഞാൻ പോകുന്ന വഴി സ്കൂളിൽ എനിക്കൊപ്പം ഉണ്ടായിരുന്ന മൂന്ന് ചങ്ങാതി മാരെ കണ്ടുമുട്ടി. ഒരാൾ എഞ്ചിനീയറിങ്ങിനും ഒരാൾ ലോയ്ക്കും ഒരാൾ ബാംഗ്ലൂരും പഠിക്കുന്നു. സത്യത്തിൽ സ്കൂളിൽ എന്നേക്കാൾ മോശം റിസൾട്ട് ഉണ്ടായിരുന്നവർ. പക്ഷേ, സാഹചര്യങ്ങൾ അവരെ മാറ്റിമറിച്ചു. എന്നെയും അന്ന് അവരുടെ വലിയ വലിയ ചർച്ചകൾക്കും സ്വപ്ന ങ്ങൾക്കും ഇടയിൽ എനിക്ക് ഒരു സ്പേസും ഇല്ലാതായി. മടങ്ങിപ്പോരു മ്പോൾ എന്റെ ഹൃദയം മുറിഞ്ഞു. കണ്ണുകൾ അറിയാതെ നനഞ്ഞു. ആ രാത്രി ഞാൻ ഉറക്കമില്ലാതെ ചിന്തിച്ചിരുന്നു. ജീവിതത്തിൽ എന്തെങ്കിലും ആകണം. പക്ഷേ, എന്ത്? എന്റെ കഴിവ് എന്താണ്? എന്തിലാണ്...?

ഹൃദയത്തോട് ചേർന്നു കിടക്കുന്നത് കണ്ടുതീർത്ത കുറെ സിനിമ കളുടെ പൊട്ടും പൊടിയും മാത്രമാണ്. സിനിമയുടെ വഴിയാണ് എന്റേത് എന്ന് മനസ്സ് മന്ത്രിച്ചുകൊണ്ടിരുന്നു. അന്നുമുതൽ രാത്രികളിൽ ഞാനൊരു മുഴുനീള എഴുത്തുകാരനായി. സിനിമകളുടെ കഥകൾ എഴുതുന്ന തിര ക്കഥാകൃത്ത്. രാവ് പകലാക്കി എഴുതിക്കൂട്ടിയ കാലം. വെളുപ്പാൻ കാലത്ത് ഒന്ന് മയങ്ങിയിട്ട് വീണ്ടും ബാഗ് കമ്പനിയിലേക്ക് ഓടും. അവിടെ ഒഴിവ് നേരത്ത് രാത്രി എഴുതി നിറച്ചത് എടുത്തു വായിക്കും. 'അയ്യേ.. ചവറ്' എന്ന് മനസ്സ് മന്ത്രിക്കുമ്പോൾ വലിച്ചുകീറും. പക്ഷേ, ഞാൻ തളർന്നില്ല.

ഞാൻ ഒരു തിരക്കഥാകൃത്താണെന്ന് ഉറച്ച് വിശ്വസിച്ചു.

ആ സമയത്ത് സിദ്ദിഖ് അണ്ണന്റെ ആദ്യചിത്രത്തിന്റെ ഷൂട്ടിങ് ആരം ഭിച്ചു. *റാംജിറാവ് സ്പീക്കിങ്ങിന്റെ* സംവിധാന സഹായിയായി റാഫിക്കയും ഉണ്ടായിരുന്നു. *വിയറ്റ്നാം കോളനി. ഗോഡ്ഫാദർ, കാബൂളിവാല* തുടങ്ങിയ ചിത്രങ്ങളും സിദ്ദിഖ് അണ്ണനൊപ്പം റാഫിക്ക പ്രവർത്തിച്ചു.

അങ്ങനെയിരിക്കെ ഒരുദിവസം എന്റെ ചെവിയിലും ആ വാർത്ത എത്തി. റാഫിക്കയുടെ തിരക്കഥ സിനിമയാക്കുന്നു. പേർ മിസ്റ്റർ ആന്റ് മിസിസ്... ചമ്പാവരിയിൽ മഴ പെയ്യിച്ച ഋഷ്യശൃംഗനെപ്പോലെയായി എന്റെ വീട്ടിൽ റാഫിക്കയുടെ സ്ഥാനം. ഇക്കയുടെ നേട്ടത്തിൽ ഞാൻ അഭിമാനം കൊണ്ടു. ആത്മാവോളം ആഴത്തിൽ ഇക്ക താലോലിച്ച ഒരു സ്വപ്നമാ യിരുന്നത്. സ്വാഭാവികമായും ഒരു സിനിമാക്കാരനാവുക എന്ന എന്റെ ആശയ്ക്ക് ബലം കൂടി... കാരണം ഇക്ക എന്നും എന്നെ ഉത്തേജിപ്പിച്ചി രുന്ന ഒരാളായിരുന്നു.

കുട്ടിക്കാലം മുതൽ എനിക്ക് ഏറ്റവും ഹൃദയബന്ധമുണ്ടായിരുന്ന ഒരു കലയാണ് സിനിമ. പക്ഷേ, സിനിമയുടെ ഏത് മേഖലയിൽ എന്ന് എനിക്ക് കണ്ടെത്താൻ കഴിഞ്ഞില്ല. എഴുതിക്കൂട്ടിയതത്രയും ഞാൻ ആരും കാണാതെ രഹസ്യമാക്കി സൂക്ഷിച്ചുവെച്ചു. ഇതിനിടയിൽ മുടങ്ങിപ്പോയ പഠനം പൂർത്തിയാക്കാൻ ആഗ്രഹം കലശലായി. കച്ചേരിപ്പടിയിലെ സ്വകാര്യ കോളേജിൽനിന്ന് ബി എ പഠനം പൂർത്തിയാക്കി. 14 സ്റ്റാഫുള്ള ഒരു ചെറിയ സ്ഥാപനമായി ബാഗ് കമ്പനി വളർന്നിരുന്നു.

ഞാൻ ആദ്യമായി ഷൂട്ടിങ് കാണുന്നത് *റാംജിറാവ് സ്പീക്കിങ്* എന്ന ചിത്രത്തിന്റേതാണ്. പിന്നീട് സംവിധായകനാകുക എന്നതായി മോഹം. സുഹൃത്ത് സേവ്യറുമായി ചേർന്ന് ഒരു ടെലിഫിലിം സംവിധാനംചെയ്യാൻ തീരുമാനിച്ചു. സേവ്യറിന്റെ സുഹൃത്ത് മെക്കാർട്ടിന് അന്ന് വീഡിയോ ക്യാമറ ഉണ്ടായിരുന്നു. റാഫിക്ക മിമിക്രി പ്രോഗ്രാമുമായി ഗൾഫിലായി രുന്ന സമയത്ത് മെക്കാർട്ടിനുമായി ചേർന്ന് ടെലിഫിലിം പൂർത്തിയാക്കി അങ്ങനെയാണ് റാഫിക്ക മെക്കാർട്ടിനെ പരിചയപ്പെടുന്നത്. ആ കൂട്ടു കെട്ട് പിന്നീട് മലയാള സിനിമയിൽ കുറെ നല്ല ചിത്രങ്ങൾ സമ്മാനിച്ചു.

റാഫി മെക്കാർട്ടിന്റെ സ്ക്രിപ്റ്റിൽ രാജസേനൻ സംവിധാനം ചെയ്ത *അനിയൻ ബാവ ചേട്ടൻ ബാവ* പുറത്തുവന്നു. ചിത്രം വൻ വിജയമായി. ഇതിനിടയിൽ ഞാൻ പൊന്നുപോലെ കൊണ്ടുനടന്നിരുന്ന ബാഗ് കമ്പനി പൂട്ടി. അവിടെ റാഫിക്ക തുണയായി. അദ്ദേഹത്തിന്റെ ശുപാർശയിൽ രാജ സേനൻ സാറിന്റെ *ആദ്യത്തെ കൺമണിയിൽ* അസിസ്റ്റന്റായി പ്രവർത്തി ക്കാൻ എനിക്ക് അവസരം കിട്ടി.

പിന്നീട് റാഫിക്കയുടെ ചിത്രങ്ങളിൽ സഹായിയായികൂടി. *തെങ്കാ ശിപ്പട്ടണം* പളനിയിൽ ഷൂട്ടു ചെയ്യുന്ന സന്ദർഭത്തിൽ റാഫിക് ശരീരസു ഖമില്ലാത്തതിനാൽ സംവിധാനച്ചുമതല അന്ന് മെക്കാർട്ടിനായിരുന്നു. പക്ഷേ, രാത്രിയായപ്പോൾ മെക്കാർട്ടിനും വയ്യാതായി. ഒരു സീൻകൂടി എടുത്ത് തീർക്കാനുണ്ട്. ഒടുവിൽ ആ ചുമതല എന്നെ ഏല്പിച്ചു. സമയം രാത്രി 12 മണി. ദിലീപും കാവ്യയും ലാലും സലിംകുമാറും കൂടി ഉള്ള

ഒരു കോമ്പിനേഷൻ സീൻ ആണ്.

എഡിറ്റിങ് ടേബിളിൽ ഞാൻ ഷൂട്ട് ചെയ്ത സീൻ കണ്ട റാഫി എന്റെ അടുത്ത സ്ക്രിപ്റ്റ് ഇവനുവേണ്ടി ഉള്ളതാണെന്ന് തോളിൽതട്ടി പറഞ്ഞു. അതറിഞ്ഞ നടൻ ജയറാം ആ ചിത്രത്തിൽ അഭിനയിക്കാമെന്ന് ഉറപ്പ് നല്കി. എല്ലാത്തിനും ദൃക്സാക്ഷിയായ പ്രൊഡക്ഷൻ കൺട്രോളർ ഗിരീഷ് വൈക്കം അങ്ങനെ ആ ചിത്രത്തിന്റെ നിർമ്മാതാവുമായി. എന്റെ ആദ്യ ചിത്രമായ *വൺമാൻഷോ*യുടെ പിറവി അങ്ങനെയാണ്.

ഇതുവരെ 13 സിനിമകൾ എന്റെ അക്കൗണ്ടിലുണ്ട്. *വൺമാൻഷോ* മുതൽ *നൂറ്റൊന്നു വെഡ്ഡിങ്* വരെ. *കല്യാണരാമൻ, തൊമ്മനും മക്കളും, മായാവി, മേരിക്കുണ്ടൊരു കുഞ്ഞാട്, ചോക്ലേറ്റ്* എന്നിവ അവയിൽ ചിലത് മാത്രം. ഇതിൽ 11 ചിത്രങ്ങളും വലിയ ജനപ്രീതി നേടിയവയായിരുന്നു. ഒരിക്കലും ചിരിക്കാത്തവരും ഓഫീസിൽ കീഴ്ജീവനക്കാർക്ക് മുന്നിൽ ചിരി മറച്ചുപിടിച്ചിരിക്കുന്നവരുമെല്ലാം എന്റെ സിനിമകൾ കണ്ട് തിയേറ്റ റുകളിൽ പൊട്ടിച്ചിരിക്കുന്നത് ഒരു നിരീക്ഷകൻ എന്ന നിലയിൽ ഞാൻ മനസ്സിലാക്കിയിട്ടുണ്ട്. ഒരു കലാകാരൻ എന്ന നിലയിൽ എനിക്ക് കിട്ടുന്ന വലിയ അവാർഡുകൾ അതൊക്കെയാണ്.

പ്രതീക്ഷയാണ് ജീവിതത്തിന്റെ ഏറ്റവും വലിയ സമ്പത്ത്. ചെറിയ തിരിച്ചടികളിൽ ജീവിതത്തിനു മേലുള്ള നമ്മുടെ പ്രതീക്ഷകൾ നാം ഉപേ ക്ഷിക്കരുത്. അത്തരമൊരു ഓർമ്മ കൂടി ഞാൻ പങ്കിടാം.

വർഷങ്ങൾക്ക് മുമ്പ് രണ്ട് ചെറുപ്പക്കാർ കഥ പറയാനായി എന്റെ വീട്ടിലെത്തി. വലിയ ആത്മവിശ്വാസം അവരുടെ മുഖങ്ങളിൽ കാണാ നായി. അവർ ആദ്യത്തെ കഥ പറഞ്ഞു. കണ്ടുമറന്ന കഥാപാത്രംപോലെ എന്നുപറഞ്ഞ് ഞാൻ ആ കഥ തള്ളി. രണ്ടാമത്തെ കഥയ്ക്ക് പശ്ചാത്തലം സിങ്കാവുന്നില്ല എന്നായി എന്റെ മറുപടി. മൂന്നാമത്തെ കേട്ട് പഴകിയ കഥ പോലെ എന്ന് പറഞ്ഞ് ഞാൻ ഉറച്ച് നിന്നു. പിന്നെയും അവർ ചില കഥ കൾ കൂടി പറഞ്ഞു. പക്ഷേ, ഒന്നും സിനിമാറ്റിക് അല്ല എന്നായിരുന്നു എന്റെ നിലപാട്. പലവട്ടം ഞാൻ പരാജയപ്പെടുത്തിയിട്ടും അവർക്ക് അവ രിൽ വലിയ വിശ്വാസം ഉണ്ടെന്ന് ഞാൻ കണ്ടെത്തി. അവരുടെ മുഖങ്ങ ളിലെ പഴയ ചിരി തന്നെ വീട്ടിൽനിന്നും ഇറങ്ങുമ്പോഴും ഉണ്ടായിരുന്നു. അവർ പുറത്തേക്ക് പോകാൻ തുടങ്ങുമ്പോൾ അതിലൊരാൾ പറഞ്ഞു: "...ഒറ്റവരിയിൽ ഇനിയൊരു കഥ പറയാം. ഒരു വിമെൻസ് കോളേജിലേക്ക് ഒരു പയ്യൻ പഠിക്കാൻ വരുന്നു..." പുറത്തേക്കിറങ്ങിയ അവരെയും കൂട്ടി ഞാൻ വീണ്ടും സ്വീകരണമുറിയിലെത്തി. മലയാളത്തിന് സച്ചി, സേതു എന്ന തിരക്കഥാകൃത്തുക്കളെയും *ചോക്ലേറ്റ്* എന്ന സൂപ്പർ ഹിറ്റ് സിനി മയും കിട്ടിയ നിമിഷമായിരുന്നത്.

നമ്മളെ നാം തിരിച്ചറിയുന്നത് ഒരു തപസ്യ തന്നെയാണ്. അത് മാസ ങ്ങളോ വർഷങ്ങളോ കാലങ്ങളോ തന്നെ വേണ്ടിവന്നേക്കാം. പക്ഷേ, ഓർക്കുക അസ്തമിക്കാത്ത ഒരു സൂര്യനെ നാം കരുതിവയ്ക്കുക.

ഹൃദയത്തിൽ നന്മ സൂക്ഷിച്ച ഒരാൾ

ശങ്കരനാരായണൻ

എന്റെ പേര് ശങ്കരനാരായ ണൻ. കണ്ണൂർ ജില്ലയിൽ ചെറുകു ന്നാണ് സ്വദേശം. വീട്ടിൽ എന്നെ ഉണ്ണി എന്നാണ് വിളിച്ചിരുന്നത്. എന്റെ ജനനസമയത്ത് അച്ഛന് സിംഗപ്പൂരായിരുന്നു ജോലി. അഞ്ചു മക്കളിൽ ഇളയവനായിരുന്നു ഞാൻ. മൂത്തത് നാലുപേരും പെൺകുട്ടിക ളായിരുന്നു. അതിൽ മൂന്നുപേരും പലതരത്തിൽ വൈകല്യമുള്ളവരാ യിരുന്നു.

എനിക്ക് രണ്ട് വയസ്സുള്ള പ്പോൾ അച്ഛനും അമ്മയും തമ്മിൽ മാനസികമായി അകന്നു. അമ്മ വീടുവിട്ടുപോയി. ഞങ്ങൾ കുട്ടി കളെ നോക്കാൻ ആളില്ലാത്തതു കൊണ്ട് അച്ഛൻ പിന്നീട് സിംഗപ്പൂ രേക്ക് പോയില്ല. നല്ല കൃഷിക്കാര നായിരുന്നു അച്ഛൻ. എന്റെ കുട്ടിക്കാ

ലത്തെ വീട്ടന്തരീക്ഷം ഒട്ടുംതന്നെ സന്തോഷകരമായിരുന്നില്ല. മാനസിക വൈകല്യമുള്ള സഹോദരിമാരെ മാനേജ് ചെയ്യുക വളരെ പ്രയാസം നിറഞ്ഞ കാര്യമായിരുന്നു.

അവരുടെ സംരക്ഷണം അച്ഛൻ എന്നെ ഏല്പിച്ചു. സ്കൂളിൽ ക്ലാസ്

കഴിഞ്ഞാൽ വേഗം വീട്ടിലെത്തണം. അവരുടെ സംസാരവും ശരീര ഭാഷയും എനിക്ക് നന്നായി മനസ്സിലാകുമായിരുന്നു. അതുകൊണ്ടാണ് ആ ചുമതല എന്നെ ഏല്പിച്ചത്.

കൃഷി മാത്രമായിരുന്നു. ഏക വരുമാനമാർഗ്ഗം. അച്ഛൻ പറമ്പിൽ പണിക്ക് ഇറങ്ങിയില്ലെങ്കിൽ വീട് പട്ടിണിയാകുന്ന അവസ്ഥ. അതേസമയം അഞ്ച് കുഞ്ഞുങ്ങളുടെയും കാര്യങ്ങൾ നോക്കണം. അച്ഛൻ ശരിക്കും വിഷമിച്ചു. വളരെ കർക്കശക്കാരനായിരുന്നെങ്കിലും ഇടയ്ക്കൊക്കെ അച്ഛൻ തനിച്ചിരുന്ന് വിഷമിക്കുന്നത് ഞാൻ കണ്ടിട്ടുണ്ട്. സുഹൃത്തുക്കൾ പലരും മറ്റൊരു കല്യാണം കഴിക്കാൻ അച്ഛനെ നിർബ്ബന്ധിച്ചു. അങ്ങനെ ഞാൻ ആറാം ക്ലാസിൽ പഠിക്കുമ്പോൾ പുനർവിവാഹം നടന്നു. ആ പ്രായത്തിൽ അമ്മയെ തന്നെയായിരിക്കും അച്ഛൻ വീട്ടിലേക്ക് കൊണ്ടുവരുന്നത് എന്നാണ് ഞാൻ വിചാരിച്ചിരുന്നത്. ഇനി ഇതാണ് നിങ്ങളുടെ അമ്മയെന്ന് രണ്ടാനമ്മയെ അച്ഛൻ പരിചയപ്പെടുത്തിയപ്പോൾ ഞാൻ കരഞ്ഞുപോയി. എന്റെ അമ്മ ഇനി ഒരിക്കലും വരില്ലേ? പക്ഷേ, പതുക്കെപ്പതുക്കെ പുതിയ അമ്മയുടെ സ്നേഹത്തിലേക്ക് ഞാനും ഇഴുകിച്ചേർന്നു. വൈകാതെ എനിക്ക് രണ്ട് അനുജത്തിമാർ കൂടി ഉണ്ടായി.

പഠനത്തിൽ ഞാൻ എന്നും ആവറേജ് ആയിരുന്നു. മറ്റു പിള്ളേർ തുള്ളിക്കളിക്കുന്നത് കണ്ട് നീ വളരണ്ട. നിനക്കേ സഹോദരിമാർ ആറാണ്. എന്ന് അച്ഛൻ അടിക്കടി എന്നെ ഓർമ്മിപ്പിച്ചുകൊണ്ടിരുന്നു. മറ്റു കുട്ടികൾക്കൊപ്പം പുഴയിൽ ചാടി നീന്താനും മരം കേറി നടക്കാനും തലപ്പന്ത് കളിച്ച് സമയം പോക്കാനും ഞാനും കൊതിച്ചു. പക്ഷേ, ആറ് പെങ്ങന്മാരുടെ ഒരേയൊരു ആങ്ങളയ്ക്ക് എല്ലാ കാര്യത്തിലും നിയന്ത്രണങ്ങളുണ്ടായിരുന്നു. മനസ്സിന് താളക്കേടുള്ള സഹോദരിമാരുടെ ഇഷ്ടാനിഷ്ടങ്ങൾ നോക്കിവരുമ്പോൾ പല ദിവസങ്ങളിലും കൃത്യമായി പഠിക്കാൻ കഴിയാറില്ല. എസ് എസ് എൽ സി കഷ്ടി പാസായി. പാടത്തും പറമ്പിലും അച്ഛൻ ചോര നീരാക്കി പണി ചെയ്തുകൊണ്ടിരുന്നു. പലപ്പോഴും അച്ഛനൊപ്പം പണിക്ക് നില്ക്കേണ്ടിവന്നു. തെങ്ങുകയറ്റവും തടംവെട്ടലും കറ്റ ചുമക്കലുമൊക്കെ എനിക്ക് വളരെപ്പെട്ടെന്ന് പരിചിതമായി. പ്രീഡിഗ്രി മുതൽ പി ജി വരെ ഞാൻ പ്രൈവറ്റായി പഠിച്ചു. പണിയും പഠനവും ഒരുപോലെ മുന്നോട്ടുകൊണ്ടുപോയി. 1989 ൽ എം എ പാസാകുമ്പോൾ നീയൊരു നിലയിലായാലേ എനിക്ക് നടുവു നിവർത്താൻ പറ്റൂ എന്ന് അച്ഛൻ പറഞ്ഞു. മനസ്സിന് വൈകല്യമുള്ള പെൺമക്കളുടെ ഭാവിയെക്കുറിച്ചോർത്ത് അച്ഛൻ വളരെ വിഷമിച്ചിരുന്നു. അച്ഛൻ വിഷമിക്കേണ്ട അവരെ ഞാൻ നോക്കും എന്ന് അച്ഛനെ സമാധാനിപ്പിച്ചു. അച്ഛനെ സഹായിക്കാൻ ഒരു തൊഴിൽ അന്വേഷണം എന്ന് ആഗ്രഹിച്ചിരിക്കെ പി ജി ചെയ്ത കോളേജിൽ തന്നെ പഠിപ്പിക്കാൻ അവസരം കിട്ടി. നാലുവർഷം ആ ജോലി തുടർന്നു. മനസ്സിന് ഏറെ ശാന്തത കിട്ടിയ ഒരു തൊഴിലായിരുന്നു അത്. മൂന്നു ചേച്ചിമാരുടെ കലഹങ്ങളും പിണക്കങ്ങളും പറഞ്ഞുതീർത്ത് അവരെ സന്തോഷിപ്പിക്കാൻ ഇതിനകം ഞാൻ നന്നായി പരിശീലിച്ചിരുന്നു.

ആ ക്ഷമയും സൗമ്യതയും എന്റെ അദ്ധ്യാപനവൃത്തിക്ക് മാറ്റു കൂട്ടി. പക്ഷേ, കോളേജിൽനിന്നും കിട്ടുന്ന ശമ്പളംകൊണ്ട് ജീവിതം ഒരു കര യ്ക്കെത്തിക്കാൻ കഴിയില്ലെന്ന് എനിക്ക് ഉറപ്പായി. കൂട്ടുകാർക്കൊപ്പം 1993 ൽ ചെറുകുന്നിൽ സമാന്തര കോളേജ് തുടങ്ങി. എട്ടാം ക്ലാസ് മുതൽ ഡിഗ്രി ക്ലാസുകൾ വരെ ഉണ്ടായിരുന്നു. ആദ്യവർഷം തന്നെ അറുന്നൂ റോളം കുട്ടികൾ അഡ്മിഷൻ എടുത്തു. ആറു പെങ്ങന്മാരെ നോക്കണവ നല്ലേ. അവന്റെ പള്ളിക്കൂടത്തിൽ നമ്മുടെ പിള്ളാർ സുരക്ഷിതരായിരിക്കും എന്നൊരു വിശ്വാസം നാട്ടിലുണ്ടായിരുന്നു. നാട്ടുകാരുടെ ആ പ്രതീക്ഷ എന്നെ കൂടുതൽ ഉത്തരവാദിത്വമുള്ള ഒരു അദ്ധ്യാപകനാക്കി. ജീവിതം പതുക്കെപ്പതുക്കെ പച്ചപിടിക്കാൻ തുടങ്ങി.

ഇതിനിടയിൽ ഒരു യാത്രയ്ക്കിടയിൽ വെച്ച് ഞാൻ എന്റെ അമ്മയെ കണ്ടുമുട്ടി. മുന്നിൽ നില്ക്കുന്നത് എന്നെ പ്രസവിച്ച അമ്മയാണെന്നറി ഞ്ഞപ്പോൾ രണ്ട് വയസ്സിൽ എന്നെ ഇട്ടിട്ടുപോയ അമ്മയോടുള്ള നീരസ മൊക്കെ ഒരു നിമിഷം ഞാൻ മറന്നു. അമ്മ മറ്റൊരാളെ കല്യാണം കഴിച്ച് വേറെ കുട്ടികളൊക്കെയായി കഴിയുകയാവും എന്നാണ് ഞാൻ വിചാരി ച്ചത്. പക്ഷേ, അമ്മ ഇന്നും തനിച്ചാണെന്നറിഞ്ഞപ്പോൾ ചങ്കു പിടഞ്ഞു.

അന്ന് വീട്ടിലെത്തിയപ്പോൾ ഞാൻ അച്ഛനോട് രഹസ്യമായി അമ്മയെ കണ്ട കാര്യം പറഞ്ഞു. അച്ഛൻ എന്റെ മുഖത്തേക്കു തന്നെ കുറേനേരം നോക്കിയിരുന്നു. ആരായിരുന്നു ശരി..? ആർക്കാണ് തെറ്റ് പറ്റിയത്...? എന്നൊന്നും ഞാൻ ചോദിച്ചില്ല. ഇതിനിടയിൽ മൂത്ത സഹോദരിയെ കെട്ടി ച്ചിരുന്നു. ഇനി നിനക്കും ഒരു പെണ്ണുകണ്ടുപിടിക്കണമെന്ന് അച്ഛൻ പറഞ്ഞു. കെട്ടിക്കാൻ അഞ്ച് സഹോദരിമാർ...! അതിൽ മൂന്നിലും മാന സിക വൈകല്യം... ആ വീട്ടിലെ ഒരാൺതരിക്ക് ആരെങ്കിലും ഒരു പെണ്ണു തരുമോ? എന്റെ മനസ്സിലെ സംശയം ഞാൻ ആരോടും പങ്കുവെച്ചില്ല. പക്ഷേ, എന്റെ ആശങ്ക വളരെ ശരിയായിരുന്നു. പെണ്ണു കാണാൻ ചെന്ന വീടുകളിലൊക്കെ ഞാൻ കാര്യങ്ങൾ വിശദീകരിച്ചു. ഒരാളും പോസിറ്റീ വായി ഒരഭിപ്രായം പറഞ്ഞില്ല. കെട്ടിക്കാൻ അഞ്ച് സഹോദരിമാർ...! അതിൽ മൂന്നും വൈകല്യമുള്ളവരാണെന്ന് കേട്ട് ചാവേറാകാൻ ഞങ്ങ ഇല്ല എന്ന മട്ടിൽ കണ്ട പെൺകുട്ടികളൊക്കെ ഓടി രക്ഷപ്പെട്ടു. ഒടുവിൽ നാട്ടിൽത്തന്നെയുള്ള രജിതയെ പെണ്ണ് കാണാൻ ചെന്നു. പതിവുപോലെ കഥകളൊക്കെ പറഞ്ഞപ്പോൾ രജിതയുടെ അച്ഛൻ ചോദിച്ചു. ഉണ്ണിയുടെ പെങ്ങന്മാരിൽ ചിലർക്ക് വൈകല്യമുണ്ടായത് ഉണ്ണിയുടെ കുഴപ്പംകൊ ണ്ടല്ലല്ലോ. സുദീർഘമായ പെണ്ണുകാണൽ ചടങ്ങുകൾക്കിടയിൽ ആദ്യ മായുണ്ടായ ഒരനുകൂല പ്രതികരണം. അങ്ങനെ രജിത എന്റെ ജീവിത പങ്കാളിയായി. ആദ്യ ദിവസം ഞാൻ ഒരു കാര്യം മാത്രമേ രജിതയോട് ആവശ്യപ്പെട്ടുള്ളൂ.

എന്റെ ചേച്ചിമാരുടെ മനസ്സ് വളർന്നിട്ടില്ല. അവരുടെ പെരുമാറ്റത്തിലെ കുറവുകൾ ഒന്നും മനസ്സിൽ വെച്ച് വിഷമിക്കരുത്. ചേച്ചിമാരുടെ സംര ക്ഷണത്തിന് ഒരാൾകൂടി വന്നപ്പോൾ എനിക്ക് കുറച്ചുകൂടി സ്വാതന്ത്ര്യം

കിട്ടി. കോളേജിന്റെ പ്രവർത്തനങ്ങളിൽ ഒപ്പം നിന്ന കൂട്ടുകാർ പഴിപി
രിഞ്ഞ സമയമായിരുന്നത്. സാങ്കേതിക വിദ്യാഭ്യാസത്തിനുള്ള ഒരു
സ്ഥാപനം എന്ന ആശയം മനസ്സിലുണ്ടായിരുന്നു. 1998 ൽ യൂണിവേഴ്സൽ
കോളേജ് ഓഫ് എഞ്ചിനീയറിങ് ആരംഭിച്ചു. ഇലക്ട്രോണിക്സിലും ഇല
ക്ട്രിക്കലിലും കമ്പ്യൂട്ടർ സയൻസിലും സാധാരണ കുടുംബങ്ങളിലെ കുട്ടി
കൾക്ക് പഠന സൗകര്യം ഒരുക്കുകയായിരുന്നു പ്രധാന ലക്ഷ്യം.

ഒരു ദിവസം അച്ഛനെന്നെ വിളിപ്പിച്ചു. എന്നോടെന്തോ കാര്യമായി
അച്ഛന് സംസാരിക്കാനുണ്ടെന്ന് എനിക്ക് തോന്നി. അമ്മയെക്കുറിച്ച് ആദ്യ
മായി അച്ഛനെന്നോട് സംസാരിച്ചു. നിങ്ങളെ പ്രസവിച്ച അമ്മയാണ്.
എപ്പോഴെങ്കിലും ഒരു പ്രയാസമുണ്ടായാൽ മടികൂടാതെ സഹായിക്കണം.
അവർക്ക് നിങ്ങളല്ലാതെ വേറാരുമില്ല.. എന്റെ കണ്ണുകൾ നനയുന്നത്
അച്ഛൻ കാണാതെ ഞാൻ തുടച്ചു.

ഈ സമയത്ത് സംസാരശേഷിയില്ലാത്ത ഒരു ചേച്ചിയെ വിവാഹം
കഴിക്കാൻ തയ്യാറായി ഒരാൾ വന്നു. ചേച്ചിക്ക് അയാളെ ഇഷ്ടമായതു
കൊണ്ട് ആ കല്യാണം നടത്തി. പെട്ടെന്നൊരു ദിവസം അച്ഛൻ മരിച്ചു.
നാലു പെൺമക്കളെയും എന്നെയും ഏല്പിച്ച് ഒരു മുന്നറിയിപ്പുമില്ലാതെ...
എന്ത് ചെയ്യണമെന്നറിയാതെ ഞാൻ പകച്ചുപോയി. ആരോ പറഞ്ഞുകേട്ട്
അമ്മ വന്നു. അച്ഛനെ അവസാനമായി ഒരു നോക്ക് കാണുവാൻ അനുവ
ദിക്കണമെന്ന് അമ്മ അപേക്ഷിച്ചു. ആരും എതിർ പറഞ്ഞില്ല. ചടങ്ങു
കൾ കഴിഞ്ഞ് അമ്മ മടങ്ങിപ്പോകുമെന്ന് വിചാരിച്ചു. പക്ഷേ, ഇനിയുള്ള
കാലം മക്കൾക്കൊപ്പം നില്ക്കാനായിരുന്നു അമ്മയുടെ ആഗ്രഹം.

മരിച്ചുപോയ ഒരാളുടെ രണ്ട് ഭാര്യമാർ ഒരു വീട്ടിൽ... വലിയ മാന
സിക സംഘർഷത്തിലായി ഞാൻ. രണ്ടമ്മമാരുടെ ഉണ്ണിയുടെ ഭാഗ്യത്തെ
ക്കുറിച്ച് ആളുകൾ അടക്കം പറഞ്ഞു. അച്ഛന്റെ നാല്പതടിയന്തിരം
കഴിഞ്ഞ ദിവസം കുടുംബത്തിലെ കാരണവന്മാർ ഒന്നിച്ചുകൂടി ചില തീരു
മാനങ്ങൾ എടുത്തു. അതിൽ സുപ്രധാനമായത് രണ്ടാനമ്മയെയും അവ
രുടെ രണ്ട് മക്കളെയും മടക്കി അയയ്ക്കാനായിരുന്നു. മരിച്ച ആൾ നിയമ
പരമായി വിവാഹം കഴിച്ച സ്ത്രീ മടങ്ങി വന്ന സ്ഥിതിക്ക് മറ്റേ സ്ത്രീക്ക്
എന്ത് പ്രസക്തി..?

കാരണവന്മാരുടെ തീരുമാനം ഏകകണ്ഠമായപ്പോൾ എനിക്ക് നിശ്ശ
ബ്ദനാകാനേ കഴിഞ്ഞുള്ളൂ. അവരെ സ്വന്തം വീട്ടിൽ കൊണ്ടുപോയി
ആക്കാൻ എല്ലാവരും കൂടി എന്നെയാണ് ചുമതലപ്പെടുത്തിയത്. കാരണ
വന്മാരുടെ ഉപകരണമായി ഞാൻ പ്രവർത്തിച്ചു. ഒരു കാറിലായിരുന്നു
യാത്ര. പരസ്പരം സംസാരിക്കാതെ മുഖത്തു നോക്കാതെ വിധി നടപ്പാ
ക്കാൻ നിയോഗിച്ച ആരാച്ചാരെപ്പോലെ ഞാൻ ആ ചുമതല കൃത്യമായി
നിർവ്വഹിച്ചു.

സന്ധ്യയോടെ ഞാൻ വീട്ടിൽ മടങ്ങിയെത്തി. പക്ഷേ, കുഞ്ഞനുജ
ത്തിമാരുടെയും അമ്മയുടെയും ദൈന്യമായ മുഖങ്ങൾ എന്നെ വേട്ടയാടി.
എന്നാലും ഉണ്ണീ നീയതു ചെയ്തല്ലോടാ... നിന്റെ കുഞ്ഞ് പെങ്ങന്മാർക്ക്

ഇനി... ആരാടാ ഉള്ളത്... എന്ന് അച്ഛൻ മുന്നിൽ വന്ന് ചോദിക്കുന്നതു പോലെ തോന്നി. എനിക്ക് ഉറങ്ങാൻ കഴിഞ്ഞില്ല. അടുത്ത ദിവസം പുലർച്ചെ ഞാൻ പുറപ്പെട്ടു ഉച്ചയോടെ ഞാൻ രണ്ടാനമ്മയുടെ വീട്ടി ലെത്തി. കുഞ്ഞനുജത്തിമാർ എന്നെ കണ്ട് പൊട്ടിക്കരഞ്ഞു. അവരെ നെഞ്ചോട് ചേർത്ത് നില്ക്കുമ്പോൾ മനസ്സ് ഉറപ്പിച്ച് പറഞ്ഞു. ഇതാണ് ശരി...

എനിക്ക് രണ്ടമ്മമാരാണെന്ന് ഇന്ന് ഞാൻ എല്ലാവരോടും പറയും. കുഞ്ഞനുജത്തിമാരുടെ വിവാഹം കഴിപ്പിച്ചയച്ചു. രജിത എനിക്കൊപ്പം കോളേജിൽ ജോലി ചെയ്യുന്നു. ഞങ്ങൾക്ക് രണ്ട് മക്കൾ ശ്രേയസും സൂര്യയും. വിദ്യാഭ്യാസ മേഖലയ്ക്കൊപ്പം ആയുർവ്വേദ ചികിത്സാരംഗ ത്തേക്കും സൗരോർജ്ജ സംഭരണ പ്രസരണ രംഗത്തേക്കും എന്റെ പ്രവർത്തനങ്ങൾ വ്യാപിപ്പിച്ചു കഴിഞ്ഞു.

ഒരു കാലത്ത് സഹോദരിമാർക്കു വേണ്ടി ഞാൻ പഠനത്തിലെന്നും പിന്നോക്കക്കാരനായി നിന്നു. എന്നാൽ, ജീവിതത്തിൽ ഞാനൊരു മുന്നോ ക്കക്കാരനായിക്കോട്ടെ എന്ന് ഈശ്വരൻ നിശ്ചയിച്ചിട്ടുണ്ടാകാം. മാനസിക വൈകല്യമുള്ള ചേച്ചിമാരെ ശരണാലയത്തിലേക്കും രണ്ടാനമ്മയെയും കുഞ്ഞനുജത്തിമാരെയും പെരുവഴിയിലേക്കും ഞാൻ ഇറക്കിവിട്ടില്ലല്ലോ. അങ്ങനെ തോന്നിപ്പിക്കാത്ത ദൈവത്തിന് ഞാൻ നന്ദി പറയുന്നു. ആ മനുഷ്യത്വമാണ് എന്റെ ദൈവം. ജീവിതത്തിൽ പോരായ്മകളും ഖേദ ങ്ങളും സഹജമാണ്. ആത്മവിശ്വാസത്തോടെ അതിനെ മറികടക്കുമ്പോൾ നാം നന്മയുടെ വാഹകരായി മാറും..!

വേറിട്ട വഴികളിലെ മീരാബായി

മീരാബായി

എന്റെ മോള് പഠിക്കണം. പഠിച്ച് പഠിച്ച് വലിയ നിലയിൽ ചെല്ലണം. ഏഴുകടലും കടന്നു പോയി എല്ലാവരും കൊതിക്കുന്ന ഒരു ജോലി സമ്പാദിക്കണം...

പുതിയേടത്ത് കൊച്ചമ്മണി യമ്മ എന്ന വീട്ടമ്മ മകൾ മീരാബാ യിയുടെ ചെവിയിൽ നിരന്തരം മന്ത്രിച്ചുകൊണ്ടിരുന്നു. അമ്മയുടെ ആ വാക്കുകൾക്കു പിന്നിലെ ചേതോവികാരം വെളുത്ത് കൊലു നനനെ വിടർന്ന കണ്ണുകളുള്ള ആ പെൺകുട്ടിക്ക് അന്ന് തീരെ മനസ്സി ലായില്ല. എങ്കിലും അവൾ പഠിച്ചു. വാശിയോടെ..

2014 ആഗസ്ത് 2 യു എസിലെ അറ്റ്ലാന്റ. അവിടത്തെ സർക്കാർ സർവ്വീസായ ഡിപ്പാർട്ടുമെന്റ് ഓഫ് പെൻഷൻ സിസ്റ്റത്തിലെ ഉന്നത ഉദ്യോ ഗസ്ഥയായ മീരാബായി എന്ന മലയാളി പെൺകുട്ടിക്ക് ഒരു ഫോൺ കാൾ വരുന്നു. നാട്ടിൽനിന്നും സഹോദരനാണ്. അമ്മയ്ക്ക് സീരിയസാണ് സാഹ ചര്യമുണ്ടെങ്കിൽ വരണം...

നാട്ടിലേക്ക് ഒരു ടിക്കറ്റിന് മീരാബായി ധൃതി കൂട്ടിയപ്പോൾ സഹപ്ര വർത്തകർ ചോദിച്ചു. "സർ അമ്മയെ ഒരു ഓൾഡേജ് ഹോമിൽ ആക്കി യാൽ പോരെ. അവർ വേണ്ടതു ചെയ്യില്ലേ... എന്തിനാണ് വെറുതെ ഒരു യാത്ര....?"

പക്ഷേ, ഒരു പ്രതികരണത്തിനും നില്ക്കാതെ മണിക്കൂറുകൾക്കു

ള്ളിൽ മീരാബായി ഇന്ത്യയിലേക്ക് വിമാനം പിടിച്ചു. ഇപ്പോൾ തൃശ്ശൂർ മിഷൻ ഹോസ്പിറ്റലിൽനിന്നും അമ്മയെ ഡിസ്ചാർജ്ജ് ചെയ്തശേഷം അവിടെ ഒരു അപ്പാർട്ട്മെന്റിൽ അമ്മയുടെ ശുശ്രൂഷകളുമായി മീരാബായി തിരക്കിലാണ്. എന്നും അമ്മയുടെ പുടവത്തുമ്പിൽ ചുറ്റിപ്പറ്റി നിന്ന ഒരു യാഥാസ്ഥിതിക നായർ തറവാട്ടിലെ പെൺകുട്ടി. ഏഴുകടലും കടന്നു പോയി. ജീവിതം കണ്ടെത്തിയ കഥ ഇനി മീരാബായിതന്നെ പറയട്ടെ.

എന്റെ ജന്മനാട് കൊടുങ്ങല്ലൂരിനടുത്ത് ശ്രീനാരായണപുരമാണ്. പുതിയേടത്ത് എന്ന പ്രശസ്തമായ നായർ തറവാട്ടിലാണ് ഞാൻ ജനി ച്ചത്. കൂട്ടുകുടുംബമായിരുന്നു ഞങ്ങളുടേത്. അച്ഛൻ സ്കൂൾ മാഷായി രുന്ന ശ്രീധരക്കുറുപ്പ്. അമ്മ കൊച്ചമ്മണി അമ്മ. ഗൃഹനാഥയായിരുന്നു. അനുജൻ മോഹൻകുമാർ. അച്ഛനമ്മമാരേക്കാൾ അമ്മാവന്മാർക്കായിരുന്നു വീട്ടിൽ പ്രാധാന്യം. എല്ലാകാര്യത്തിലും അവസാനവാക്കും അവരുടേതാ യിരുന്നു. എന്റെ അമ്മ എല്ലാക്കാര്യത്തിലും പുരോഗമനകാഴ്ചപ്പാട് വച്ചു പുലർത്തിയിരുന്നു. ഒരുപാടു പഠിക്കാനും ജീവിതത്തിൽ ഒരു സ്ഥാനത്ത് എത്തണമെന്നുമൊക്കെ അമ്മയുടെ കുട്ടിക്കാലത്ത് അമ്മ തീവ്രമായി ആഗ്ര ഹിച്ചു. പക്ഷേ, സ്വപ്നങ്ങളെ യാഥാർത്ഥ്യമാക്കാൻ അമ്മയ്ക്കു കഴിഞ്ഞില്ല. ഒരു നായർ തറവാട്ടിലെ പെൺകുട്ടി ഒരുപാടൊന്നും പഠിക്കണ്ട എന്ന അമ്മാവന്മാരുടെ തീരുമാനം അമ്മയുടെ ജീവിതത്തിന്റെ ഗതിമാറ്റി. അവർ ചൂണ്ടിക്കാട്ടിയ ആളെ വരനായി സ്വീകരിച്ച് ജീവിതത്തിലേക്ക് നടന്നു കയ റാനായിരുന്നു അമ്മയുടെ ഗതി. പത്താംക്ലാസിൽ ഉയർന്ന മാർക്കോടെ വിജയിച്ചതുകൊണ്ടൊന്നും അമ്മാവന്മാരുടെ മനസ്സിന് മാറ്റം വന്നില്ല. സ്വപ്നം കണ്ട ജീവിതം പോലെ ഉയരാൻ അമ്മയ്ക്കൊരിക്കലും ഭാഗ്യം ഉണ്ടായില്ല. ശരിക്കും പെൺകുട്ടികൾക്ക് അഭിപ്രായസ്വാതന്ത്ര്യം പോലു മില്ലാത്ത ഒരുകാലത്തിന്റെ ഇരയായിരുന്നു എന്റെ അമ്മ. സ്വന്തം ജീവിത ത്തിൽനിന്നും അമ്മ ഏറെ പാഠങ്ങൾ പഠിച്ചു. അതുകൊണ്ടാവണം അമ്മ എന്നെ വളരെ കരുതലോടെയാണ് വളർത്തിയത്. കുട്ടിക്കാലത്ത് എന്റെ വീട്ടിലും അവസാനവാക്ക് അമ്മാവന്മാരുടേതായിരുന്നു. പെൺകുട്ടികളുടെ കാര്യത്തിൽ പ്രത്യേകിച്ചും. അതുകൊണ്ട് എന്റെ പഠിപ്പിലും കഴിവുകളെ പ്രോത്സാഹിപ്പിക്കുന്നതിനും അമ്മ തന്നെ മുന്നിൽനിന്നു.

എന്റെ സ്കൂൾജീവിതം തുടങ്ങുന്നത് പാപ്പിനിവട്ടം എൽ പി സ്കൂളിൽ നിന്നുമാണ്. എസ് എസ് എൽ സി വരെ പനങ്ങാട് ഹൈസ്കൂ ളിലും പഠിച്ചു. പെയിന്റിങ്ങിലും ഡ്രോയിങ്ങിലും ചെറിയ മികവുപുലർത്തു ന്നത് അമ്മ ശ്രദ്ധിച്ചിരുന്നു. അക്കാര്യത്തിൽ വേണ്ട പ്രോത്സാഹനവും തന്നു. ഞാൻ എത്രമോശമായി വരച്ചാലും ആദ്യം വളരെ നന്നായിട്ടു ണ്ടെന്നേ അമ്മ പറയൂ. അങ്ങനെ എന്റെ മനസ്സിൽ ആത്മവിശ്വാസം ജനി പ്പിച്ചിട്ടാവും വരച്ച ചിത്രത്തിന്റെ പോരായ്മകൾ ഒന്നൊന്നായി അമ്മ ചൂണ്ടി ക്കാട്ടുക അനുകരണീയമായ അമ്മയുടെ ആ സ്വഭാവം പിന്നീട് വ്യക്തി ത്വത്തെ മികവുറ്റതാക്കാൻ എന്നെ ഏറെ സഹായിച്ചിട്ടുണ്ട്. 1985 എസ് എസ് എൽ സിക്ക് ഏറ്റവും കൂടുതൽ മാർക്ക് വാങ്ങിയ സ്കൂളിലെ രണ്ടാ

മത്തെ കുട്ടിയാവാൻ എനിക്കു സാധിച്ചു. മാള കാർമ്മൽ ജൂനിയർ കോളേ ജിലായിരുന്നു പ്രീഡിഗ്രി. മികച്ച നർത്തകി എന്ന നിലയിലും എഴുത്തു കാരി എന്ന നിലയിലും പേരെടുക്കാൻ അക്കാലത്ത് സാധിച്ചു. അവളൊരു പെൺകുട്ടിയല്ലേ അടങ്ങിയൊതുങ്ങിയിരുന്നു പഠിച്ചാൽ പോരേ എന്ന അമ്മാവന്മാരുടെ ചോദ്യത്തെ നയപരമായ ഇടപെടലുകളിലൂടെ അമ്മ അതിജീവിച്ചു. പണം ഉണ്ടായതുകൊണ്ടുമാത്രം ഒരു വ്യക്തിയുടെ ജീവിതം അയാൾ ആഗ്രഹിക്കുന്നതുപോലെ ആയിത്തീരും എന്ന് ഒരിക്കലും കരു തരുത്. അതിന് സാമൂഹ്യ സാഹചര്യങ്ങളും കുടുംബത്തിലുള്ളവരുടെ മനോഭാവവും പ്രധാന ഘടകങ്ങളാണ്. പെൺകുട്ടി ആയതുകൊണ്ട് അവൾ കൂടുതൽ പഠിക്കേണ്ട ആവശ്യമില്ല. പെൺകുട്ടി ആയതുകൊണ്ട് അവൾ കൂടുതൽ ചിരിക്കാൻ പാടില്ല. കഴിവുണ്ടെങ്കിലും അതു പ്രകടിപ്പി ക്കാൻ പാടില്ല തുടങ്ങിയ നിബന്ധനകൾ ആരോഗ്യമുള്ള പെൺമനസ്സു കളെ തകർക്കാനും അവരുടെ സാമൂഹ്യ പ്രതിബദ്ധത ഇല്ലാതാക്കാനുമേ ഉപകരിക്കുകയുള്ളൂ.

എന്റെ കൂട്ടുകുടുംബത്തിന്റെ അകത്തളത്തിലും സമാന ചിന്തകൾ നാമ്പെടുത്തെങ്കിലും അമ്മയുടെ സമയോചിതമായ ഇടപെടലുകൾ എന്നെ രക്ഷിച്ചു. ഏതു ഘട്ടങ്ങളിലും അമ്മയുടെ സപ്പോർട്ട് എനിക്ക് കരുത്തു പകർന്നു. മാല്യങ്കരകോളേജിലെ ഡിഗ്രിപഠനകാലത്ത് കോളേജ് യൂണി യൻ ചെയർമാൻ ആകാൻ കഴിഞ്ഞതും അമ്മയുടെ അകമഴിഞ്ഞ പിന്തു ണകൊണ്ടുമാത്രമാണ്. ഡിഗ്രി കഴിഞ്ഞ് മദിരാശിയിലെ ക്രിസ്ത്യൻ കോളേ ജിൽ ലൈബ്രറി സയൻസിൽ ചേരണമെന്ന് ആഗ്രഹിച്ചപ്പോഴും എതിർവാദ മുഖങ്ങളുണ്ടായി. നാട്ടിലെ ഏതെങ്കിലും ഒരു കോളേജിൽ പി ജി ചെയ്താൽ പോരെ. മദ്രാസിലൊക്കെ പോയി പെൺകുട്ടികൾ പഠി ക്കണോ...? അപ്പോൾ അമ്മയാണ് താംബരത്തെ ലൈബ്രറി സയൻസിന്റെ പ്രാധാന്യത്തെക്കുറിച്ച് അമ്മാവന്മാരോട് സംസാരിച്ചത്.

ട്രെയിനിലും ബസിലും ഒരു പെൺകുട്ടി തനിച്ച് യാത്ര ചെയ്യുമ്പോഴും പുതിയ സ്ഥലത്തും പുതിയ ആളുകളോടും ഇടപെടുമ്പോഴും ഒരു പെൺകുട്ടിക്കുണ്ടാകേണ്ട ജാഗ്രതയെക്കുറിച്ചും അവൾ സൂക്ഷിക്കേണ്ട ധാർമ്മികതയെക്കുറിച്ചും അമ്മ പകർന്നു തന്ന അറിവുകളാണ് തനതായ ഒരു വ്യക്തിബോധം വാർത്തെടുക്കാൻ എന്നെ സഹായിച്ചത്. മദിരാശി യിലെ കാമ്പസ് ജീവിതത്തിലൂടെ ഒരു കരിയർ മുന്നിൽക്കണ്ടുകൊണ്ടുള്ള ഒരു പഠനക്രമത്തിന്റെ പ്രാധാന്യം ഞാൻ മനസ്സിലാക്കി. തുടർന്ന് അണ്ണാ മല യൂണിവേഴ്സിറ്റിയിൽനിന്നും ഒന്നാം റാങ്കോടെ ബി എൽ ഐ എസ് പാസായി. അത്രയുമൊക്കെ എത്തിയപ്പോഴേക്കും അമ്മാവന്മാർ എന്റെ കാര്യത്തിലുള്ള അവരുടെ അഭിപ്രായം തുറന്നുപറഞ്ഞു. അവളൊരു പെൺകുട്ടിയല്ലേ എന്തിനാ ഇത്രയുമൊക്കെ പഠിക്കുന്നത്. ഇനിയൊരു ചെറുക്കനെ കണ്ടുപിടിച്ച് കെട്ടിക്കാം. അവിടെയും അമ്മ രക്ഷകയായി. ലൈബ്രറി സയൻസിലെ ഒരു വാല്യൂ അഡീഷൻ കോഴ്സാണ് ഡോക്കു മെന്റേഷൻ ആന്റ് ഇൻഫർമേഷൻ സയൻസ്. അത് കേരളത്തിൽ ഇല്ല.

അഡ്മിഷൻ കിട്ടാൻ വലിയ ബുദ്ധിമുട്ടുള്ള കോഴ്സാ. ബാംഗ്ലൂർ വലിയ ദൂരത്തൊന്നുമല്ലല്ലോ. അതുകൂടി കഴിഞ്ഞിട്ടുപോരെ കല്യാണം...? ഒടു വിൽ അനുവാദം കിട്ടി. അങ്ങനെ 1992 ൽ ബാംഗ്ലൂരിൽ എത്തി. വെബ് ഡിസൈനിങ്ങിലും മറ്റും മലയാളികൾ അത്ര കടന്നു ചെല്ലാത്ത കാലത്ത് ഒരു പെൺകുട്ടിയായ ഞാൻ ആ വഴികളിലൂടെയൊക്കെ സഞ്ചരിച്ചപ്പോൾ പലരും നെറ്റി ചുളിച്ചു. ഒരു ഡോക്ടറോ എഞ്ചിനീയറോ ആയാൽ പിന്നെയും വേണ്ടില്ലായിരുന്നു. ഇതിപ്പൊ ഈ കോഴ്സൊക്കെ പഠിച്ചിട്ടെ ന്തിനാ... അങ്ങനെ സംശയിച്ചവരുടെ നാവടപ്പിച്ചുകൊണ്ട് കാമ്പസ് സെല ക്ഷൻ വഴി 1994 ൽ കോഴ്സ് പൂർത്തിയായപ്പോൾ തന്നെ ഗ്ലോബൽ ഇൻഫർമേഷൻ സിസ്റ്റത്തിൽ എനിക്കു ജോലികിട്ടി. പക്ഷേ, മനസ്സ് പഠന ത്തിൽ തന്നെ ആയിരുന്നു. കുട്ടിക്കാലത്തെന്നോ അമ്മ പറഞ്ഞ വാക്കു കൾ എന്റെ മനസ്സിൽ മായാതെ കിടന്നു. എന്റെ മോള് പഠിച്ചുപഠിച്ച് ഏഴു കടലും കടന്ന് വലിയ ഉദ്യോഗത്തിലെത്തണം...

അമേരിക്കയിലെ യൂണിവേഴ്സിറ്റി ഓഫ് കാലിഫോർണിയ അടക്കം ഏഴു യൂണിവേഴ്സിറ്റികളിൽ ഇൻഫർമേഷൻ സർവ്വീസിൽ പി എച്ച് ഡി ചെയ്യാൻ എനിക്ക് അഡ്മിഷൻ കിട്ടി. പക്ഷേ, അമ്മാവന്മാർ സമ്മതിച്ചില്ല. പുതിയേടത്തെ പെൺകുട്ടികൾ കടലുകടക്കാനോ...? അമ്മ ആദ്യമായി പേടിച്ചു. ഞാൻ അമ്മാവന്മാരെ ധിക്കരിക്കുമോ. ഇത്രകാലവും മകളെ കഷ്ടപ്പെട്ടു പഠിപ്പിച്ചത് അങ്ങനെ ചില സ്വപ്നങ്ങൾ സാക്ഷാൽക്കരിക്കാ നായിരുന്നു. അമ്മാവന്മാരുടെ വാക്കുകൾക്കു മുമ്പിൽ അമ്മ ആദ്യമായി നിശ്ശബ്ദയായി. അമ്മയുടെ നിസ്സഹായത എനിക്കു മനസ്സിലായി. പഠിച്ച പെൺകുട്ടികൾ ധിക്കാരികളാകുമെന്ന നാട്ടുപേച്ച് സത്യമാണ് എന്നു പറ യിക്കാൻ ഞാൻ ആർക്കും അവസരംകൊടുത്തില്ല. പി എച്ച് ഡി ചെയ്യേണ്ട എന്നു ഞാൻ തീരുമാനം എടുത്തു. മകളെ സ്വന്തം ഇഷ്ടാനിഷ്ടങ്ങൾ അനു സരിച്ച് പഠിക്കാൻ വിട്ടതിന്റെ പേരിൽ അമ്മയെ നിരന്തരം കുറ്റപ്പെടുത്തി യിരുന്ന അമ്മാവന്മാർ ആദ്യമായി അമ്മയെ അഭിനന്ദിച്ചു. പഠിച്ചെങ്കിലെന്താ കാർന്നോന്മാരെ അനുസരിക്കുന്ന നല്ല കുട്ടിയാ കൊച്ചമ്മണിയുടെ മകൾ എന്ന അമ്മാവന്മാരുടെ വാക്കുകേട്ട് അമ്മ കരഞ്ഞു. അമ്മയുടെ ആ അഭി മാനക്കണ്ണീരിൽ എന്റെ സങ്കടങ്ങൾ അലിഞ്ഞുപോയി.

അമ്മാവന്മാർ വീണ്ടും പ്രബലരായി. എന്റെ വിവാഹം എത്രയും പെട്ടെന്ന് നടത്തുവാൻ അവർ ഏകപക്ഷീയമായി തീരുമാനിച്ചു. മദ്രാസിലെ എൽ ആന്റ് ടി കമ്പനിയിലെ ലീഗൽ അഡൈ്വസർ ട്രെയിനി ആയിരുന്ന ഇടപ്പള്ളിക്കാരൻ സായ്കുമാർ വിശ്വനാഥനായിരുന്നു വരൻ. സായിയു മായി ഞാൻ സംസാരിച്ചു. സങ്കല്പത്തിലെ ഭാര്യയെ അമേരിക്കയിലേ ക്കൊന്നും വിടാൻ സായിക്ക് ഇഷ്ടമില്ലായിരുന്നു. എന്തിന് ഭാര്യയെ ഒരു ജോലിക്ക് വിടാൻ പോലും ആഗ്രഹിക്കാത്ത ആളായിരുന്നു സായി. പക്ഷേ, സായിയുടെ നിഷ്കളങ്കതയും തുറന്ന പ്രകൃതവും എനിക്കിഷ്ടമായി. അങ്ങനെ 1995 ൽ എന്റെ വിവാഹം നടന്നു. എന്റെ ജീവിതം മദിരാശിയി ലേക്ക് പറിച്ചുനടപ്പെട്ടു. അമ്മയോടൊപ്പം കൊരട്ടൂരിലെ ഒരു ഫ്ലാറ്റിലാ

യിരുന്നു സായിയുടെ താമസം. പൊതുവേ സംതൃപ്തമായിരുന്നു ഞങ്ങ
ളുടെ കുടുംബജീവിതം.

ഒരാശുപത്രിവാസമോ ഒരു എമർജൻസിയോ വന്നാൽ ഒരാളുടെ
മാത്രം വരുമാനത്തെ ആശ്രയിച്ചുള്ള മറുനാട്ടിലെ ജീവിതം പലപ്പോഴും
പ്രതിസന്ധികളുണ്ടാക്കുമെന്ന് ഞാൻ സായിയെ ബോദ്ധ്യപ്പെടുത്താൻ
ശ്രമിച്ചു. ഈ സമയത്ത് എന്റെ കമ്പനി എനിക്ക് മദിരാശിയിലേക്ക്
ട്രാൻസ്ഫർ തരാമെന്ന ഓഫർ മുന്നോട്ടുവച്ചു. അത് സായിക്കും സ്വീകാ
ര്യമായി. അങ്ങനെ ഞാൻ വീണ്ടും ജോലിക്കുപോകാൻ തുടങ്ങി.
ഞങ്ങൾക്ക് ഒരു മകൾ പിറന്നു. അവളൊരു ചിരിക്കുടുക്ക ആയതിനാൽ
സ്മേര എന്ന പേര് സായി നിർദ്ദേശിച്ചു. സ്മേരയിൽ സായിയും മീരയുമു
ണ്ടെന്ന് പിന്നീട് ഞാൻ മനസ്സിലാക്കി.

ജോലി സംബന്ധമായും കുടുംബസംബന്ധമായും സായിയുടെ
ഫ്ളാറ്റിൽ നിന്നും പലപ്പോഴും ഞങ്ങൾക്ക് വാടകയ്ക്ക് മാറി താമസിക്കേ
ണ്ടിവന്നു. ആ സമയത്താണ് സ്വന്തമായി ഇത്തിരി സ്ഥലവും ഒരുവീടും
എന്ന സ്വപ്നം എന്റെ മനസ്സിൽ ശക്തിപ്പെടാൻ തുടങ്ങിയത്. ഇതിനിട
യിൽ 1996 ൽ ഫ്യൂച്ചർ സോഫ്ട് വെയറിൽ ലൈബ്രേറിയനായി ഞാൻ
ജോയിൻ ചെയ്തു. രണ്ടുവർഷം ആ ജോലിയിൽ തുടർന്നു. പിന്നീട് ടി
വി എസ് ഇലക്ട്രോണിക്സിന്റെ വെബ് മാസ്റ്ററായി ജോയിൻ ചെയ്തു.
വിവര സാങ്കേതിക രംഗത്ത് ഒരു മലയാളി പെൺകുട്ടി ഒരു പ്രമുഖ കമ്പ
നിയുടെ വെബ് മാസ്റ്ററായി അംഗീകരിക്കപ്പെട്ടത് വലിയൊരു അംഗീകാര
മായിരുന്നു. ഈ സമയത്താണ് കൊരട്ടൂരിൽ എട്ടു സെന്റ് സ്ഥലം വില്ക്കാ
നുണ്ട് എന്ന് ഞാൻ അറിയുന്നത്. ഭൂമി ചതിക്കില്ല എന്ന നാട്ടുപ്രമാണം
കേട്ടുവളർന്ന ഞാൻ ആ സ്ഥലം വാങ്ങാൻ ആഗ്രഹിച്ചു. സായിയുടെ ആശ
ങ്കകളെല്ലാം ഉൾക്കൊണ്ടുകൊണ്ട് കൈയിലുള്ളതെല്ലാം കൂടി വിറ്റുപെറുക്കി
ലക്ഷങ്ങൾ സ്വരൂക്കൂട്ടി 1997 ൽ മദ്രാസ് നഗരത്തിൽ എട്ടുസെന്റ് ഭൂമി
സായിയും ഞാനും കൂടി സ്വന്തമാക്കി. ഭൂമിയിൽ ഇൻവെസ്റ്റുചെയ്യുന്ന
റിയൽ എസ്റ്റേറ്റ് ബിസിനസിന്റെ ഒരു പ്രാരംഭഘട്ടത്തിന് ഞാൻ നിമിത്ത
മാവുകയായിരുന്നു. 2000 ൽ ടി വി എസ് പുതുതായി ആരംഭിച്ച ഫ്യൂജൻ
സോഫ്ട് വെയർ കമ്പനിയുടെ ഫൗണ്ടർ മെമ്പറായി എന്നെ നിയമിച്ചു.
പുതിയ ജോലിയുടെ പശ്ചാത്തലത്തിൽ ഇടക്കിടെ വാടകയ്ക്ക് മാറി താമ
സിക്കേണ്ടിവരുന്നത് ദുസ്സഹമായപ്പോൾ ഒരു ഫ്ളാറ്റ് വാങ്ങണമെന്ന വാശി
യായി. ചൂളൈമേടിൽ പത്തുലക്ഷം രൂപയ്ക്ക് ഒരു ഫ്ളാറ്റ് ഒത്തുവന്ന
പ്പോൾ ഞാൻ സായിയെ നിർബ്ബന്ധിച്ചു. കൈയിലുള്ളതെല്ലാം ചേർത്തു
വച്ചാലും പത്തുലക്ഷം രൂപ സ്വരൂക്കൂട്ടാൻ പറ്റാത്ത സാഹചര്യമായിരുന്നു.
പക്ഷേ, അമ്മ അതൊരു നല്ല കാര്യമാണെന്ന് ആവർത്തിച്ചു പറഞ്ഞപ്പോൾ
ഞാൻ സായിയെ വിടാതെ പിടികൂടി. ഒടുവിൽ ചില ലോണുകളും മറ്റും
സംഘടിപ്പിച്ച് ചൂളൈമേടയിലെ ഫ്ളാറ്റ് സ്വന്തമാക്കി. അങ്ങനെ സായി
യുടെ അമ്മയ്ക്കൊപ്പം താമസം സ്വന്തം ഫ്ളാറ്റിലേക്ക് മാറി. മകൾ സ്മേര
യുടെ മദ്രാസിലെ പഠനം ഇംഗ്ലീഷിലും തമിഴിലുമായിരുന്നു. അവളെ മല

യാളം എഴുതാനും വായിപ്പിക്കാനും പഠിപ്പിക്കണമെന്ന് ഞാൻ ആഗ്രഹിച്ചു. ഏതു നാട്ടിൽ ജീവിച്ചാലും നമ്മൾ മാതൃഭാഷ പഠിച്ചിരിക്കണമെന്ന് എന്റെ അമ്മയുടെ അഭിപ്രായം തന്നെയായിരുന്നു അക്കാര്യത്തിൽ എനിക്കും.

മകൾക്ക് മികച്ച വിദ്യാഭ്യാസവും നല്ല ജീവിത സാഹചര്യവുമുണ്ടാ വണമെന്ന് സായി ശക്തമായി ആഗ്രഹിച്ചു. ആ മോഹത്തിന്റെ ശക്തി കൂടിയപ്പോൾ ഇന്ത്യക്കു വെളിയിലേക്ക് ഒരാൾക്കെങ്കിലും പോകാൻ കഴി ഞ്ഞെങ്കിൽ എന്ന ആഗ്രഹമായി അതുമാറി. ഞാൻ സായിയിലെ മാറ്റങ്ങൾ കൃത്യമായി മനസ്സിലാക്കുന്നുണ്ടായിരുന്നു. രാജ്യത്തിനു പുറത്തുപോയി ജോലി ചെയ്യാൻ ആഗ്രഹിക്കുന്ന പെൺകുട്ടിയെ ഭാവി വധുവായി ആശി ക്കാതിരുന്ന സായി തന്നെ ഒടുവിൽ ഒന്നു പുറത്തുപോയാലോ എന്നു ചിന്തിക്കാൻ തുടങ്ങി. അതിനുകാരണം ഉത്തരവാദിത്വമുള്ള ഒരച്ഛൻ സായി യിൽ ഉണർന്നിരിക്കുന്നു എന്നതാണെന്ന് ഞാൻ മനസ്സിലാക്കി. സ്മേര യുടെ ജന്മദിനമെല്ലാം ഞങ്ങൾ ചെക്കപധിലെ ആഷാനിവാസിലെ അനാ ഥക്കുട്ടികൾക്കൊപ്പമാണ് ആഘോഷിച്ചിരുന്നത്. ചെറുപ്രായത്തിൽ സ്മേരയും അത് ആസ്വദിച്ചു. പക്ഷേ, അവൾ വളരാൻ തുടങ്ങിയതോടെ ഒപ്പം പഠിക്കുന്ന കുട്ടികളുടെ വലിയ ജന്മദിന ആഘോഷവാർത്തകൾ കേട്ടുകേട്ട് തന്റെ ജന്മദിനവും ആ നിലയിൽ ആഘോഷിക്കണമെന്ന് അവൾ ശഠിച്ചു. പക്ഷേ, ഒരുദിവസം വയറുനിറയെ നല്ല ഭക്ഷണം കഴി ക്കാൻ അവസരം കിട്ടിയ കുഞ്ഞുങ്ങളുടെ മുഖത്തെ സന്തോഷം സ്മേരയെ കാട്ടിക്കൊടുത്ത് ഞാൻ അവളെ ഒന്നുമില്ലാത്ത പാവങ്ങളായ കുറെ ആളു കളും നമുക്ക് ചുറ്റുമുണ്ടെന്ന് ബോധ്യപ്പെടുത്തി. ഇന്നും സ്മേരയുടെ ജന്മ ദിനങ്ങൾ അഗതിമന്ദിരങ്ങളിലും അനാഥക്കുഞ്ഞുങ്ങൾക്കുമൊപ്പവുമാണ് ഞങ്ങൾ ആഘോഷിക്കുന്നത്.

2005 ൽ സായിക്ക് ഐ ബി എസിന്റെ തിരുവനന്തപുരം ബ്രാഞ്ചി ലേക്ക് നിയമനം കിട്ടി. മകളെ മലയാളം പഠിപ്പിക്കാൻ അതൊരു നല്ല അവസരമാണെന്ന് മനസ്സിലാക്കി ഞങ്ങൾ തിരുവനന്തപുരത്തേക്ക് ഷിഫ്ടു ചെയ്തു. ഞാൻ വീട്ടിലിരുന്നുകൊണ്ട് ടി വി എസിന്റെ ജോലികൾ ചെയ്തു. മൂന്നാഴ്ചകൊണ്ട് സ്മേര മലയാളം പഠിച്ച് പുസ്തകങ്ങൾ വായി ക്കാൻ തുടങ്ങി. അപ്പോഴേക്കും ഞാൻ കാനഡയിലേക്കു പോവാൻ എമി ഗ്രേഷൻ കിട്ടാൻ ശ്രമങ്ങൾ ആരംഭിച്ചിരുന്നു. 2006 ൽ പി ആർ സ്റ്റാറ്റസ് കിട്ടി. എമിഗ്രേഷൻ കനേഡിയൻ എക്സ്പീരിയൻസ് അത്യാവശ്യമായ തിനാൽ ഞാൻ മിസ്സിസ്സാഗയിലേക്ക് പറന്നു. പി ആർ ഉണ്ടെന്നല്ലാതെ ഒരു പരിചയക്കാരനോ ജോലി വാഗ്ദാനമോ ഒന്നും കാനഡയിലുണ്ടായി രുന്നില്ല. എത്തിച്ചേർന്നത് ഇന്ത്യൻ കമ്യൂണിറ്റി തിങ്ങിപ്പാർക്കുന്ന ഒരു അപ്പാർട്ട്മെന്റിലാണ്. അതിന്റെ ബേസ്മെന്റിലെ ഒരു കൊച്ചുമുറിയിലാ യിരുന്നു താമസം. വർഷങ്ങളായി നാട്ടിൽനിന്നും വലിയ സ്വപ്നങ്ങളു മായി ചേക്കേറിയ അന്തേവാസികളായിരുന്നു അധികവും. പക്ഷേ, അവ രിൽ രക്ഷപ്പെട്ടവർ വിരലിലെണ്ണാവുന്നവർ മാത്രം. ഏറെപ്പേരും കൂലിത്തൊ ഴിലാളികളായി കാനഡയിൽ ജീവിക്കുന്നവരാണ്. അവരെല്ലാവരും വാ

തുറന്നാൽ കനേഡിയൻ ജീവിതത്തെ ശപിച്ചുകൊണ്ടിരുന്നു.

നാട്ടിലെ മോഹിപ്പിക്കുന്ന ശമ്പളമുള്ള ജോലി കളഞ്ഞിട്ട് ഞാൻ വലിയ സ്വപ്നങ്ങളുമായി വിമാനം കയറിയതാണ്. സത്യത്തിൽ അമ്മ യുടെ ആഗ്രഹംപോലെ ഏഴുകടലും കടന്നുവന്ന് ഒരു വലിയ ജോലിയാ യിരുന്നു ലക്ഷ്യം. പക്ഷേ, കാര്യങ്ങൾ ഒടുവിൽ പുത്തരിയിൽ കല്ലുകടിച്ച തുപോലായി. ഓരോ ദിവസവും കടന്നുപോവാൻ പത്തിരുപതു ഡോള റെങ്കിലും അത്യാവശ്യമായിരുന്നു. അതുകൊണ്ട് എന്തെങ്കിലും ഒരുപണിക്കുവേണ്ടിയായി ശ്രമം. ഒടുവിൽ ഒരു ഇൻഷുറൻസ് ഏജന്റിന്റെ കാൾസെന്ററിൽ നാലു മണിക്കൂർ ജോലികിട്ടി. ഒരു മണിക്കൂറിന് ഏഴു ഡോളറായിരുന്നു പ്രതിഫലം. നാട്ടിൽ വെബ്മാസ്റ്ററും സോഫ്റ്റ് വെയർ കമ്പനികളുടെ ഫൗണ്ടർ മെമ്പറുമായിരുന്ന എനിക്ക് കനേഡിയൻ എക്സ്പീരിയൻസിന്റെ ഭാഗമായി ആദ്യം കിട്ടിയ ജോലി ഒരു കാൾസെന്റ റിൽ... വലിയ ജീവിത സ്വപ്നങ്ങൾ മുന്നിലുള്ളവരുടെ വഴികളിൽ ചെറിയ പ്രതിസന്ധികൾ സ്വാഭാവികമാണെന്ന് സായി വിളിച്ച് ആശ്വസിപ്പിച്ചു. സെപ്തംബറിലെ തണുപ്പുകാലമായിരുന്നു. വഴികളിൽ മുട്ടോളം മഞ്ഞ് പുതച്ചുകിടന്നു. പുതുച്ചുറങ്ങാൻ വിലകൂടിയ ഒരു സ്വെറ്റർ പോലുമില്ല. ആദ്യമായി മനസ്സൊന്നു തേങ്ങിയോ...!

പക്ഷേ, അമ്മയുടെ ആശ്വാസവാക്കുകൾ ചെവിയിലെത്തി. ഒരുപാട് കഴിവുകൾ ഉള്ള കുട്ടിയാണു നീ... നല്ല തോണിക്കാരൻ കാറ്റിന്റെ ഗതി അറിഞ്ഞിരിക്കണം. നീ ആ നാടിനെപ്പറ്റി പഠിക്കുമോളേ... അമ്മയുടെ വാക്കുകൾ ഒരു വെളിപാടായി എന്നെ പൊതിഞ്ഞു. കാനഡയെപ്പറ്റി പഠി ക്കാനായി പിന്നീടു ശ്രമം. മാന്യമായ ഏതു ജോലിയും സ്വീകരിക്കാനുള്ള ഒരു മനസ്സ് സജ്ജമാക്കി. കാനഡയ്ക്കുപറ്റിയ ഒരു നല്ല ബയോഡാറ്റാ തയ്യാറാക്കി കൈയിൽ വച്ചു. ഭാഷ പഠിക്കാൻ ഉത്സാഹിച്ചു. രണ്ടാംവട്ടത്തെ ടെസ്റ്റിൽ ഡ്രൈവിങ് ലൈസൻസ് സമ്പാദിച്ചു. ഇത്രയുമായപ്പോഴേക്കും ചെറിയൊരു സോഫ്റ്റ് വെയർ കമ്പനിയിൽ പത്തു ഡോളർ നിരക്കിൽ നാലുമണിക്കൂർ ജോലി കൂടി ഉറപ്പാക്കി. കാനഡ എന്നെ നിരാശപ്പെടു ത്തില്ലെന്ന് എനിക്കുറപ്പായി. ഓരോ ജോലി സ്ഥലങ്ങളിലും തമ്മിൽ കിലോ മീറ്ററോളം വ്യത്യാസമുണ്ടായിരുന്നു. അതുകൊണ്ട് ഭക്ഷണംപോലും കുറച്ച് കൈയിലുള്ളതെല്ലാം വിറ്റുപെറുക്കി ഒരുകാറ് സ്വന്തമാക്കി. നാലു മാസം കഴിഞ്ഞപ്പോൾ ടൊറാന്റോയിലെ റോയൽ ബാങ്ക് ഓഫ് കാനഡ ഇന്റർവ്യൂവിന് വിളിച്ചു. മാസം 1500 ഡോളർ ശമ്പളത്തിൽ ജോലികിട്ടി. കാനഡയിൽ എത്തി ആറുമാസത്തിനുള്ളിൽ എനിക്കുണ്ടായ നേട്ടം ഇന്ത്യൻ സമൂഹത്തെ അമ്പരപ്പിച്ചു. കാലങ്ങളായി കാനഡയിലെത്തി ഉത്ത രേന്ത്യക്കാരുടെയും തമിഴരുടെയും ജീവിതം ഇതിനകം ഞാൻ നന്നായി പഠിച്ചുകഴിഞ്ഞിരുന്നു. കാനഡയിലെത്തിയാൽ ഏതെങ്കിലും ഒരു തൊഴിൽ കിട്ടിയാൽ പന്ത്രണ്ടുമണിക്കൂറും ആ ജോലി മാത്രം ചെയ്യാൻ ശ്രമിക്കുന്ന വരാണ് ഏറിയ പങ്കും. അതുകൊണ്ട് കൂലിപ്പണി ചെയ്യുന്നവൻ എന്നും കൂലിക്കാരനായി സ്റ്റാമ്പു ചെയ്യപ്പെട്ടുന്നു. മറ്റൊരു ജോലി തിരക്കാനോ പഠിക്കാനോ അവന് സമയം കണ്ടെത്താൻ കഴിയുന്നില്ല..

ഞാൻ കാനഡയിലെത്തി ഒരു വർഷം ആയപ്പോഴേക്കും ഫസ്റ്റ് കനേ ഡിയൻ ടൈറ്റൽ എന്ന പ്രശസ്ത സോഫ്റ്റ് വെയർ കമ്പനിയുടെ വെബ് മാസ്റ്ററായി നിയമിതയായി. ശമ്പളം അറുപതിനായിരം ഡോളറായിരുന്നു. അമ്മയുടെ സ്വപ്നം എല്ലാ നിലയിലും സത്യമായിത്തീർന്നു. വൈകാതെ സായിയും മോളും കാനഡയിലെത്തി. മൂന്നരവർഷം ഞാൻ കാനഡയിൽ ഉയർന്ന പദവിയിൽ ജോലി ചെയ്തു. അപ്പോഴേക്കും സായിക്ക് അമേരി ക്കയിലെ ഐ ബി എസിന്റെ ജോർജ്ജിയയിലെ ഓഫീസിലേക്ക് സ്ഥലം മാറ്റം കിട്ടി. ഞങ്ങൾ കുടുംബസമേതം അമേരിക്കയിലേക്ക് ചേക്കേറി. ഞാൻ അറ്റ്ലാന്റയിൽ അമേരിക്കൻ ഗവൺമെന്റ് സർവ്വീസിൽ ജോലി യിൽ പ്രവേശിച്ചു. മകൾ സ്മേര അവിടെ ഒന്നാം വർഷ ബിരുദ വിദ്യാർത്ഥി നിയാണ്.

അമ്മയ്ക്ക് സീരിയസാണ് നാട്ടിലേക്കു പോകണം എന്നു പറഞ്ഞ പ്പോൾ അത്ഭുതപ്പെട്ട ഓഫീസ് അധികാരികളെ ഇന്നു ഞാൻ കാര്യങ്ങൾ കൺവിൻസ് ചെയ്തു കഴിഞ്ഞു. അമ്മയുടെ പരിചരണാർത്ഥം ആറുമാസം നാട്ടിൽ നിൽക്കാനുള്ള എന്റെ തീരുമാനം കമ്പനി തത്ത്വത്തിൽ അംഗീക രിച്ചു. തൃശൂരിലെ ബ്രഹ്മകുളം മീലേനിയം അപ്പാർട്ടുമെന്റിലിരുന്ന് അമേ രിക്കൻ കമ്പനിക്കുവേണ്ടി എനിക്കു ജോലി ചെയ്യാം. അമ്മയെ പരിച രിക്കാം. അമ്മയെ ഒരു ഓൾഡേജ് ഹോമിലാക്കിയാൽ പോരെ എന്നു ചോദിച്ച സഹപ്രവർത്തകരോട് ഞാൻ ക്ഷമിച്ചുകഴിഞ്ഞു. പക്ഷേ, തൃശൂ രിൽ അമ്മയെ ശുശ്രൂഷിക്കാനെത്തിയ ഹോം നേഴ്സ് അമ്മയ്ക്ക് പുതിയ ഡ്രസുകൾ വാങ്ങണമെന്ന് ഞാൻ പറഞ്ഞപ്പോൾ എന്നോട് ചോദിച്ചു. മരിക്കാറായ അമ്മയ്ക്കു വേണ്ടി എന്തിനാ സാറേ ഇത്രയും കാശുമുടക്കി ഡ്രസു വാങ്ങുന്നത്...? ആ ഹോം നേഴ്സിന്റെ വാക്കുകൾ എന്നെ പൊള്ളി ക്കുന്നു. അമ്മ ശയ്യാവലംബയാണ്. ബോധതലങ്ങളിൽ ഇടയ്ക്കു മാത്രമേ എന്നെ തിരിച്ചറിയുന്നുള്ളൂ. പക്ഷേ, ആ മാതൃഗർഭത്തിന്റെ മഹിമയിൽ നിന്നുമാണ് ഞാൻ ഉണ്ടായത്. എന്റെ വളർച്ചയ്ക്കായി പ്രാർത്ഥിച്ചതും എന്റെ തളർച്ചയിൽ താങ്ങായതും ഈ അമ്മയാണ്. എന്നിൽ ആത്മാഭി മാനവും ആത്മവിശ്വാസവും വളർത്തിയതും ആ അമ്മ തന്നെ. നിഴൽപോലെ എന്നെ പിന്തുടരുന്ന കാരുണ്യപൂരമാണ് എന്റെ അമ്മ... ശയ്യാവലംബയായ ആ അമ്മയ്ക്ക് പുതിയ ഡ്രസ് വാങ്ങുന്ന കാര്യത്തി ലാണ് ഹോം നേഴ്സിന് ആശങ്ക..

മക്കൾക്കുവേണ്ടി ജീവിതം മുഴുവൻ ഹോമിച്ച നമ്മുടെ അച്ഛനമ്മ മാരെ വാർദ്ധക്യത്തിൽ മരുന്നും ഭക്ഷണവും വെള്ളവും നിഷേധിച്ച് അവരെ ഓൾഡേജ് ഹോമുകളിലേക്ക് തള്ളാനുള്ള മനോഭാവം നമ്മൾ മലയാളികൾക്കിടയിലും ശക്തിപ്പെടുകയാണോ...? അങ്ങനെ ചോദിച്ച ഹോം നേഴ്സിനെ ഞാൻ പറഞ്ഞുവിട്ടില്ല. മൃതപ്രായയായ എന്റെ അമ്മയെ പരിചരിക്കുന്നതിനൊപ്പം സ്നേഹം നൽകി ആ ഹോം നേഴ്സിനെയും ഞാൻ പരിചരിക്കുന്നു. ഒരു മനസ്സിന്റെ മുരടിപ്പെങ്കിലും മാറ്റി അവരുടെ ഉൾക്കണ്ണുതുറപ്പിക്കാൻ എനിക്കായെങ്കിലോ...!

സ്വയം കണ്ടെത്തിയ ഒരാൾ

ജയപ്രകാശ് സി ബി

മണിക്കൂറിന് പതിനായിരങ്ങ
ളുടെ വിലയിടുന്ന മോട്ടിവേറ്റീവ്
സ്പീക്കർ ജയപ്രകാശിനെ ആദ്യം
കാണാൻ ശ്രമിച്ചത് കൊച്ചി മരടിലെ
ഇന്റർനാഷണൽ ഹോട്ടലിൽ വച്ചാ
യിരുന്നു. കേരളത്തിലെ കോർപ്പറേറ്റ്
സ്ഥാപന മേധാവികളുടെ ഒരു മീറ്റി
ങ്ങിൽ ക്ലാസ് നയിക്കുന്നതിനിടയി
ലായിരുന്നത്. കൊച്ചിയിലെ സി ഇ
ഒ മീറ്റിങ്. വൺഡേ പ്രോഗ്രാം ആയി
രുന്നതിനാൽ ഞങ്ങളുടെ കൂടി
ക്കാഴ്ച അടുത്ത ദിവസത്തേക്ക്
നീട്ടി. തൃശൂരിലെ വടക്കുംനാഥക്ഷേ
ത്രത്തിലെ സെമിനാർ ഹാളിൽവെച്ച്
കണ്ടുമുട്ടാം എന്നായിരുന്നു തീരുമാ
നം. സെമിനാർ ഹാളിന് പുറത്തു
നിന്ന ആളിനോട് ജയപ്രകാശിനെ തിരക്കിയപ്പോൾ കേട്ട മറുപടി അമ്പര
പ്പിക്കുന്നതായിരുന്നു. അദ്ദേഹം ആന പാപ്പാന്മാർക്ക് ക്ലാസ് എടുക്കുക
യാണ്. ഇന്ന് കാണാൻ കഴിയുമോ എന്നറിയില്ല..

കൊച്ചിയിലെ രാജ്യാന്തര ഹോട്ടലിൽ കോർപ്പറേറ്റ് സ്ഥാപനമേധാ
വികൾക്ക് ക്ലാസ് നയിച്ച ആൾ ഇരുപത്തിനാല് മണിക്കൂർ കഴിഞ്ഞപ്പോൾ
തൃശൂരിൽ ആന പാപ്പാന്മാർക്ക് ക്ലാസ് എടുക്കുന്നു. ആ അന്തരം കൗതു
കമായി തോന്നി. ജയപ്രകാശിന് പറയാനുള്ളത് അദ്ദേഹത്തിന്റെ വാക്കു
കളിലൂടെ തന്നെ നമുക്ക് കേൾക്കാം.

മണ്ണുത്തിക്കടുത്ത് കൊഴുക്കുള്ളി എന്ന സ്ഥലത്താണ് ഞാൻ ജനി ച്ചത്. അച്ഛൻ പി ഡബ്ല്യു ഡി ജീവനക്കാരനായിരുന്നു. ഞങ്ങൾ നാലു മക്കൾ. ഞാൻ മൂന്നാമനായിരുന്നു.

അച്ഛൻ ഒരു പ്രത്യേക സ്വഭാവക്കാരനായിരുന്നു. വർഷത്തിൽ രണ്ടോ മൂന്നോ മാസം കള്ളുകുടിക്കുന്ന പ്രകൃതക്കാരൻ. ആ കള്ളുകുടി വെറു തെയല്ല. അച്ഛന് മനസ്സിൽ എന്തെങ്കിലുമൊന്ന് തീരുമാനിച്ചു ഉറപ്പിക്കും. ചിലപ്പോൾ ഒരു കാളവണ്ടി വാങ്ങിക്കുക എന്ന ആഗ്രഹമാകും അച്ഛന്റെ ഉള്ളിൽ. ചിലപ്പോൾ പശുക്കളെ വാങ്ങിക്കുന്നതാകാം അല്ലെങ്കിൽ മറ്റെ ന്തെങ്കിലുമാകാം... ആ ആഗ്രഹം ഉള്ളിൽ തോന്നിക്കഴിഞ്ഞാൽ ആളിന്റെ മട്ടും ഭാവവും മാറും. വൈകുന്നേരം ഓഫീസ് കഴിഞ്ഞ് ഈ കാര്യങ്ങൾ നേടാനുള്ള ഓട്ടമാകും. പലരെ കണ്ടും ഇല്ലാത്ത കാശ് കടം വാങ്ങിയും രണ്ടു മൂന്ന് മാസങ്ങൾകൊണ്ട് ആ കാര്യം സാധിക്കും. ഈ സമയങ്ങ ളിൽ രാത്രികാലങ്ങളിൽ അച്ഛൻ വീട്ടിലേക്ക് വരുന്നത് ദൂരെനിന്നേ എനിക്ക് മനസ്സിലാകും. കാരണം കള്ളിന്റെ ലഹരിയിൽ വഴിയിൽ കാണുന്നവരോട് വലിയ ശബ്ദത്തിൽ സംസാരിച്ചും ചിലപ്പോൾ വഴക്കടിച്ചുമൊക്കെയാവും ആ മടക്കയാത്ര. അച്ഛൻ പറമ്പതിരിൽ വരുമ്പോഴേ എന്റെ ഹൃദയമിടിപ്പ് ഉച്ചാവസ്ഥയിലാകും. ആ ദിവസങ്ങളിൽ രാത്രി വീട്ടിൽ കലഹങ്ങൾ പതി വായിരിക്കും. പഠിക്കുന്ന ചേട്ടന്റെ നോട്ട് ബുക്കുവരെ അച്ഛൻ വലിച്ചുകീ റിക്കളയും. ഒന്നും മിണ്ടാതെ ചേട്ടൻ നിസ്സഹായനായി നില്ക്കും. ചേട്ടന്റെ ആ ക്ഷമ എന്നെ അതിശയിപ്പിച്ചു. പതുക്കെപ്പതുക്കെ ചേട്ടൻ എന്റെ മാതൃ കയായി മാറി...

വീട്ടിൽ പട്ടിണിയില്ലായിരുന്നു. പക്ഷേ, അച്ഛന്റെ കള്ളുകുടിക്കാലത്ത് മനഃസമാധാനം വീട്ടിൽ തീരെ ഉണ്ടായില്ല. കാളയോ, വണ്ടിയോ അത് നേടിക്കഴിഞ്ഞാൽ പിന്നെ അച്ഛൻ അടിമുടി മാറുകയായി. വാങ്ങിയ കടം വീട്ടുന്നതിനും വീട്ടുകാര്യങ്ങൾ നോക്കുന്നതിനും തികഞ്ഞ ശുഷ്കാന്തി. വായിച്ച് അറിയാത്ത ഒരു പുസ്തകം പോലെയായിരുന്നു എനിക്ക് അച്ഛൻ. വീട്ടിലെ കലഹങ്ങൾ പലപ്പോഴും പരീക്ഷാക്കാലത്ത് ആയിരുന്നതിനാൽ എന്റെ പരീക്ഷാഫലങ്ങൾ ഒന്നും തന്നെ മികവുള്ളതായിരുന്നില്ല. പൂച്ചട്ടി ഹൈസ്കൂളിൽനിന്നും പത്താംതരം കഷ്ടി പാസായി.

കേരളവർമ്മയിൽ പി ഡി സിക്ക് ചേരാൻവേണ്ട മാർക്ക് ഒന്നുമുണ്ടാ യില്ല. പക്ഷേ, അച്ഛന്റെയും ചേട്ടന്റെയും രാഷ്ട്രീയബന്ധങ്ങൾ വെച്ച് എനിക്ക് അവിടെ അഡ്മിഷൻ കിട്ടി. അപ്പോഴേക്കും ചേട്ടൻ ചെറിയ ചെറിയ കോൺട്രാക്ട് വർക്കുകൾ ഏറ്റെടുത്ത് ചെയ്യാൻ തുടങ്ങിയിരുന്നു. കൗമാരകാലത്ത് നിറമുള്ള ഓർമ്മകൾ ഒന്നുംതന്നെ ഉണ്ടായിരുന്നില്ല. നിര ന്തരം വന്നുചേരുന്ന രോഡപീഡകൾ. ഒരു രോഗം മാറുമ്പോൾ മറ്റൊന്ന്... പി ഡി സി ഭംഗിയായി തോറ്റു. അതോടെ എന്റെ പഠിപ്പിനെപ്പറ്റി ചേട്ടനു ണ്ടായിരുന്ന പ്രതീക്ഷകളൊക്കെ തീർന്നു. ഇനിയൊക്കെ നിന്റെയിഷ്ടം എന്ന നിലയ്ക്കായി കാര്യങ്ങൾ. പരീക്ഷ വീണ്ടുമെഴുതി പാസായി. കേര ളവർമ്മയിൽത്തന്നെ ഡിഗ്രിക്ക് ചേർന്നു. ആരെയും ആശ്രയിക്കാതെ പഠി

കണം എന്നായിരുന്നു വാശി. പക്ഷേ, സ്വന്തമായി എന്തെങ്കിലും ഒന്നു നേടാനുള്ള വഴികൾ മുന്നിലില്ല.

ചേട്ടൻ ഇട്ട് മടുത്ത് ഉപേക്ഷിക്കുന്ന ചെരുപ്പുകൾ തേച്ചു കഴുകി ഇട്ടു വലിയ പത്രാസുകാട്ടി ഞാൻ നടന്നു. ഷർട്ടുകളും അങ്ങനെതന്നെ. ചേട്ടന്റെ കല്യാണം കഴിഞ്ഞതോടെ ചേട്ടത്തിക്ക് അതൊക്കെ സങ്കടമായി. "നീയീ പഴയതൊക്കെ ഇട്ട് നടക്കണത് എനിക്ക് സങ്കടാ..." അതോടെ ആ ദാരിദ്ര്യവും ഇല്ലാതായി..

ഡിഗ്രിയുടെ റിസൾട്ട് വന്നപ്പോൾ ആദ്യം തോറ്റെങ്കിലും പിന്നീട് റീവാ ല്യുവേഷനിൽ പാസായി. അയ്യന്തോളിൽ സുഹൃത്ത് തുടങ്ങിയ കമ്പ്യൂ ട്ടർ സെന്ററിൽ സൗജന്യമായി പഠിപ്പിക്കാൻ പോയിത്തുടങ്ങി. എന്നും അമ്മ യുടെ കൈയിൽ നിന്നുമാണ് വണ്ടിക്കൂലി വാങ്ങിയിരുന്നത്. ഒരുദിവസം അമ്മ മുഖത്ത് നോക്കി പറഞ്ഞു. വാങ്ങിയാൽ മാത്രം പോരാ തിരിച്ചു കൊടുക്കാനും പഠിക്കണം. ആ വാക്കുകൾ തീരാത്ത വേദനയായി. രാത്രി യിൽ ആരും കാണാതെ ഇരുന്നു കരഞ്ഞു.

1994 ൽ ഒരു വിസിറ്റിങ് വിസയിൽ ദുബായിലേക്ക് പറന്നു. ഒരു ജോലി വേഗത്തിൽ ശരിയാക്കാം എന്നായിരുന്നു പ്രതീക്ഷ. പക്ഷേ, ഒന്നും നട ന്നില്ല. ഒടുവിൽ പരീക്ഷണാടിസ്ഥാനത്തിൽ ഒരു കമ്പ്യൂട്ടർ സെന്ററിൽ പഠിപ്പിക്കാൻ അവസരം കിട്ടി. പക്ഷേ, പഠിപ്പിക്കാൻ പറ്റും എന്ന് തെളിയി ക്കണം. രണ്ടും കല്പിച്ച് ആ പരീക്ഷണം ഏറ്റെടുത്തു. ആദ്യ വിദ്യാർത്ഥിനി ഒരു പാകിസ്ഥാൻകാരി പെൺകുട്ടിയായിരുന്നു. കോട്ടും സൂട്ടുമിട്ട ആ സുന്ദരി സിസ്റ്റത്തിന് മുന്നിൽ വന്നിരുന്ന്, സർ നൗ വി ക്യാൻ സ്റ്റാർട്ട് എന്ന് പറഞ്ഞു. അവൾ പ്രതീക്ഷയോടെ ക്ലാസ് തുടങ്ങാൻ കാത്തിരുന്നു. പഠിച്ച ഇംഗ്ലീഷ് വാക്കുകളെല്ലാം എന്റെ ഓർമ്മയിൽനിന്നും ഓടിയൊളിച്ചു. തൊണ്ട വരണ്ടു. ഞാൻ വിയർത്ത് കുളിച്ചു. നിലത്ത് വീണ് മരിച്ചുപോകു മെന്ന് തോന്നി. ആ സുന്ദരിക്കുമുന്നിൽ ഒരു വാക്കു പോലും സംസാരി ക്കാൻ കഴിയാതെ തരിച്ചിരുന്നു. കാര്യങ്ങൾ ഏതാണ്ട് ഊഹിക്കാൻ കഴിഞ്ഞ പെൺകുട്ടി എന്നെ കൈവിട്ടില്ല. അറിയാവുന്ന കാര്യങ്ങൾ സിസ്റ്റ ത്തിൽ ചെയ്തു കാണിക്കാൻ ആംഗ്യഭാഷയിൽ പറഞ്ഞു. ഡേറ്റാ എൻട്രിയും എം എസ് ഓഫീസുമൊക്കെ എനിക്ക് മനഃപാഠമായതിനാൽ പ്രാക്ടിക്കൽ ക്ലാസ് അവൾക്ക് ഇഷ്ടപ്പെട്ടു. നല്ല അദ്ധ്യാപകൻ എന്ന ആദ്യ ശിഷ്യയുടെ അഭിപ്രായത്തിൽ എനിക്ക് ദുബായിൽ ഒരു സ്ഥിരം ജോലി കിട്ടി. ഇൻസ്ട്രക്ടറും ട്രെയിനറുമായി ദുബായിൽ നാലുവർഷങ്ങൾ ചെല വിട്ടു.

ഇതിനിടയിൽ നാട്ടിൽ സഹോദരിയുടെ വിവാഹമൊക്കെ കഴിഞ്ഞു. അച്ഛൻ സർവീസിൽനിന്നും പിരിഞ്ഞു. ചേട്ടൻ പേരെടുത്ത കോൺട്രാ ക്ടറായി. വീട്ടിൽ എനിക്കായി വിവാഹാലോചനകൾ ധൃതിയിൽ നടന്നു. പക്ഷേ, ഒരുതരം ശൂന്യതാബോധം എന്നെ വിടാതെ പിടികൂടി. ജീവിത ത്തിൽ എങ്ങുമെങ്ങും എത്തിയില്ല എന്ന തോന്നൽ. ചെയ്യുന്ന ജോലിക ളിൽ പൂർണ്ണ തൃപ്തി വരുന്നില്ല. ആർക്കും പ്രയോജനപ്പെടാതെ പോകുന്ന

ഒരുജന്മമാണോ എന്റേത് എന്ന് മനസ്സാക്ഷി കുറ്റപ്പെടുത്തുന്നതുപോലെ.

ആ പ്രാവശ്യം നാട്ടിൽ വന്നപ്പോൾ വിവാഹം തീരുമാനിച്ചു. പുതു ക്കാട് സ്കൂൾ അദ്ധ്യാപിക ആയിരുന്ന സീമയായിരുന്നു പെൺകുട്ടി. വിവാ ഹശേഷം ഭാര്യയോടൊപ്പം ഗൾഫിൽ തിരിച്ചുചെല്ലുമ്പോൾ ഗൾഫ് മാന്ദ്യ ത്തിന്റെ ആദ്യ നാളുകളായിരുന്നു. ഗൾഫിലെ സാമ്പത്തിക മേഖലയാകെ അടിതെറ്റിയ കാലം. ജോലി ചെയ്യുന്ന ഓഫീസിലും അതിന്റെ പ്രതിഫല നങ്ങൾ കണ്ടു. സുഹൃത്തു കൂടിയായ മേലധികാരിക്ക് ആരെ ഒഴിവാക്കണം എന്നറിയില്ല. കടുത്ത സാമ്പത്തിക ഞെരുക്കത്തിലായ സുഹൃത്തിനെ സഹായിക്കാൻ ഞാൻ തന്നെ രാജിക്ക് തയ്യാറായി. വിശ്വസിച്ച് ഒന്നിച്ച് ജീവിക്കാൻ പുറപ്പെട്ട പെൺകുട്ടി ആശങ്കകൾ ഉള്ളിലൊതുക്കി. ഷാർജ യിൽ സ്വന്തമായി ഒരു കമ്പ്യൂട്ടർ കൺസൾട്ടൻസി ആരംഭിച്ചു. 10 ലക്ഷം രൂപയോളം ഇൻവെസ്റ്റ് ചെയ്തായിരുന്നു ആ സാഹസം. 1998 ൽ നമുക്ക് ചിന്തിക്കാവുന്നതിനപ്പുറമുള്ള ഒരു തുകയായിരുന്നു അത്. കാര്യങ്ങൾ പ്രതീക്ഷിച്ചതിലും നല്ല നിലയിൽ പുരോഗമിച്ചു.

കൺസൾട്ടൻസിയാണെങ്കിലും അനുബന്ധമായി നടത്തിവന്ന കമ്പ്യൂ ട്ടർ ക്ലാസുകളായിരുന്നു നല്ല വരുമാനം നേടിത്തന്നത്. പക്ഷേ, ആ സമയ ത്താണ് ഷാർജയിൽ പുതിയ വിദ്യാഭ്യാസ നിയമം പ്രാബല്യത്തിൽ വരു ന്നത്. കൺസൾട്ടൻസികൾ ക്ലാസുകൾ എടുക്കാൻ പാടില്ല വൈകാതെ സ്ഥാപനം അടച്ച് പൂട്ടി. ഭാര്യ ഗർഭിണിയായ സമയം കൂടി ആയിരുന്നത്. കാര്യങ്ങൾ ആകെ കുഴഞ്ഞു. പിടിച്ചു നില്ക്കാൻ പല ശ്രമങ്ങൾ നടത്തി യെങ്കിലും ഏറെ താമസിയാതെ ഗൾഫ് ഉപേക്ഷിച്ച് നാട്ടിലേക്ക് മടങ്ങേ ണ്ടിവന്നു. കടുത്ത നിരാശയോടെ...

നാട്ടിൽ കല്പക കോൺട്രാക്ടേഴ്സ് എന്ന പേരിൽ ചേട്ടന്റെ സ്ഥാപനം നല്ല നിലയിൽ പ്രവർത്തിക്കുന്ന സമയമായിരുന്നത്. കുറച്ചു കാലം ചേട്ടനോടൊപ്പം ജോലി ചെയ്തു.

ഇതിനിടയിൽ രണ്ട് പെൺമക്കൾ കൃഷ്ണജയും ആര്യജയും ജനിച്ചു. യാത്രകളും പുസ്തക വായനയുമായി ജീവിതത്തിന്റെ ഗതിവിഗതികൾ മാറി. ശിവ് ശേഖരപോലുള്ള ഇന്റർനാഷണൽ ട്രെയിനർമാരുമായുള്ള അടുപ്പം ജീവിതം തന്നെ മാറ്റിമറിച്ചു. ഒരു കടവിലും അടുക്കാത്ത വഞ്ചി പോലെ മുന്നോട്ടുപോയ ജീവിതത്തിന് ഒരു വഴി തെളിഞ്ഞുകിട്ടി. പരാജ യങ്ങളെ ഇല്ലാതാക്കുക എന്നതല്ല വിജയത്തിന്റെ അർത്ഥം. പരാജയ ത്തിലും ആത്യന്തികമായി ലക്ഷ്യത്തിലെത്തുക എന്നതാണ്.

2007 ൽ എടപ്പാളിലെ വിക്ടറി ഐ ടി സിയുടെ കൺസൺട്ടന്റായും പ്രിൻസിപ്പാളായും ജീവിതത്തിന്റെ മറ്റൊരു ഘട്ടം ആരംഭിച്ചു. ചുരുങ്ങിയ വർഷങ്ങൾ. അപ്പോളോ ടയേഴ്സും മലബാർ ഗോൾഡുമടക്കം നൂറ് കണ ക്കിന് വ്യവസായ സ്ഥാപനങ്ങളുടെ ബിസിനസ് കൺസൾട്ടന്റായി ജീവിതം ഗതി മാറി.

ഒരു മോട്ടിവേറ്റീവ് സ്പീക്കർ എന്ന നിലയിൽ രാജ്യത്തുടനീളം ക്ലാസു കൾ സംഘടിപ്പിച്ചു. ജെ സി ഐയുമായി ചേർന്നുള്ള സംരംഭങ്ങൾ കൂടു

തൽ ജനകീയ സംരംഭങ്ങളിലേക്ക് ഇറങ്ങിച്ചെല്ലാനുള്ള വഴികളായി മാറി. പല കാര്യങ്ങൾ ചെയ്യുന്നതിലല്ല ചെയ്യുന്ന കാര്യങ്ങളിൽ വ്യത്യസ്തത പുലർത്തുകയാണ് പ്രധാനം എന്ന മൂലതന്ത്രം വ്യവസായ സംരംഭകരി ലേക്കും തൊഴിലാളികളിലേക്കും പകരുകയായിരുന്നു ആദ്യ ലക്ഷ്യം.

അച്ഛൻ ചെയ്യുന്ന കാര്യങ്ങളിൽ വ്യത്യസ്തത പുലർത്താൻ ശ്രമിച്ച ആളായിരുന്നു. അച്ഛനെ അത് ആരെങ്കിലും പഠിപ്പിച്ചതായിരുന്നില്ല. പ്രായോഗിക പരിജ്ഞാനമായിരുന്നു അച്ഛന്റെ കൈമുതൽ. തിരിഞ്ഞുനോ ക്കുമ്പോൾ അച്ഛൻ ഒരു വലിയ ശരിയായിരുന്നു എന്ന് തോന്നുന്നു. 2005 ൽ ജെ സി ഐ ന്യൂ ജേസി ഓഫ് ദി ഇയർ അവാർഡ് എനിക്ക് സമ്മാനി ച്ചു. ഇന്ന് ജെ സി ഐ യുടെ ട്രെയിനറും മുന്നൂറ്റി അമ്പതോളം കോർപ്പ റേറ്റ് കമ്പനികളുടെ കൺസൾട്ടന്റായും ഞാൻ പ്രവർത്തിക്കുന്നു. നിരന്ത രമായ വീഴ്ചകൾ വിജയത്തിലേക്കുള്ള ഒരുതരം വഴിയൊരുക്കലാണ്. തൊടുന്നതെല്ലാം പരാജയപ്പെടുന്നു. എനിക്ക് ജീവിതം മടുത്തു എന്നു പറയുന്നവർ ഓർക്കുക. സ്വയം കണ്ടെത്തുകയാണ് പ്രധാന കാര്യം. അതിന് സമയമെടുക്കും.

വടക്കുംനാഥന്റെ മണ്ണിൽനിന്നും മടങ്ങിപ്പോരുമ്പോൾ ഒരു കാര്യം ബോധ്യപ്പെട്ടു. ജയപരാജയങ്ങളുടെ ഒരുത്സവമായിരുന്നു ജയപ്രകാശി ന്റേത്. സ്വയം കണ്ടെത്തുക എന്ന പരീക്ഷയിൽ അയാൾ വിജയിച്ചു. കൊട്ടാരം മുതൽ കുടിലുവരെ ഇറങ്ങിച്ചെല്ലാനുള്ള ആർജ്ജവം അദ്ദേഹം സമ്പാദിച്ചത് കയ്പും മധുരവും നിറഞ്ഞ സ്വജീവിതത്തിൽ നിന്നുമാണ്. പരാജയത്തെ പരാജയപ്പെടുത്തുക, ആ പരാജയം നമ്മെ പരാജയപ്പെ ടുത്തും മുമ്പ് എന്ന ആപ്തവാക്യം സ്വന്തം ജീവിതത്തിൽ പകർത്തിയ വ്യക്തിയാണ് ജയപ്രകാശ്.

കാട്ടുദൈവത്തെക്കണ്ട ക്യാമറക്കണ്ണുകൾ

റസീന നാസിർ

എന്റെ പേര് റസീന നാസിർ. കൂത്തുപറമ്പിനടുത്ത് മമ്പറം ആണ് സ്വദേശം. അബൂബക്കർ-കുഞ്ഞായി ദമ്പതിമാരുടെ ഏഴ് മക്കളിൽ ഏറ്റവും ഇളയ കുട്ടിയായിരുന്നു ഞാൻ. ബാപ്പയ്ക്ക് കുടകിൽ കച്ചവടമായിരു ന്നു. സ്കൂൾ പൂട്ടിന് ഉമ്മച്ചിക്കൊപ്പം കുടകിലേക്ക് പോകും. രസകരമായി രുന്നു ആ കാലം. പള്ളിക്കൂടം തുറ ന്നാൽ വിരൽ മടക്കി ഓരോ മാസവും എണ്ണിയെണ്ണി സ്കൂൾ പൂട്ടാനായി കാത്തിരിക്കും. ആദ്യമൊന്നും ഈ ഉത്സാഹം എന്തിനാണെന്ന് മനസ്സി ലായില്ല. പക്ഷേ, ബസിൽ മാക്കൂട്ട ത്തെയും കുട്ടയിലെയും പ്രകൃതി

ദൃശ്യങ്ങൾ കാണാൻ കണ്ണുചിമ്മാതെ ഉമ്മയുടെ മടിയിൽ എഴുന്നേറ്റ് നിൽക്കെ ഞാൻ മനസ്സിലാക്കി, കാട് എന്നെ വിളിക്കുകയാണ്.

വേനലിന്റെ എരിപൊരികഴിഞ്ഞ് ഇടമഴകളാൽ കാട് പച്ചപിടിക്കുന്ന സമയത്താണ് ഞാൻ പലപ്പോഴും കുടകിലെത്തിയിരുന്നത്. കാപ്പിപ്പൂക്കൾ മണക്കുന്ന നനവാർന്ന കാട്ടുവഴി യാത്രകൾ മോഹിപ്പിക്കുന്നതായിരുന്നു. അവധി ദിവസങ്ങളിൽ ബാപ്പയുടെ കൈയിൽ തൂങ്ങി ഉൾക്കാടുകളിലേക്ക് നടക്കും.

നാഗർഹോളേയും ഗോണിക്കുപ്പയും കുഞ്ഞുങ്ങൾക്ക് അമ്മവീടു

പോലെ കുട്ടിക്കാലത്തേ എനിക്ക് സുപരിചിതങ്ങളായി. മൺസൂണിന്റെ വരവറിയിച്ച് വേനൽമഴ കൊട്ടിക്കേറുന്ന വൈകുന്നേരങ്ങളിലാവും ഉമ്മ ച്ചിക്കൊപ്പമുള്ള മടക്കയാത്രകൾ. വലിയ സങ്കടത്തോടെ നനഞ്ഞ കാട്ടു പാതകളുടെ വിവിധ ദൃശ്യങ്ങൾ എക്സ്പോസ് ചെയ്ത് മനസ്സിൽ സൂക്ഷി ച്ചുവെക്കും. മമ്പറത്തെ മടുപ്പിക്കുന്ന സ്കൂൾ ദിനങ്ങളിൽ കണ്ണടച്ച് കിടന്ന് കാപ്പിപ്പൂക്കൾ മണക്കുന്ന കാടിനെ ഓർത്തെടുക്കും.

ഇക്കാലത്ത് മൂത്ത സഹോദരൻ ജലീൽ ഗൾഫിൽ ജോലി ചെയ്യുക യായിരുന്നു. നാട്ടിൽ വന്നപ്പോൾ ഇക്ക സോണിയുടെ ഒരു ഹാൻഡി കാം ക്യാമറ കൊണ്ടുവന്നു. അടുത്ത വെക്കേഷൻ യാത്രയിൽ എനിക്കൊപ്പം ക്യാമറയും ഉണ്ടായിരുന്നു. തോന്നുമ്പോഴൊക്കെ കാടു കാണാൻ കുട കിനെ ഞാൻ ക്യാമറയിലാക്കി.

പത്താംക്ലാസ് കഴിഞ്ഞ് പയ്യന്നൂർ റസിഡൻഷ്യൽ പോളിടെക്നിക്കിൽ ചേർന്നു. നാഷണൽ സർവ്വീസ് സ്കീമിന്റെ പ്രവർത്തകയായതോടെ ആറ ളത്തും മറ്റും നടന്ന നേച്ചർ ക്യാമ്പുകളിൽ പങ്കെടുക്കാൻ അവസരം കിട്ടി. കാടിനെ അറിയാനും പഠിക്കാനും കിട്ടിയ അവസരങ്ങളായിരുന്നു അതൊ ക്കെ. ക്യാമ്പ് കഴിഞ്ഞ് കാട്ടിൽനിന്ന് മടങ്ങുമ്പോൾ വീണ്ടും മനസ്സ് കര ഞ്ഞു. തുഷാരഗിരിയിൽ വെള്ളച്ചാട്ടം കാണാനും കാമ്പസ് കാലത്ത് പല അവസരങ്ങൾ വീണ് കിട്ടി. നാല് ചാട്ടങ്ങളാണ് അവിടെയുള്ളത്. പുലർച്ചെ മലകയറ്റം തുടങ്ങിയാൽ നാലാമത്തെ ചാട്ടത്തിലെത്തുമ്പോൾ ഉച്ചയാകും. ക്ഷീണവും മടുപ്പുമില്ലാത്ത ആ യാത്രകൾ കാടുകയറാനുള്ള എന്റെ ആഗ്ര ഹത്തിന് വേഗത കൂട്ടി.

പ്രകൃതിദൃശ്യങ്ങളുടെ വശ്യതകൾക്കപ്പുറം ശലഭങ്ങളും പക്ഷികളും ജന്തുക്കളുമൊക്കെ എന്റെ കാഴ്ചയിൽ വൈവിധ്യമുള്ള അനുഭവങ്ങളാ കുന്നത് ആ യാത്രകളിലാണ്. പതുക്കെപ്പതുക്കെ എന്റെ ക്യാമറക്കണ്ണു കൾ പ്രകൃതിയിൽനിന്നും ജീവജാലങ്ങളിലേക്ക് ഇറങ്ങിവന്നു. അജ്ഞാ തമായ ഒരു മാനസിക ഐക്യത്തോടെ കാടും കാട്ടുജീവികളുമായി ഒരു ഹൃദയബന്ധം ഉടലെടുത്തു.

1995 ൽ ഡിപ്ലോമ കോഴ്സ് പൂർത്തിയായി. ഈ സമയത്ത് എന്റെ കാട്ടുയാത്രകളെപ്പറ്റി വ്യത്യസ്തങ്ങളായ അഭിപ്രായങ്ങൾ വീട്ടിലും നാട്ടിലും ഉണ്ടായിക്കൊണ്ടിരുന്നു. ഒരു മുസ്ലീം കുടുംബത്തിലെ പെൺകു ട്ടിയായിരുന്നെങ്കിലും പുരോഗമനപരമായ കാഴ്ചപ്പാടുകൾ വച്ചു പുലർത്തി യിരുന്ന കുടുംബമായിരുന്നു ഞങ്ങളുടേത്. എന്റെ ഹൃദയത്തിലെ അള്ളാ സമഭാവനയും സഹജീവികളോട് സ്നേഹവും പുലർത്തുന്ന ഒരു ഊർജ്ജ പ്രവാഹമായിരുന്നു. അത് മനുഷ്യനിലും സകല ചരാചരങ്ങളിലുമായി നിറഞ്ഞുകിടക്കുകയാണെന്നും ഞാൻ വിശ്വസിച്ചു.

ഓത്തും നിസ്കാരവും ശ്രദ്ധിക്കാതെ പെണ്ണിനെ കാടുകേറി നടക്കാൻ വിട്ടവരെപ്പറ്റി വീട്ടിൽ വിമർശനങ്ങൾ ഉണ്ടായി. ഓളൊരു പെൺകുട്ടിയല്ലേ കാടുകേറി നടന്നാപ്പറ്റില്ല എന്ന മട്ടിൽ ശാസനകൾ ബലപ്പെട്ടു.

ഭാഗ്യത്തിന് ഈ അവസരത്തിൽ മട്ടന്നൂർ പോളിടെക്നിക്കിൽ കരാർ

അടിസ്ഥാനത്തിൽ പഠിപ്പിക്കാൻ അവസരം കിട്ടി. വിമർശനങ്ങളുടെ നാവ് അടപ്പിക്കാൻ ഒരു താല്ക്കാലിക വഴിയായിരുന്നു അദ്ധ്യാപനം. പഠിപ്പി ക്കൽ ഉഷാറായതോടെ ഒഴിവുസമയങ്ങൾ കുറഞ്ഞു. കാടുതേടിയുള്ള യാത്രകൾ സ്വപ്നംപോലെ ഓർമ്മകളിൽ മാത്രം ഒതുങ്ങി. ഇതിനിടെ ഐ ഐ ടി ലേക്ക് ജോലി മാറി. വീണ്ടും കാമ്പസുമായി ഒതുങ്ങിപ്പോയ ദിന ങ്ങൾ. ഈ തക്കത്തിന് വീട്ടുകാർ കല്യാണവും നിശ്ചയിച്ചു. വ്യക്തിഗത മായി പെൺകുട്ടികൾ സ്വപ്നം കാണാൻ പാടില്ല എന്ന് അലിഖിതമായ ഒരു നിയമം എന്റെ കാര്യത്തിലും അടിച്ചേല്പിച്ചിരുന്നു എന്ന് എനിക്ക് തോന്നി. പക്ഷേ, സർവ്വശക്തനായ അള്ളാഹു രക്ഷകനാണെന്ന് എന്നെ വീണ്ടും വീണ്ടും ബോദ്ധ്യപ്പെടുത്തിയ ഒന്നായിരുന്നു എന്റെ നിക്കാഹ്. പഞ്ചായത്ത് ജീവനക്കാരനായിരുന്ന മട്ടന്നൂർകാരൻ നാസിർ ആയിരുന്നു വരൻ. അദ്ദേഹം പുരോഗമന ആശയക്കാരനായിരുന്നു. നാസിർ യാത്ര കൾ ഇഷ്ടപ്പെട്ടു. ആ യാത്രകളിലൂടെ ഞാനും വീണ്ടും കാപ്പിപ്പൂക്കൾ മണ ക്കുന്ന നനഞ്ഞ കാടുകളിലേക്കും പ്രകൃതിയുടെ തുറസ്സുകളിലേക്കും ഇറ ങ്ങിച്ചെന്നു. കാട്ടുപൂക്കളുടെ ചിത്രം വരച്ച് അദ്ദേഹത്തെ അമ്പരപ്പിച്ചു. ഫോട്ടോഗ്രാഫിയോടുള്ള എന്റെ അഭിനിവേശം നാസിർ തിരിച്ചറിഞ്ഞു. അതിനെ പ്രോത്സാഹിപ്പിക്കാൻ അദ്ദേഹം ഒപ്പം നിന്നു. സർവ്വീസിൽ നിന്നും ലീവെടുത്ത് അദ്ദേഹം വിദേശത്ത് പോയി. ആദ്യ സമ്മാനമായി അദ്ദേഹം എനിക്കൊരു ഡിജിറ്റൽ ക്യാമറ വാങ്ങിത്തന്നു. അപ്പോഴേക്കും ഞങ്ങൾക്ക് രണ്ടു കുട്ടികളുണ്ടായിരുന്നു. അനൻ സാനന്ദും അമയ നാസും.

വൈകാതെ എനിക്ക് വില്ലേജ് എക്സ്റ്റൻഷൻ ഓഫീസറായി നിയ മനം കിട്ടി. കൂത്തുപറമ്പ് ഓഫീസിലെ കണ്ണവം ഫോറസ്റ്റ് പരിധിയിലെ ട്രൈബൽ കോളനിയായിരുന്നു പ്രവർത്തനമേഖല. സർവ്വവിധ അധികാ രങ്ങളോടുംകൂടി കാട്ടിലേക്ക് ഒരു പുനർപ്രവേശനത്തിന് ആരോ അനു മതി നല്കിയതുപോലെ എനിക്കു തോന്നി. കാട്ടുപൂക്കൾ തേടി പലപ്പോഴും ഉഗ്രവിഷമുള്ള പാമ്പുകൾക്ക് മുന്നിൽ ചെന്നുചാടി. മക്കളെയും കൂട്ടി കാട്ടി ലേക്കുള്ള എന്റെ യാത്രകൾ അദ്ദേഹത്തെ പേടിപ്പിച്ചു. ഡിജിറ്റൽ ക്യാമറ യുടെ പരിധികൾ മനസ്സിലാക്കിയതിനാലാവാം ടെലി ലെൻസുകളുമുള്ള ഒരു ക്യാമറ കൂടി അദ്ദേഹം വാങ്ങിത്തന്നു. ഒരുവട്ടം കൂടി ആറളത്തേക്കു പോകുവാൻ അവസരം ഉണ്ടായി. ഇത്തവണ ബട്ടർഫ്ളൈ ക്യാമ്പിൽ പങ്കെ ടുക്കാനായിരുന്നു ഭാഗ്യം കിട്ടിയത്. മക്കളുമൊത്ത് ക്യാമ്പിൽ പങ്കെടുത്തു. മൈഗ്രേഷൻ കാലത്തെ ശലഭങ്ങളുടെ കൂട്ടപ്പലായനം എനിക്ക് പുതിയ ഒരു അനുഭവമായിരുന്നു. കാടും കാട്ടറിവുകളും നാട്ടറിവുകളുമായി പൊതുസമൂഹത്തിന് മുന്നിൽ വയ്ക്കേണ്ട കാലമായി എന്നെനിക്ക് തോന്നി ത്തുടങ്ങി.

ഇതിനിടയിൽ അദ്ദേഹത്തിന് കണ്ണൂർ ചട്ടവത്ത് സ്കൂളിൽ അദ്ധ്യാ പകനായി നിയമനം ലഭിച്ചു. അതോടെ കാട്ടിലേക്കുള്ള ഞങ്ങളുടെ യാത്ര കൾ കുടുംബസമേതമായി. കാട്ടിന്റെ അഭൗമഭംഗി പകർത്താൻ ഞാനൊരു 60 ഡി ക്യാമറ സ്വന്തമാക്കി. ചില ദേശീയ പത്രങ്ങളിലൊക്കെ കേരളത്തി

ലെയും കർണ്ണാടകത്തിലെയും റസീന എന്ന പെൺകുട്ടിയെക്കുറിച്ച് ലേഖ
നങ്ങൾ എഴുതിവന്നു. വനസംരക്ഷണത്തിനും പരിസ്ഥിതിയുടെ സന്തു
ലിതാവസ്ഥ സംരക്ഷിക്കുവാനും ഒരു പെണ്ണ് നടത്തുന്ന പരിശ്രമങ്ങൾ
മലയാളികൾ കുറച്ചെങ്കിലുമൊക്കെ അറിയുന്നത് അപ്പോഴാണ്.

പക്ഷേ, ഒരു വൈൽഡ് ലൈഫ് ഫോട്ടോഗ്രാഫർ എന്ന നിലയിൽ
വേറിട്ടൊരു ക്ലിക്ക് അതുവരെ എന്റെ ക്യാമറയിൽ നിന്നുമുണ്ടായില്ല എന്ന്
ഞാൻ അപ്പോഴും വിശ്വസിച്ചു. 2012 ൽ ഓഫീസ് സുഹൃത്തുക്കളുമായി
തോൽപ്പെട്ടിയിലേക്കുള്ള ഒരു യാത്രയ്ക്കിടയിൽ അത് സംഭവിച്ചു. കാടും
റോഡും തമ്മിൽ വേർതിരിവുകളില്ലായിരുന്ന ഒരു സ്ഥലത്തുകൂടി ജീപ്പ്
ചാഞ്ഞും ചരിഞ്ഞും സഞ്ചരിക്കുകയായിരുന്നു. കാട്ടുചില്ലകൾ വലിച്ചൊ
ടിച്ച് വഴിതെളിച്ച് മുന്നിലേക്ക് വരുന്ന കാട്ടുകൊമ്പൻ. നൂറ് മീറ്റർ ദൂരം.
ഹൃദയത്തിലേക്ക് രക്തം പമ്പു ചെയ്യുന്നതിന്റെ വേഗം നാലിരട്ടിയായി 60
ഡിഗ്രിയുമായി ഞാൻ ചാടിയിറങ്ങി. സുഹൃത്തുക്കൾ എന്നെ അടക്കം
പിടിച്ച് വെച്ചു. പോകരുത്. തടസ്സങ്ങൾ കുടഞ്ഞെറിഞ്ഞ് ഞാൻ ഫോക്കസ്
ചെയ്തു. കാട്ടാന എന്നെ വിളിക്കുകയായിരുന്നു. 24/105 ലെൻസ് എത്ര
വട്ടം കണ്ണുതുറക്കുകയും അടയ്ക്കുകയും ചെയ്തു എന്ന് നിശ്ചയമില്ല.
ഒരാവേശക്കുത്തൊഴുക്കിൽ വൈൽഡ് ലൈഫ് ഫോട്ടോഗ്രാഫറുടെ ജീവി
തത്തിലെ ഏറ്റവും ധന്യമായ നിമിഷംതന്നെ. ഞാൻ അത് ആഘോഷിച്ചു.
കാട്ടാന വിവിധ പോസുകൾ നല്കി എന്നെ ത്രസിപ്പിച്ചു. എന്റെ അഹ
ങ്കാരം അതിരു കടന്നുവോ...? അവനൊന്നലറി. സുഹൃത്തുക്കൾ കൂട്ടക്കര
ച്ചിലായി. ഡ്രൈവർ ഹെഡ്ലൈറ്റിട്ട് വണ്ടി എടുത്തതും ഞാൻ ചാടിക്കയ
റിയതുമൊക്കെ ഒരുമിച്ച് കഴിഞ്ഞു. ജീപ്പിനു പിന്നാലെ അവൻ കൊമ്പു
കുലുക്കി വരുമ്പോൾ ഞാൻ ആർത്തിയോടെ നന്ദിയോടെ ഭയമൊട്ടുമി
ല്ലാതെ ജീപ്പിനു പിന്നിലിരുന്നു. നിറകണ്ണുകളോടെ.. ബന്തിപ്പൂരിൽ
പിഗ്മാർക്ക് കണ്ട് (കടുവയുടെ കാല്പാട്) ഏറെദൂരം പിന്തുടർന്നെങ്കിലും
നിരാശപ്പെടേണ്ടിവന്നു.

എന്നെ ത്രസിപ്പിച്ച മറ്റൊരു ക്ലിക്ക് മൂന്നാറിലെ പശ്ചിമഘട്ടത്തിലാ
യിരുന്നു. ഒരു വിരുന്നുപോലെ ക്യാമറക്കണ്ണുകളിലേക്ക് പറന്നുവന്ന വഴി
കുലുക്കി പക്ഷി (Grey Wag Tail) ചാരനിറത്തിലുള്ള പുറവും പച്ചച്ചായ
മുള്ള മഞ്ഞശ്രേണിയുമാണ് ആദ്യം കണ്ണിൽപ്പെട്ടത്. ഹിമാലയത്തിന് വട
ക്കുനിന്നും സെപ്തംബരോടെ കേരളത്തിലെത്തി ഏപ്രിലിൽ മടങ്ങുന്ന
ദേശാടനക്കാരിയാണ് ക്യാമറയ്ക്കു മുന്നിലെന്ന് ഉറപ്പുവരുത്താൻ നിമി
ഷങ്ങൾ വേണ്ടിവന്നു. വാലിൽ നടുക്കുള്ള ആറു തൂവലുകൾ മാത്രം
കറുപ്പും മറ്റുള്ളവ വെള്ളയുമായിരിക്കും വഴികുലുക്കിയെ തിരിച്ചറിയാ
നുള്ള ഒരടയാളവും ഇതുതന്നെയാണ്. പിന്നീട് സോഷ്യൽ മീഡിയാക
ളിൽ ഫോട്ടോഗ്രാഫർ എന്ന നിലയിൽ ഏറ്റവും കൂടുതൽ സ്വീകാര്യത
കിട്ടിയ ചിത്രവും ഗ്രേ വാഗ് ട്രയിലിന്റേതിനു തന്നെ.

ഫോറസ്റ്റ് ഡിപ്പാർട്ടുമെന്റിന്റെ നേതൃത്വത്തിൽ ഇന്ന് എന്റെ ചിത്ര
ങ്ങൾ സംസ്ഥാനത്തിന്റെ വിവിധ ഭാഗങ്ങളിൽ പ്രദർശിപ്പിക്കുന്നുണ്ട്.

പുതിയ തലമുറയിൽ കാടിനോടും കാട്ടുജീവികളോടും കരുണയും സഹാ
നുഭൂതിയും ഉണ്ടാക്കുകയാണ് ഇതിന്റെ ഉദ്ദേശ്യം തന്നെ.

തിരുനെല്ലിയിലെ കത്തിയ കാടും ബന്തിപ്പൂരിലെ കത്തിച്ചാമ്പലായ
സഹജീവികളുടെ ചാരം മണക്കുന്ന ആനയുടെ ചിത്രവുമൊക്കെ അടുത്ത
കാലത്ത് ഏറെ ചർച്ച ചെയ്യപ്പെട്ടവയാണ്.

നമ്മുടെ വന്യജീവികൾ വംശനാശം നേരിടുകയാണ്. നമ്മൾ മനു
ഷ്യരാണ്. അവരുടെ കുലംകുത്തികൾ കണ്ണൂരിലെ മുരേണ്ടിക്കടവും
എറണാകുളത്തെ കടമക്കുടിയും പ്രഖ്യാപനം കാക്കുന്ന രണ്ടു പക്ഷിസ
ങ്കേതങ്ങളാണ്. കർണ്ണാടകയിലെ രംഗണം തിട്ടയിൽനിന്ന് ഇവിടേക്ക് പക്ഷി
കൾ വരുന്നു. പക്ഷേ, നമ്മുടെ ഇടപെടലുകളും തണ്ണീർത്തടങ്ങൾക്ക് നടു
വിലൂടെയുള്ള വഴിവെട്ടലും ആ പക്ഷി സമ്പത്തിനെ നശിപ്പിക്കുന്നു. അതു
പോലെ പശ്ചിമഘട്ടത്തിന്റെ നാശം വന്യജീവി വർഗ്ഗത്തിന്റെ വംശഹത്യ
യുടെ അടിക്കല്ലായി മാറും.

വരേണ്ടത് പ്രകൃതി നമ്മുടെ ദൈവമായി മാറുന്ന ഒരു കാലമാണ്.
അതാണ് നാം അറിയേണ്ട പരമമായ സത്യം. പ്രകൃതിയുടെ നിരന്തര
ചൂഷണവും അസന്തുലിതാവസ്ഥയും വലിയ പ്രകൃതി ദുരന്തങ്ങളിലേ
ക്കാവും നമ്മെ നയിക്കുക.

ഒടുവിൽ കാടുകളത്രയും നാടായി മാറുമ്പോൾ നമ്മുടെ ഹൃദയങ്ങൾ
ദൈവങ്ങൾ ഇറങ്ങിപ്പോയ കാടുകളായി മാറും. കുട്ടിക്കാലത്തേ കാടിനോട്
എനിക്ക് തോന്നിയ അഭിനിവേശം കെടാതെ സൂക്ഷിക്കാൻ എന്നെ സഹാ
യിച്ചത് ഭർത്താവും കേരളത്തിലെ മാധ്യമങ്ങളുമാണ്.

നാം എന്തായിത്തീരണമെന്ന അന്തിമവിധി നമ്മുടേത് തന്നെയാണ്.
സമുദായവും സമൂഹവും വ്യക്തികളെ പലപ്പോഴും ചങ്ങലയ്ക്കിടാൻ ശ്രമി
ച്ചേക്കാം. പക്ഷേ, പ്രകൃതിയെ ദൈവമായി നമ്മുടെ ഹൃദയങ്ങളിൽ സചേ
തനമായി നിലനിർത്താൻ ശ്രമിക്കുന്നവർക്ക് നേരിന്റെ വഴി തുറന്നു കിട്ടാ
തിരിക്കില്ല. ആകാശം ഇടിഞ്ഞുവീഴുമെന്ന് പേടിച്ച് കാലുകൾ മേലോട്ടാക്കി
കിടക്കുന്ന ആകാശംതാങ്ങി പക്ഷികളുടെ കഥ ഒരുസങ്കല്പമാണെന്ന്
ഇന്നു നമുക്കറിയാം. ഒരു പെണ്ണ് വന്യജീവി ഫോട്ടോഗ്രാഫർ ആയാൽ
ആകാശം ഇടിഞ്ഞുവീഴില്ല. അമ്മയുടെ മടിത്തട്ടുപോലെ നമ്മുടെ അഭയ
സ്ഥാനമാണ് കാടുകൾ. ഈ അവബോധം കുട്ടികളിൽ സൃഷ്ടിക്കാനുള്ള
പരിശ്രമമാണ് എന്റെ ദൗത്യം. സ്കൂളുകൾ തോറും ഞാൻ കയറിയിറ
ങ്ങുന്നു. സംസ്ഥാനത്ത് പലയിടത്തുമായി ഞാൻ നടത്തിയ ബോധവല്ക്ക
രണ ക്ലാസുകളിൽ പ്രകൃതിയാണ് നമ്മുടെ ദൈവം എന്ന് മനസ്സിലാക്കു
ന്നവരുടെ ഒരു കൂട്ടായ്മ ശക്തിപ്പെടുന്നുണ്ട്. വലിയ സ്വപ്നങ്ങൾ കാണു
ന്നവരുടെ പ്രവൃത്തികൾ കാലം അർത്ഥപൂർണ്ണമാക്കുമെന്നാണ് എന്റെ
എളിയ വിശ്വാസം.

താളം തെറ്റിയവരുടെ താങ്ങുമരം

ഫാദർ ആന്റണി

എന്റെ പേർ ഫാദർ ആന്റണി മണ്ണാറകുളം. മണ്ണാറകുളം എന്റെ കുടുംബപ്പേരാണ്. മണിമലയ്ക്ക് അടുത്താണ് സ്വദേശം. എന്റെ അപ്പ നമ്മമാരായ തോമസ്- മറിയാമ്മ ദമ്പതികളുടെ അഞ്ച് മക്കളിൽ ഇള യവൻ. ഒരു സമ്പന്ന കർഷക കുടും ബമായിരുന്നു ഞങ്ങളുടേത്. അടി യുറച്ച ക്രൈസ്തവ കുടുംബം. അൾത്താര ബാലനായും പള്ളി യോട് ചേർന്നുള്ള പ്രവർത്തന ങ്ങളും ആദ്യകാലം മുതൽ ഉണ്ടാ യിരുന്നു. ചങ്ങനാശ്ശേരി എസ് ബി കോളേജിൽ ബിരുദപഠനത്തിന് ശേഷം 1959 ൽ ഞാൻ പാറയിൽ സെമിനാരിയിൽ ചേർന്നു. എന്റെ വൈദികവൃത്തി ആരംഭിക്കുന്നത്
കാഞ്ഞിരപ്പള്ളി കപ്പാട് പള്ളിയിൽ നിന്നുമാണ്.

1975 ൽ റോമിലെ ഗ്രിഗോറിയൻ യൂണിവേഴ്സിറ്റിയിൽനിന്നും ദൈവ ശാസ്ത്രത്തിൽ ഡോക്ടറേറ്റ് നേടി. ദീർഘകാലം വടവാതൂർ സെമിനാരി യിൽ സൈക്കോളജി പ്രൊഫസറായി സേവനം അനുഷ്ഠിച്ചു.

റോമിലെ പഠനകാലത്താണ് മൂത്ത ജ്യേഷ്ഠൻ ഹൃദ്രോഗംമൂലം മരി ക്കുന്നത്. ഇടുക്കിയിൽ മൂത്ത ജ്യേഷ്ഠനും മൂന്നാമത്തെ ജ്യേഷ്ഠനും അടു

അടുത്താണ് താമസിച്ചിരുന്നത്. ഇരുവരും വലിയ സുഹൃത്തുക്കളായി രുന്നു. ജ്യേഷ്ഠന്റെ മരണം മൂന്നാമത്തെ ചേട്ടന് വലിയ ഷോക്കായി. ആൾ കടുത്ത മാനസിക സമ്മർദ്ദത്തിലായി. ശരിയായ ചികിത്സ കിട്ടാത്തതി നാൽ ചേട്ടന്റെ രോഗം വഷളായ വിവരം ഞാൻ അറിഞ്ഞു. മനസ്സ് വല്ലാതെ വേദനിച്ചു. അടുത്ത ദിവസം സെന്റ് പീറ്റേഴ്സ് സ്ക്വയറിൽ വെച്ച് ഞാൻ മദർ തെരേസയെ കണ്ടു. അമ്മയോട് മനസ്സിന്റെ സങ്കടങ്ങൾ പറയണ മെന്ന് ആഗ്രഹിച്ചു. പക്ഷേ, മദറിനെ അടുത്ത് കാണുവാൻ അന്ന് അവ സരം കിട്ടിയില്ല. അടുത്ത ദിവസത്തെ പ്രഭാത കുർബ്ബാന ഞാനാണ് നട ത്തിയത്. അന്ന് കുർബ്ബാന കൈക്കൊള്ളാൻ അമ്മയും എത്തിയിരുന്നു. പള്ളിച്ചടങ്ങുകൾ കഴിഞ്ഞ് അമ്മയുമായി ചേട്ടന്റെ കാര്യങ്ങൾ സംസാ രിച്ചു. ദൈവത്തിൽ വിശ്വസിച്ച് പ്രാർത്ഥിക്കാനായിരുന്നു മറുപടി.

1977 ൽ ഞാൻ നാട്ടിൽ മടങ്ങിയെത്തുമ്പോൾ ചേട്ടൻ ഒരു മനോരോ ഗിയായി മാറിക്കഴിഞ്ഞിരുന്നു. എന്നെ കണ്ടിട്ട് മനസ്സിലായില്ല. എല്ലാ നില യിലും ഒരു സംശയരോഗിയുടെ ലക്ഷണങ്ങൾ പ്രകടമായി കണ്ടു. ഒരു പാട് വേദനകൾക്കിടയിലും ചേട്ടനോട് ഏറെ സ്നേഹത്തിൽ ഇടപെടുന്ന ചേട്ടത്തി എന്റെ അകക്കണ്ണ് തുറപ്പിച്ചു. മനോരോഗികളെ സ്നേഹംകൊണ്ട് ചികിത്സിക്കേണ്ടതെന്ന പ്രാഥമിക പഠനം ഞാൻ മനസ്സിലാക്കി.

തൊടുപുഴയ്ക്കടുത്തുള്ള ഒരു മനോരോഗാശുപത്രിയിൽ ചേട്ടനെ ഞാൻ അഡ്മിറ്റ് ചെയ്തു. ഞാൻ പറഞ്ഞ വാക്കുകൾ ചേട്ടത്തിയോട് ഞാൻ ആവർത്തിച്ചു. വിശ്വസിച്ച് പ്രാർത്ഥിക്കുക.... ചികിത്സയിൽ കാര്യ മായ പുരോഗതി ഉണ്ടായില്ല. മൂന്നു മാസത്തോളമായി. ഒരു ദിവസം ചേട്ടനെ കാണാൻ ആശുപത്രിയിലെത്തിയപ്പോൾ എന്നെ അത്ഭുതപ്പെടു ത്തിക്കൊണ്ട് ചേട്ടൻ വളരെ നോർമലായി സംസാരിക്കുന്നു.

ഇന്നലെ ഒരു സിസ്റ്റർ വന്നിരുന്നു. എന്റെ തലയിൽ കൈവെച്ച് ഏറെ നേരം പ്രാർത്ഥിച്ചു. എന്ന് ചേട്ടൻ പറഞ്ഞു: "ഏത് സിസ്റ്റർ എന്ന് ഞാൻ ചോദിച്ചു." മുഖത്തൊക്കെ ചുളിവുള്ള ഒരുപാട് പ്രായമുള്ള കഴുത്തിൽ ഒരു ചരടിൽ കുരിശ് ഒക്കെ കെട്ടിത്തൂക്കിയ സിസ്റ്റർ... ചേട്ടത്തിക്ക് ഒന്നും മനസ്സിലായില്ല. ഞാൻ അവരെ ആശ്വസിപ്പിച്ചു. സൈക്കോസിസത്തിന്റെ ഒരു പ്രത്യേക അവസ്ഥയാണിത്. കാണാത്തത് കണ്ടു എന്ന് പറയുക. കേൾക്കാത്തത് കേട്ടു എന്നു പറയുക. പേടിക്കാനൊന്നുമില്ല. ചേട്ടത്തി കാണാതെ ഞാൻ കുരിശു വരച്ചു.

മൂന്ന് മാസത്തെ ചികിത്സ ഫലിച്ചു എന്ന് പറഞ്ഞ് ഡോക്ടർമാർ ചേട്ടനെ ഡിസ്ചാർജ് ചെയ്തു. പിന്നീട് ഒരിക്കലും ചേട്ടന് മനോരോഗം ഉണ്ടായില്ല. സൈക്കോളജിയിൽ ബിരുദാനന്തര ബിരുദവും ഡോക്ടറേറ്റും നേടിയ എന്റെ ജീവിതത്തിലെ ഒരു വെല്ലുവിളിയായി ആ സംഭവം. ഞാൻ വീണ്ടും റോമിലെത്തി തെരേസാമ്മയെ കണ്ടു. അശരണർക്കിടയിൽ പ്രവർത്തിച്ചുകൂടെ എന്ന് അമ്മ ചോദിച്ചു. മൂന്നുവർഷം വൃദ്ധജനങ്ങളുടെ ശുശ്രൂഷയുമായി അവിടെ കഴിച്ചുകൂട്ടി. മടക്കയാത്രയിൽ മനസ്സ് ആകെ കലുഷിതമായി. സെമിനാരികളിൽ രണ്ടായിരത്തി അഞ്ഞൂറോളം വൈദി

കരെ പഠിപ്പിച്ചു. സുവിശേഷങ്ങൾ നടത്തി. ഒരു ശരാശരി വൈദികനപ്പുറം എന്തെങ്കിലുമൊക്കെക്കൂടി ചെയ്യണം എന്ന ഉൾവിളിയിൽ നിന്നുമാണ് 1990 ൽ ചങ്ങനാശ്ശേരിയിൽ ഒരു കൗൺസലിങ് സെന്റർ തുടങ്ങുന്നത്. പ്രധാനമായും മാനസികരോഗികൾക്കുവേണ്ടിയാണ് അത് ആരംഭിച്ചത്. നമ്മുടെ നാട്ടിൽ മാനസിക രോഗികൾക്ക് അശാസ്ത്രീയമായ ചികിത്സയാണ് നല്കുന്നതെന്ന് ചേട്ടന്റെ അനുഭവത്തിൽനിന്നും എനിക്ക് മനസ്സിലായി. നമ്മുടെ നാടിന് പരിചയമില്ലാതിരുന്ന കൗൺസലിങ് സെന്ററുകളുടെ തുടക്കം അവിടെനിന്നുമായിരുന്നു.

മാനസികരോഗികൾക്കിടയിൽ മുഴുവൻ സമയം പ്രവർത്തിക്കാൻ ഞാൻ ആഗ്രഹിച്ചു. പക്ഷേ, സഭ ആഗ്രഹിച്ചത് ഞാൻ അക്കാദമിക് രംഗത്ത് തുടരണമെന്നാണ്. സഞ്ജീവനി എന്ന പേരിൽ ഒരു മനോരോഗചികിത്സാകേന്ദ്രം തുടങ്ങാൻ ആഗ്രഹിച്ചപ്പോൾ മനോരോഗം ചികിത്സിച്ചാൽ സുഖപ്പെടുമോ എന്ന സഭയുടെ ആശങ്ക എന്നെ അറിയിച്ചു. സഭയുടെ ആശങ്ക പൊതുസമൂഹത്തിന്റേതു കൂടിയായിരുന്നു.

മനോരോഗം വ്യക്തിക്കല്ല. സമൂഹത്തിനാണ്. സമൂഹത്തിന്റെ സംഘർഷങ്ങൾ നേരിടാൻ കഴിവില്ലാത്തവരാണ് മനോരോഗികളായി മാറുന്നത് എന്ന എന്റെ കാഴ്ചപ്പാടിൽ ഞാൻ ഉറച്ചുനിന്നു. വീട്ടിൽനിന്ന് അകന്ന് സ്നേഹമുള്ള ഒരു വീട് എന്ന എന്റെ സങ്കല്പം പതുക്കെപ്പതുക്കെ പരക്കെ അംഗീകരിക്കപ്പെട്ടു. സഞ്ജീവനിയിൽ എത്തുന്ന മനോരോഗികളെ മരുന്ന് ചികിത്സയിലൂടെയും മാനസിക ചികിത്സയിലൂടെയും സ്വാഭാവിക ജീവിതത്തിലേക്ക് കൊണ്ടുവരുന്നു. പക്ഷേ, ഞെട്ടിക്കുന്ന ഒരുയാഥാർത്ഥ്യം ഒരിക്കൽ മനോരോഗി എന്ന് മുദ്രകുത്തപ്പെടുന്നവരെ നൂറുശതമാനം രോഗമുക്തി നേടിയാൽപ്പോലും സ്വന്തം വീടുകളിലേക്ക് മടക്കിക്കൊണ്ടുപോകാൻ താല്പര്യമില്ലാത്തവരാണ് അധികമാളുകളും. സ്വന്തം മക്കളുടെ കാര്യത്തിൽപ്പോലും കണ്ണടച്ചുകളയുന്ന രക്ഷിതാക്കളെ ഞാൻ കണ്ടിട്ടുണ്ട്. ഈ യാഥാർത്ഥ്യമാണ് ഇവർക്കുവേണ്ടി ഒരു പുനരധിവാസകേന്ദ്രം തുടങ്ങണമെന്ന് എന്നെ ചിന്തിപ്പിച്ചത്.

മാനസിക വൈകല്യമുള്ളവരുടെ പുനരധിവാസത്തിനുവേണ്ടി 2000 ൽ സഭ മുൻകൈയെടുത്ത് കറുകച്ചാലിനടുത്ത് നെടുങ്കുന്നത്ത് മദർതെരേസാഭവൻ തുടങ്ങി. നിർദ്ധനരെ ഏറ്റെടുത്ത് ചികിത്സ നല്കി പുനരധിവസിപ്പിക്കുന്ന അന്തേവാസികളുണ്ട്. സഞ്ജീവനി തുടങ്ങി 21 വർഷം പിന്നിടുമ്പോൾ ആയിരക്കണക്കിന് മനോരോഗികൾ ഇവിടെ വന്ന് പോയി. രണ്ട് മാസം പ്രായമുള്ള കുഞ്ഞ് മുതൽ 90 വയസ്സുള്ളവർവരെ അന്തേവാസികളായി ഇവിടെ എത്തി.

ഓരോ മനോരോഗിയും ഓരോ കഥയുടെ ഭൂതകാലം പേറുന്നവരാണ്. അവർക്കിടയിൽ ഞാൻ ഒരു ഡോക്ടറോ വൈദികനോ മാത്രമല്ല അവരുടെ പപ്പായും അച്ഛനും അപ്പച്ചനും ചേട്ടനും സുഹൃത്തുമൊക്കെയാണ്. ഇവിടെ പരിചരിക്കുമ്പോൾ ഒരിക്കൽ എന്റെ ജ്യേഷ്ഠനെ സ്നേഹമെന്ന ഔഷധംകൊണ്ട് ചികിത്സിച്ച എന്റെ ചേട്ടത്തിയെ ഞാൻ ഓർമ്മിക്കുന്നു.

മനസ്സ് നേരെ നില്ക്കാത്ത നൂറുകണക്കിന് മനോരോഗികൾ എനിക്കു ചുറ്റും നിന്ന് ആക്രമിക്കാനും പുലഭ്യം പറയാനും കരയാനും ആത്മഹത്യ ചെയ്യാനും ശ്രമിക്കുമ്പോൾ അവരുടെ ഇടറിയ മനസ്സുകളിലേക്ക് പ്രത്യാ ശയും പ്രതീക്ഷയും പകരുക ശ്രമകരമാണ്. ഇടവക വികാരി ഇടവക യിലെ എല്ലാ കുടുംബാംഗങ്ങളുടെയും അച്ഛനാകുന്നതുപോലെ ഈ ചിത റിയ മനസ്സുകളെ കാലിടറാതെ നയിക്കുന്ന ഒരാട്ടിടയന്റെ സ്ഥാനമാണെ നിക്ക്.

പതിനാറ് വർഷങ്ങൾക്കുമുമ്പ് 23 വയസ്സുള്ള മനോരോഗിയായ ഒരു സ്ത്രീയും അവളുടെ രണ്ടു മാസം പ്രായമുള്ള മകളും അവിടെ അന്തേ വാസിയായി വന്നു. ഇന്ന് ആ രണ്ടു മാസം പ്രായക്കാരി കൗമാരക്കാരി യായി വളർന്നു. പത്താംക്ലാസ് നല്ല മാർക്ക് വാങ്ങി പാസായി. അവൾ മഠ ത്തിലും മനോരോഗിയായ അവളുടെ അമ്മ മദർതെരേസാ ഭവനിലുമാണ്. മനോരോഗം ഒരു പാരമ്പര്യം എന്ന നിലയിൽ വിലയിരുത്തപ്പെടുമ്പോൾ എനിക്ക് കൂടുതൽ ആശങ്കയുണ്ട്. ആ കൗമാരക്കാരിയെക്കുറിച്ച്. 14 നും 18 നും ഇടയിൽ മാതാപിതാക്കളുടെ രോഗങ്ങൾ മക്കളിൽ പ്രത്യക്ഷപ്പെ ടാം. അവൾ പപ്പായെന്ന് വിളിച്ച് പൊട്ടിച്ചിരിക്കുമ്പോൾ ഇടയ്ക്ക് പിണങ്ങി ചിണുങ്ങിക്കരയുമ്പോൾ എനിക്ക് ആശങ്കയുണ്ട്. ഈശോയുടെ കരങ്ങ ളിൽ അവൾ സുരക്ഷിതയാകട്ടെ എന്നാണ് എന്റെ പ്രാർത്ഥന.

ഇതുപോലെ ഓരോ അന്തേവാസിക്കും പറയാൻ കണ്ണ് നനയ്ക്കുന്ന കഥകളുണ്ട്. ഇവിടത്തെ എഴുപതുശതമാനം അന്തേവാസികളും രോഗ മുക്തി നേടിയവരാണ്. രോഗം മാറി വീട്ടിൽപോയിട്ട് കുറച്ചുകഴിഞ്ഞ് തിരി ച്ചുവന്നവരും ഇവിടെയുണ്ട്. മകനായാലും മകളായാലും ഒരിക്കൽ മനോ രോഗം വന്നവർ അച്ഛനമ്മമാരുടെ കണ്ണിലും സമൂഹത്തിന്റെ കണ്ണിലും മനോരോഗികൾതന്നെ. സംഘർഷങ്ങളില്ലാത്ത സന്തോഷത്തിന്റെ ഒരു ലോകം ഇവിടെ ഉണ്ടെന്ന് അവർ മനസ്സിലാക്കിയിരിക്കുന്നു.

താളം തെറ്റിയ മനസ്സുകളെ ഇത്തിരി നേരമെങ്കിലും സന്തോഷിപ്പി ക്കാൻ കഴിയുക ഒരു പുണ്യകർമ്മമാണ്. ഭയചകിതർക്കും ആത്മബലമി ല്ലാത്തവർക്കുമിടയിൽ പ്രത്യാശയുടെ വിത്തുപാകാൻ കഴിയുന്നതാണ് ഒരിടയൻ എന്ന നിലയിൽ എന്റെ പുണ്യം എന്ന് ഞാൻ വിശ്വസിക്കുന്നു.

മത്സരിച്ച് നേടാൻ ചിലതുണ്ട് ബാക്കി

കമാൻഡോ മനേഷ് പി വി

എന്റെ പേര് മനേഷ് പി വി. കണ്ണൂർ അഴീക്കോടാണ് സ്വദേശം. ഒരു സാധാരണ കുടുംബമായിരുന്നു ഞങ്ങളുടേത്. അച്ഛന് കർണ്ണാടക യിൽ നിന്നും വൈക്കോൽ കൊണ്ടുവന്ന് നാട്ടിൽ ആവശ്യക്കാർക്ക് വിത രണം ചെയ്യുന്ന ബിസിനസായിരുന്നു.

പഠനത്തിൽ എന്നും ആവറേജ് സ്റ്റുഡന്റായിരുന്ന എന്റെ ഇഷ്ടമേഖല സ്പോർട്സായിരുന്നു. ഓട്ടത്തിലും ഹൈജമ്പ്, ലോങ്ജമ്പ് ഇനങ്ങളിലു മൊക്കെ യുപി പഠനകാലത്തുതന്നെ ഞാൻ ജില്ലാ സംസ്ഥാന തലങ്ങ ളിൽ സമ്മാനങ്ങൾ നേടി.

ഞങ്ങളുടെ നാട്ടിലെ ചെത്തുതൊഴിലാളി ആയിരുന്ന ഹരീന്ദ്രൻ ചേട്ടൻ നല്ലൊരു കായികപ്രേമി ആയിരുന്നു. പുലർച്ചെ ഞങ്ങളെയൊക്കെ വിളിച്ചുണർത്തി ചാൽബീച്ചിലെ മുട്ടോളം വെള്ളത്തിൽ ഓടിക്കും. ബീച്ചിലെ മണലിലും വെള്ളത്തിലുമുള്ള പരിശീലനം കുട്ടിക്കാലത്തേ നല്ല ശാരീരികക്ഷമത കൈവരിക്കാൻ എന്നെ സഹായിച്ചു. 1992 ൽ അഴീ ക്കോട് ഹൈസ്കൂളിലാണ് ഞാൻ പത്താം ക്ലാസ് പൂർത്തിയാക്കിയത്. സ്പോർട്സിലെ മികവല്ലാതെ പരീക്ഷയ്ക്ക് കാര്യമായ മാർക്കൊന്നും ഉണ്ടായിരുന്നില്ല.

ഒരു പ്രൈവറ്റ് കോളേജിൽ പി ഡി സിക്ക് ചേർന്നു. എന്റെ കായികാ ഭിരുചി മനസ്സിലാക്കിയ കേരളാ പൊലീസിലെ സജീവൻ ചേട്ടൻ മികച്ച ടൈമിങ്ങും മറ്റും കണ്ടെത്താൻ കുറേ ശാസ്ത്രീയ പരിശീലനങ്ങൾ നല്കി. പി ഡി സിക്കുശേഷം ഒരു ജോലി സ്വപ്നം കണ്ട് എയർകണ്ടീഷൻ ആന്റ് റെഫ്രിജറേഷൻ കോഴ്സിന് ചേർന്നു. കണ്ണൂർ ടൗണിലെ ശ്രീനാരായണ പാർക്കിൽ കൂട്ടുകാരോടൊത്ത് എന്നും കുറേ സമയം ചെലവഴിക്കുമായി രുന്നു. ആ സമയത്താണ് സുഹൃത്ത് ബോർഡർ റിക്രൂട്ട്മെന്റ് ഓഫീസ

റിന്റെ പത്രപ്പരസ്യവുമായി വരുന്നത്. ജനറൽ ഡ്യൂട്ടിയിലേക്കുള്ള ഓൾ ഇന്ത്യാ റിക്രൂട്ട്മെന്റിന്റെ അപേക്ഷ നമുക്കും അയയ്ക്കാം എന്നു പറഞ്ഞു. എനിക്കതിൽ അത്ര താല്പര്യം ഉണ്ടായിരുന്നില്ല. അന്ന് ലവൻസ്റ്റാർ ക്രിക്കറ്റ് ക്ലബ്ബിന്റെ ടീമംഗമായിരുന്ന എനിക്ക് എന്നും കളിയുണ്ടായിരുന്നു. എങ്കിലും കൂട്ടുകാരുടെ നിർബ്ബന്ധംമൂലം അപേക്ഷ അയച്ചു. കോഴിക്കോട് വെസ്റ്റ് ഹില്ലിൽ വെച്ച് ശാരീരികക്ഷമതയുടെ ടെസ്റ്റ് നടന്നു. എന്തായാലും എനിക്ക് സെലക്ഷൻ കിട്ടി. എല്ലാവർക്കും ജോലി കിട്ടുമ്പോൾ സന്തോ ഷമാകും. പക്ഷേ, എന്റെ കാര്യത്തിൽ നേരെ തിരിച്ചായിരുന്നു. ഞാനാകെ സങ്കടപ്പെട്ടാണ് വീട്ടിലെത്തിയത്. എന്റെ ചെറിയച്ഛൻ ബാലകൃഷ്ണൻ വളരെ പോസിറ്റീവായി ചിന്തിക്കുകയും പ്രോത്സാഹിപ്പിക്കുകയും ചെയ്യുന്ന ആളായിരുന്നു. മിലിറ്റരി സർവ്വീസ് വളരെ മഹത്വമുള്ള ഒരു കാര്യ മാണെന്ന് അദ്ദേഹം എന്നെ ഓർമ്മിപ്പിച്ചു. ഈ സമയത്ത് ഒരു കുടുംബ സുഹൃത്തുവഴി എനിക്ക് ഗൾഫിൽ പോകാൻ ഒരു വിസ ശരിയായി. 1997 ഫെബ്രുവരി 22 ന് ബി ആർ ഓയിൽനിന്നും സെലക്ഷൻ ലെറ്റർ കിട്ടി. ഞാനാകെ ധർമ്മസങ്കടത്തിലായി. വീട്ടുകാർ മിലിട്ടറിയിൽ പോകണ്ട എന്ന് ശഠിച്ചു. പക്ഷേ, ചെറിയച്ഛനും ഹരീന്ദ്രൻ ചേട്ടനും മിലിട്ടറിയിൽ ചേരാൻ പ്രോത്സാഹിപ്പിച്ചു. മത്സരിച്ച് ജയിക്കുന്നതിലാണ് ജീവിതത്തിന്റെ ത്രില്ല് എന്ന ഹരീന്ദ്രൻ ചേട്ടന്റെ വാക്കുകൾ എന്നെ ഹരം കൊള്ളിച്ചു. ഗൾഫിൽ പോയാൽ മത്സരമില്ല. ഒടുവിൽ മിലിട്ടറി സർവ്വീസ് സ്വീകരിക്കാൻ തീരു മാനിച്ചു.

ഊട്ടിയിലെ വില്ലിങ്ടണിലായിരുന്നു പരിശീലനം. ഞങ്ങൾ 24 മല യാളികൾ ഒരുമിച്ച് ട്രെയിനിലായിരുന്നു യാത്ര. ക്യാമ്പിലെത്തിയതോടെ ഞങ്ങൾ പല കമ്പനികളിലെ പല പ്ലാറ്റൂണുകളായി വിഭജിക്കപ്പെട്ടു. എന്റെ ഗ്രൂപ്പിൽ മലയാളി ഞാൻ മാത്രം. 56 പേരടങ്ങുന്നതായിരുന്നു ഒരു പ്ലാറ്റൂൺ ജീവിതം പെട്ടെന്ന് മാറിമറിഞ്ഞു. വെളുപ്പിന് മൂന്നരമണിക്ക് തുടങ്ങുന്ന പരിശീലനം രാത്രി 12 ന് മാത്രമേ ഉറങ്ങാൻ കഴിയൂ. ഞാൻ ജീവിതത്തിൽ ഏറെ സ്നേഹിച്ച എന്റെ മനോഹരമായ ഹെയർസ്റ്റൈൽ ആദ്യദിവസം തന്നെ മുറിച്ചുമാറ്റി. കരഞ്ഞുപോയി. ദേഷ്യവും അമർഷവും മനസ്സിനെ മഥിച്ചു. ഡ്രില്ല് സമയം എവിടേക്കെങ്കിലും ഓടി ഒളിച്ചാലോ എന്നു തോന്നി. അഞ്ച് മണിക്കൂർ പരിശീലനം കഴിഞ്ഞ് തളർന്നുവരുന്നവർ ഒരാളെയും എടുത്തുകൊണ്ട് അഞ്ചുമിനിട്ട് ഓടണം. സത്യത്തിൽ അങ്ങ് മരിച്ചു കള ഞ്ഞാലോ എന്നുവരെ തോന്നിപ്പോയി.

മൂന്നുമാസം കഴിഞ്ഞതോടെ ആയുധ പരിശീലനം തുടങ്ങി. 122, എസ് എൽ ആർ തുടങ്ങിയവയിലൊക്കെയായിരുന്നു ആദ്യ പരിശീലനം. ആദ്യ സമയങ്ങളിൽ ഭക്ഷണത്തിന്റെ രുചി പിടിക്കാതെ പട്ടിണി കിടന്നിട്ടുണ്ട്. പക്ഷേ, പരിശീലനം കഠിനമായതോടെ കിട്ടുന്ന ഭക്ഷണം മതിയാകാതെ വന്നു. ഉറക്കക്കുറവുമൂലവും പലപ്പോഴും സ്ഥലകാലബോധം നഷ്ടപ്പെടുന്ന അവസ്ഥയുമായി. ആഴ്ചയിൽ ഒരു ദിവസം പിക്ചർഡേ ഉണ്ടാകും. അന്ന് സിനിമയ്ക്ക് പോകാം. പിക്ചർഡേ ഒന്നും ഒഴിവാക്കിയില്ല. പടം കാണാന

ല്ല. മൂന്ന് മണിക്കൂർ സുഖമായി ഉറങ്ങാനുള്ള സൂത്രമായിരുന്നത്.

പരിശീലനം പൂർത്തിയാക്കിയ മദ്രാസ് റെജിമെന്റിന്റെ കീഴിൽ 22 മദ്രാസ് യൂണിറ്റിൽ. ആദ്യ നിമയനം രാജസ്ഥാൻ കോട്ടയിൽ ആയിരുന്നു. ഞങ്ങളുടെ ഡെൽറ്റ കമ്പനിയെ 1998 ൽ ഉത്തരാഖണ്ഡിലെ ഹർസീയനിലേക്ക് മാറ്റി. കാർഗിൽ യുദ്ധസമയത്ത് കൗർ ഇൻസെർച്ചിങ് ഓപ്പറേഷനായി ഞങ്ങൾ ജമ്മുകാശ്മീരിലെത്തി. പാലക്കാട്ടുകാരൻ ജയപ്രസാദ് വെടിയേറ്റ് മരിക്കുന്നത് അവിടെവെച്ചാണ്. ആത്മരക്ഷയേക്കാൾ രാജ്യരക്ഷയാണ് തങ്ങളുടെ ദൗത്യമെന്ന തിരിച്ചറിവ് സിരകളെ ചൂടുപിടിപ്പിച്ചു തുടങ്ങിയ ഒരു കാലമായിരുന്നത്. മത്സരിച്ച് ജയിക്കുക എന്ന പഴയ കായിക പ്രേമിയുടെ ഊർജ്ജം കെടാതെ സൂക്ഷിച്ചു. കാർഗിലിനുശേഷം അതിർത്തിയിലുടനീളം പാകിസ്ഥാൻ യുദ്ധസമാനമായ ഒരുക്കങ്ങൾ നടത്തുന്ന സമയമായിരുന്നത്. അതിനെ നേരിടാൻ രാജ്യം ഓപ്പറേഷൻ പരാക്രം ആവിഷ്കരിച്ചു.

ബാഡ്മീറിനടുത്തുള്ള മുനാവോയിൽ ഞങ്ങളുടെ കമ്പനിയെ വിന്യസിപ്പിച്ചു. മുനാവോ ഇന്ത്യയിലെ അവസാന റെയിൽവേസ്റ്റേഷൻ ആയിരുന്നു. മുമ്പ് അവിടെനിന്നും പാകിസ്ഥാനിലേക്ക് ട്രെയിൻ സർവ്വീസ് ഉണ്ടായിരുന്നു. ഓരോ ഓപ്പറേഷനുകളും ജീവിതം എത്രമാത്രം ടഫ് ആണെന്ന യാഥാർത്ഥ്യത്തിലേക്ക് അടുപ്പിക്കുകയായിരുന്നു. ഏതാണ്ട് ഇതേ സമയത്താണ് അഹമ്മദാബാദിലെ കച്ചുപുച്ചിൽ ഭൂകമ്പം ഉണ്ടാകുന്നത്. ഞങ്ങളുടെ അടുത്ത ദൗത്യം അവിടെയായിരുന്നു. കരൾ പിളരുന്ന കാഴ്ചകളിലേക്ക് ഓടിയെത്തുമ്പോൾ മനുഷ്യശരീരം ചീഞ്ഞളിഞ്ഞ ദുർഗ്ഗന്ധമായിരുന്നു ആ ഭൂമി മുഴുവൻ. ഇടിഞ്ഞുവീണ കെട്ടിടാവശിഷ്ടങ്ങൾക്കിടയിൽ നിന്നും ആറാം ദിവസം ഒരു കുഞ്ഞിനെ ജീവനോടെ രക്ഷിക്കാൻ കഴിഞ്ഞു.

വലിയവനും ചെറിയവനും സ്വർഗ്ഗം പണിത് ജീവിച്ചവനും തെരുവ് തെണ്ടിയും ഒരുപോലെ ഇത്തിരി ഭക്ഷണത്തിനുവേണ്ടി യാചിക്കുന്ന കാഴ്ചകൾ... ജഡങ്ങൾ ചീഞ്ഞഴുകിയ ദുരന്തഭൂമിയിലിരുന്ന് ഭക്ഷണം കഴിക്കേണ്ടിവന്നപ്പോൾ ശരീരബോധം തന്നെ ഉപേക്ഷിച്ചു.

2004 ൽ ആസാമിലെ ഭൂട്ടാൻ ബോർഡറിലേക്ക് പുതിയ ദൗത്യങ്ങളുമായി ഞങ്ങളുടെ കമ്പനി പറിച്ചുനടപ്പെട്ടു. ഇതിനിടയിൽ ലീവിനു വന്നപ്പോൾ ഒരു വിവാഹംകഴിക്കേണ്ടേ എന്നായി അമ്മയും ബന്ധുജനങ്ങളും. പട്ടാളക്കാരനായതുകൊണ്ട് പൊതുവെ പെണ്ണു കിട്ടാൻ പ്രയാസമുണ്ടായിരുന്നു. ഒടുവിൽ കണ്ണൂർ ഓലയമ്പാടിയിലെ ഷീമയെ കണ്ടെത്തി. 2004 സെപ്തംബർ 14 ന് വിവാഹം നടന്നു. മധുവിധു ഏറെ നീണ്ടില്ല. ഉൽഫ ടെററിസ്റ്റുകൾക്കെതിരെയുള്ള ഒരു ഓപ്പറേഷനുവേണ്ടി എനിക്ക് തിരിച്ചു പോകേണ്ടിവന്നു. ഒരു വർഷം കഴിഞ്ഞാണ് എനിക്ക് നീണ്ട അവധി എടുക്കാനായത്.

പീപ്പിൾ ലിബറേഷൻ ആർമി (PLA) മണിപ്പൂരിൽ അസ്വസ്ഥതകൾ സൃഷ്ടിക്കുന്ന കാലമായിരുന്നത്. ഇംഫാലിലെ എൻ എച്ച് 56 വഴി അവർ

നുഴഞ്ഞുകയറ്റം നടത്തുന്നത് തടയാൻ 2006 ൽ അവിടെ എത്തി.

അമ്മയുടെ വലിയ സ്വപ്നമായിരുന്നു സ്വന്തമായി വാങ്ങിയ ഭൂമി യിൽ ഒരു വീട്. അതിനുള്ള ശ്രമങ്ങൾ നാട്ടിൽ നടക്കുന്നുണ്ടായിരുന്നു. പക്ഷേ, പല നിയമക്കുരുക്കുകളും പറഞ്ഞു വസ്തുവിന്റെ രജിസ്ട്രേഷനും മറ്റും നീണ്ടു. അരുണാചൽ പ്രദേശിലെ ചൈനാ ബോർഡറായ തവാങ്ങി ലായിരുന്നു അപ്പോൾ ഞങ്ങളുടെ കമ്പനി. സമുദ്രനിരപ്പിൽ പതിനായിരം അടിയോളം ഉയരത്തിലാണ് ക്യാമ്പ്. ശരിക്കും ശ്വസിക്കാൻ ഓക്സിജൻ കിട്ടാൻ തന്നെ പ്രയാസം. നോക്കിനില്ക്കെ മഞ്ഞുവീഴ്ചയിൽ ചുറ്റുപാടു കൾ മാഞ്ഞുപോകുന്ന കോച്ചിമരയ്ക്കുന്ന മഞ്ഞ്. ആ സമയത്താണ് നാട്ടിൽനിന്നും വസ്തു രജിസ്ട്രേഷന്റെ കാര്യവുമായി ബന്ധപ്പെട്ട് നാട്ടി ലെത്താൻ ആവശ്യപ്പെടുന്നത്. വളരെ കഷ്ടപ്പെട്ട് ലീവ് സമ്പാദിച്ചാണ് നാട്ടി ലെത്തുന്നത്. ആഴ്ചകളോളം സർക്കാർ ഓഫീസുകൾ കയറിയിറങ്ങി അത്യാവശ്യം അറിയിച്ചു. അതിർത്തിയിൽ ജോലി ചെയ്യുന്ന ആളാണ് എന്നൊക്കെ പറഞ്ഞപ്പോൾ പ്രധാന മന്ത്രിയൊന്നുമല്ലല്ലോ എന്നായിരുന്നു പരിഹാസത്തോടെയുള്ള മറുചോദ്യം.

ഒരു ഡബിൾ ഡ്യൂട്ടി ചെയ്താൽ അടുത്ത ദിവസം ഓഫ് കിട്ടുന്ന നമ്മുടെ ഉദ്യോഗസ്ഥർക്ക് രാപ്പകലില്ലാതെ രാജ്യം കാക്കുന്നവരുടെ കഷ്ടത അറിയില്ല. നിയമക്കുരുക്കുകൾ അഴിക്കാൻ കഴിയാതെ തിരിച്ച് ജമ്മുവിലെ മീരാസാഹിബിലേക്ക് പോയി. പാകിസ്ഥാൻ ബോർഡറിലേക്ക് ഞങ്ങളുടെ കമ്പനി എത്തിച്ചേർന്നിരുന്നു. പുറം ലോകവുമായി ഒരു ബന്ധവുമില്ലാത്ത അതിർത്തിയിലെ ജനതയുടെ ജീവിതം ഹൃദയഭേദകമായിരുന്നു. ടി വി കണ്ടിട്ടില്ലാത്തവരും നല്ല ഭക്ഷണം കിട്ടാത്തവരും മരുന്നുവാങ്ങാൻ മാർഗ്ഗ മില്ലാത്തതുമായ ഗ്രാമീണരെ പലപ്പോഴും സൈന്യം സഹായിച്ചു. 2007 ൽ നാഷണൽ സെക്യൂരിറ്റി ഗാർഡി (എൻ എസ് ജി)ലേക്ക് എനിക്ക് സെല ക്ഷൻ കിട്ടി. സ്പെഷ്യൽ ആക്ഷൻ ഗ്രൂപ്പിലെ അംഗമായിരുന്നു ഞാൻ. ഡൽഹിയിലെ മാനശറിലായിരുന്നു ട്രെയിനിങ്. ജീവിക്കുക അല്ലെങ്കിൽ മരിക്കുക എന്നതായിരുന്നു ഞങ്ങളുടെ മുദ്രാവാക്യം. ഭീകരനോട് മുഖാ മുഖം പോരാടാനുള്ള പരിശീലനമാണ് കിട്ടിയത്. സാധാരണയിൽനിന്നും വ്യത്യസ്തമായി യുദ്ധമുഖത്ത് സ്വയം തീരുമാനമെടുത്ത് പോരാടുക. നിമി ഷങ്ങൾക്കുപോലും ആയിരം ജീവന്റെ വിലയിടുന്ന യുദ്ധമുഖം. ഒരു കമാൻഡോയുടെ ജീവിതത്തിന് പുതിയ ഭാവവും ചുമതലാബോധവും പകർന്നു നല്കുന്നു.

2008 നവംബറിലാണ് രാജ്യത്തെ ഞെട്ടിച്ച ഭീകരാക്രമണം ബോംബെ യിൽ അരങ്ങേറുന്നത്. ടാജ് ഹോട്ടലിലും നരിമാൻ ഹൗസിലും ട്രേഡ് ആന്റ് ഒബ്റോയിലും ഭീകരർ നൂറുകണക്കിന് വിദേശീയരെ അടക്കം തോക്കിനിരയാക്കി. രാജ്യം ഓപ്പറേഷൻ ബ്ലാക്ക് ടൊർണാഡോ എന്നു പേരിട്ട കമാൻഡോ ഓപ്പറേഷനായി എൻ എസ് ജിയെ നിയോഗിച്ചു. നവം ബർ 26 ന് ഡൽഹിയിൽനിന്നും വിമാനമാർഗ്ഗം ഞങ്ങൾ ബോംബെയിലെ ത്തി. ഫ്ളൈറ്റിൽ കമാൻഡോ ഓപ്പറേഷനിൽ ജീവൻ ബലിദാനം നല്കിയ

മേജർ സന്ദീപ് ഉണ്ണികൃഷ്ണനനും ഉണ്ടായിരുന്നു. ഞങ്ങളുടെ ടീം ലീഡ റായിരുന്നു അദ്ദേഹം. മലയാളിയായതുകൊണ്ട് ഞങ്ങൾ തമ്മിൽ ഒരു പ്രത്യേക ഹൃദയബന്ധം ഉണ്ടായിരുന്നു. യാത്രയ്ക്കിടയിൽ അദ്ദേഹം ഞങ്ങൾക്ക് ധൈര്യം പകർന്നു... എല്ലാം പോസിറ്റീവ് ആയി കാണുക. നമ്മൾ ചെയ്യുന്ന പ്രവൃത്തിയാണ് നമ്മുടെ ഭഗവാൻ... ബി പോസിറ്റീവ്...

27 ന് പുലർച്ചെയാണ് ഞങ്ങൾ ടാജിലെത്തുന്നത്. ഞാൻ സെർച്ചിങ് ടീമിലായിരുന്നു. മുറിക്കുള്ളിൽ മൃതദേഹങ്ങൾ ചിതറിക്കിടന്നു. ഞങ്ങൾ അറുപതുപേരായിരുന്നു ഒരു ടീമിൽ. റൂമുകളിലേക്ക് ഞങ്ങളുടെ കനത്ത ബൂട്ടുകൾ പതിഞ്ഞതും. ഭീകരർ അകത്തളങ്ങളിൽനിന്നും ആക്രോശിച്ചു. വരൂ... വരൂ... അള്ളാഹുവിൽ അണയാൻ നിങ്ങളും വരൂ... തീ തുപ്പിക്കൊണ്ട് തോക്കുകൾ ഗർജ്ജിച്ചു. പന്ത്രണ്ട് മണിക്കൂർ നിർത്താതെ പോരാടിയ നിമി ഷങ്ങൾ. ഞങ്ങളെ നയിച്ച മേജർ സന്ദീപ് ഉണ്ണികൃഷ്ണൻ താജിലെ ഓപ്പ റേഷൻ പൂർത്തിയാക്കുന്നതിന് തൊട്ടുമുമ്പ് ജീവൻ ബലിദാനം നല്കി. നമ്മൾ ചെയ്യുന്ന പ്രവൃത്തിയാണ് നമ്മുടെ ഭഗവാൻ എന്ന അദ്ദേഹത്തിന്റെ വാക്കുകൾ എന്റെ ചെവിയിൽ അപ്പോഴും മുഴങ്ങിക്കൊണ്ടിരുന്നു. അവി ടത്തെ ഓപ്പറേഷൻ പൂർത്തിയാക്കി നേരെ ഒബ്റോയിലേക്ക് നീങ്ങി. അവി ടെയും അകത്തളങ്ങളിൽ പതുങ്ങിയിരുന്ന ഭീകരർ അള്ളാഹുവിൽ അണ യാൻ ഞങ്ങളെ വിളിച്ചു. ഒരു ഭീകരനെ ഞാൻ വെടിവെച്ചിട്ടതും മറ്റൊ രാൾ ഓടിവന്ന് എന്റെ തോക്കിൽ പിടിത്തമിട്ടു. ഞാൻ തോക്ക് വിട്ടുകൊ ടുത്തിട്ട് നേരിട്ടുള്ള ഫൈറ്റിങ് തുടങ്ങി. യുദ്ധമുഖത്ത് സ്വയം തീരുമാന മെടുത്ത് മുന്നേറേണ്ട ചില സാഹചര്യങ്ങളുണ്ടാകും. നേരിട്ടുള്ള ഫൈറ്റിൽ ഭീകരനിൽനിന്നും ഞാൻ തോക്ക് വീണ്ടെടുത്ത് അയാളെ വെടി വെച്ചതും അയാൾ അരയിൽസൂക്ഷിച്ചിരുന്ന ഗ്രനേഡ് എടുത്ത് എനിക്ക് നേരെ എറി ഞ്ഞതും ഒരുമിച്ചായിരുന്നു. അത് നിലത്തുവീണാൽ നിമിഷങ്ങൾക്കകം ഞാൻ ഭസ്മമായിത്തീരുമെന്ന് ഉറപ്പായിരുന്നു. എന്റെ തലയിൽ ഫൈബർ ഹെൽമെറ്റ് ഉണ്ടായിരുന്നു. എന്തുംവരട്ടെ എന്നു കരുതി ഞാൻ ഗ്രനേഡ് തലകൊണ്ട് ഇടിച്ചുതെറിപ്പിച്ചു. ആ ഇടിയുടെ ആഘാതത്തിൽ ഗ്രനേഡ് പൊട്ടിച്ചിതറി. പിന്നെ എന്ത് സംഭവിച്ചു എന്ന് എനിക്ക് വ്യക്തമായില്ല. ഓർമ്മ മങ്ങി മങ്ങി ഇല്ലാതാകുമ്പോൾ ഞാൻ ആരുടെയോ തോളിൽ കിട ക്കുകയായിരുന്നു. അഞ്ചുമണിക്കൂർ കഠിനമായ പരിശീലനം കഴിഞ്ഞ് വരുന്ന ആൾ അഞ്ചുമിനിറ്റ് കൂട്ടത്തിലുള്ള ഒരാളെയും തോളിലിട്ട് ഓടണം എന്ന് പരിശീലന കാലത്ത് നിഷ്കർഷിച്ചിരുന്നത് എന്തിനാണെന്ന് എനിക്ക് മനസ്സിലായി. രഹസ്യ ഇടനാഴിയിലൂടെ എന്നെ പുറത്തെത്തി ക്കുമ്പോഴേക്കും എല്ലാ ഭീകരരെയും വധിക്കാൻ കമാൻഡോകൾക്ക് സാധി ച്ചിരുന്നു.

നാല് മാസങ്ങൾ ഞാൻ ബോംബെയിലെ ആശുപത്രിയിലായിരുന്നു. ഗ്രനേഡിലെ മൂന്നു ചീളുകൾ എന്റെ ഹെൽമെറ്റ് തകർത്ത് തലയോടിൽ തുളച്ചു കയറിയിരുന്നു. രണ്ടു ചീളുകൾ സർജ്ജറിയിലൂടെ പുറത്തെടുത്തു. മൂന്നാമത്തെ ചീള് പുറത്തെടുക്കുന്നത് എന്റെ ജീവന് ആപത്താകുമെ

നാണ് ഡോക്ടർമാർ വിധിയെഴുതിയത്. ഓർമ്മ നഷ്ടപ്പെട്ട് ജീവച്ഛവമായി ഞാൻ നാട്ടിലെത്തി. ഭാര്യയെയും ഒരു വയസ്സുകാരനായ മകനെയും ഞാൻ തിരിച്ചറിഞ്ഞില്ല.

ഒന്നരമാസത്തിനുശേഷം ഡൽഹിയിലെ ആർമിയുടെ ആശുപത്രി യിലേക്ക് എന്നെ മാറ്റി. ഒന്നരവർഷത്തെ ഇടതടവില്ലാത്ത ചികിത്സകൾ. എപ്പോഴോ മകൻ അച്ഛാ എന്ന് വിളിച്ച ഓർമ്മയിൽ ഞാൻ ആദ്യമായി പ്രതികരിച്ചു. ചുണ്ടുകൾ അനങ്ങി. എനിക്ക് സംസാരിക്കാൻ കഴിഞ്ഞത് ഡോക്ടർമാർക്ക് വലിയ പ്രതീക്ഷകൾ നല്കി. പക്ഷേ, ഓർമ്മ കൃത്യമാ യിരുന്നില്ല. ഭാര്യ അടുത്തിരുന്ന് എന്റെ മുഖത്ത് തലോടി ഒന്നും പറ്റിയി ല്ലല്ലോ എന്ന് പറഞ്ഞപ്പോൾ അതൊരു പിടിവള്ളിയായി. രണ്ടു വർഷം പൂർത്തിയായപ്പോൾ ഓർമ്മ ഭംഗിയായി തിരിച്ചുകിട്ടി. വലതുഭാഗത്തിന് ബലക്കുറവുണ്ട്. കൈകൾ മുകളിലേക്ക് ഉയർത്താൻ കഴിയില്ല. എങ്കിലും മത്സരിച്ച് ജയിക്കാൻ ഇനിയും ചിലതുണ്ടെന്ന തോന്നൽ എന്നെ ജീവിത ത്തിലേക്ക് തിരിച്ചുകൊണ്ടുവന്നു.

2009 ൽ ധീരതയ്ക്കുള്ള ശൗര്യശക്ര അവാർഡ് നല്കി രാഷ്ട്രം എന്നെ ആദരിച്ചു. രാഷ്ട്രപതി ഭവനിൽ പ്രതിഭാ പാട്ടീലാണ് അവാർഡ് സമ്മാനിച്ചത്.

അഞ്ച് ഇഞ്ച് ഇളകിപ്പോയ തലയോടും അതിൽ ഗ്രനേഡിന്റെ ഒരു പീസുമായി എന്റെ രണ്ടാം ജന്മം യഥാർത്ഥത്തിൽ ഒരു നാടിന്റെ ഒന്നായ പ്രാർത്ഥനയുടെ ഫലമാണ്. 122 ടി എ മദ്രാസ് റെജിമെന്റിന്റെ കീഴിലുള്ള ടെറിട്ടോറിയൽ ആർമിയുടെ ഹവൽദാർ ആണ് ഞാനിപ്പോഴും. ഞങ്ങ ളുടെ ലെഫ്റ്റനന്റ് കേണലായ നടൻ മോഹൻലാൽ അടക്കമുള്ള മുഴു വൻ സഹപ്രവർത്തകരുടെയും സഹകരണവും സ്നേഹവുമാണ് എന്റെ കരുത്ത്. 2012 ൽ മുഖ്യമന്ത്രി ഉമ്മൻചാണ്ടിയുടെ ഉത്സാഹത്താൽ ഭാര്യക്ക് ജില്ലാ സൈനിക ക്ഷേമ ബോർഡിൽ ജോലി നല്കി. മകൻ യദുകൃഷ്ണൻ ഒന്നാം ക്ലാസ് വിദ്യാർത്ഥിയാണ്. അമ്മ ആഗ്രഹിച്ചതുപോലെ ഒരു വീടു വച്ചു. ചികിത്സകൾ തുടരുകയാണ്. സ്വാമി നിർമ്മലാനന്ദഗിരി, കോട്ട യ്ക്കൽ പി കെ വാരിയർ, ഡോ. വിജയൻ നങ്ങേലി എന്നിവരുടെ കൈപ്പുണ്യം എന്നെ സാധാരണ ജീവിതത്തിലേക്ക് മടക്കിക്കൊണ്ടുവരാൻ ഏറെ സഹായിച്ചിട്ടുണ്ട്. എല്ലാ കുറവുകളിലും എന്റെ ഇരുകരങ്ങളായി നിന്ന് പ്രവർത്തിച്ച അമ്മയും ഭാര്യയുമാണ് ശക്തികേന്ദ്രങ്ങൾ. ദിവസവും നിരവധി ആളുകൾ ഫോണിൽ വിളിക്കുന്നു. സ്കൂളുകളിൽ നിന്ന് ടീച്ചേഴ്സ് കുട്ടികളുമായി വന്ന് കാണുന്നു. എന്നോട് സംസാരിക്കുമ്പോൾ അവർക്കൊക്കെ ഒരു പോസിറ്റീവ് എനർജി ലഭിക്കുന്നു എന്നറിയുമ്പോൾ സന്തോഷം. കണ്ണൂർ എം എൽ എ പ്രകാശൻ ഉൾപ്പെടെ കേരളത്തിലെ മുഴുവൻ രാഷ്ട്രീയ സാമൂഹിക, സാംസ്കാരിക മനസ്സുകളും എനിക്കൊപ്പം നിന്നു.

ജീവിതത്തിൽ ഒരിക്കൽ മാത്രമേ എന്റെ കണ്ണുകൾ നിറഞ്ഞിട്ടുള്ളൂ. അത് എനിക്ക് ഈശ്വര തുല്യനായിരുന്ന മേജർ സന്ദീപ് ഉണ്ണികൃഷ്ണന്റെ

രക്ഷിതാക്കൾ എന്നെ വീട്ടിൽ വന്ന് കണ്ട ദിവസമാണ്. നീ ഞങ്ങൾക്ക് മോൻ തന്നെയാ എന്ന അവരുടെ വാക്കുകൾ എനിക്ക് കരുത്ത് പകരുന്നു.

ഓപ്പറേഷൻ വിജയ്, രക്ഷക്, അമൻ, ഇഫാസത്ത്, പരാക്രം, ബ്ലാക് ടൊർണാഡോ... രാജ്യം അഭിമാനപൂർവ്വം സ്മരിക്കുന്ന തന്ത്രപ്രധാന കമാൻഡോ ഓപ്പറേഷനുകളിൽ ഭാഗഭാക്കായ എനിക്ക് വീണ്ടും രാജ്യര ക്ഷയ്ക്കുവേണ്ടിയുള്ള ആ യുദ്ധമുഖങ്ങളിലേക്ക് മടങ്ങിവരണം. മത്സരിച്ച് നേടാൻ ജീവിതവഴികൾ ഇനിയും ചിലതുണ്ടെന്നാണ് എന്റെ പ്രതീക്ഷ...

ജലപ്പേടി നീന്തിക്കടന്ന്

എസ് പി മുരളീധരൻ

ചേർത്തല താലൂക്കിലെ പള്ളിപ്പുറമാണ് എന്റെ നാട്. അച്ഛൻ പ്രഭാകരൻ തയ്യൽ തൊഴിലാളിയാ യിരുന്നു. അമ്മ കയർപിരിക്കാൻ പോകും. ചുറ്റും തോടും കുളങ്ങളു മുള്ളതുകൊണ്ട് ഞങ്ങളുടെ നാട്ടിലെ കുട്ടികളെ ഓടിക്കളിക്കാറാ യാൽ അച്ഛനമ്മമാർ നീന്തൽ പരി ശീലിപ്പിക്കും. പക്ഷേ, എന്റെ കാര്യ ത്തിൽ അവർ തോറ്റുപോയി. എനിക്ക് വെള്ളം പേടിയായിരുന്നു. സ്ഫടിക പ്രതലം പോലെ നീലിച്ചു കിടന്ന വെള്ളത്തിനടിയിലെവി ടെയോ ജലപ്പിശാചുക്കൾ ഒളിഞ്ഞി രിപ്പുണ്ട്. വെള്ളത്തിലിറങ്ങുന്നവരെ അവ കാലിൽ പിടിച്ച് വലിച്ച് മുക്കി ത്താഴ്ത്തിക്കളയുമെന്ന് ഞാൻ ഭയ പ്പെട്ടു.

എനിക്ക് നീന്തലറിയാത്തതിനാൽ താഴെയുള്ളവരെ നോക്കാൻ എന്നെ ഏല്പിക്കാൻ അച്ഛനമ്മമാർ ഭയപ്പെട്ടു. അങ്ങനെ കുഞ്ഞുന്നാ ളിൽത്തന്നെ ഒന്നിനും കൊള്ളാത്തവൻ എന്ന ബഹുമതി എനിക്ക് കിട്ടി. ആ കേമത്തംതന്നെ പഠിക്കുന്ന കാര്യത്തിലും സംഭവിച്ചു. ഒന്നു മുതൽ അഞ്ചുവരെ ക്ലാസുകളിലും മിക്കവാറും വിഷയങ്ങളിൽ സംപൂജ്യൻ.

അങ്ങനെ എന്നെ നന്നാക്കാൻ വൈക്കത്തെ കുഞ്ഞമ്മയുടെ വീട്ടി ലേക്ക് മാറ്റി. അവിടെ കുലശേഖരമംഗലം സർക്കാർ സ്കൂളിൽ ഞാൻ ചേർന്നു. ഇഴഞ്ഞും നീന്തിയും ഞാൻ ഏഴാം ക്ലാസിൽ എത്തി. പക്ഷേ, വർഷപ്പരീക്ഷയ്ക്ക് തോറ്റു. ഇതിനിടയിൽ കുഞ്ഞമ്മയുടെ വീടിനു മുന്നി ലൂടെ ഒഴുകുന്ന മൂവാറ്റുപുഴ ആറിൽ കുഞ്ഞമ്മയുടെ മക്കളും കൂട്ടുകാരും കൂടി എന്നെ തള്ളിയിട്ട് ഞാൻ കുറച്ചൊക്കെ നീന്തൽ പഠിച്ചു.

ഹിന്ദി എനിക്ക് എന്നും കീറാമുട്ടിയായിരുന്നു. വട്ടപ്പൂജ്യം. ഒടുവിൽ രമേശൻ സാറിന്റെ അടുത്ത് ട്യൂഷന് പോയി ചേർന്നു. പല വലിയ പരീ ക്ഷകളും പാസായിട്ടുള്ള രമേശൻ സാർ എന്നെ പഠിപ്പിക്കുക എന്ന പരീ ക്ഷയിൽ പൂർണ്ണമായും പരാജയപ്പെട്ടു. ഒരു ശരാശരി മലയാളി എന്തിന് ഹിന്ദി പഠിക്കണം എന്ന എന്റെ വാദഗതിക്ക് മുന്നിൽ ഹിന്ദി സാർ മൗനം പാലിച്ചു. എങ്ങനെയൊക്കെയോ പത്താം ക്ലാസ് രണ്ടാം വർഷം ഞാൻ ജയിച്ചുകയറി.

മെഗാസ്റ്റാർ മമ്മൂട്ടി പഠിച്ച സ്കൂളിലാണ് ഞാൻ പഠിച്ചത്. അദ്ദേഹം നീന്തൽ പഠിച്ച പുഴയിലാണ് ഞാനും നീന്തൽ പഠിച്ചത്. അതുകൊണ്ട് വളർന്നുവരുമ്പോൾ അദ്ദേഹത്തിന്റെ അടുത്ത സുഹൃത്തായി എനിക്ക് മാറണം. ആഗ്രഹംകേട്ട് കൂട്ടുകാർ കളിയാക്കി.

സ്കൂളിൽ ചില കായിക മത്സരങ്ങളിലെ സർട്ടിഫിക്കറ്റ് ഉണ്ടായിരു ന്നതിനാൽ എനിക്ക് എൻ എസ് എസ് കോളേജിൽ പ്രീഡിഗ്രിക്ക് അഡ്മി ഷൻ കിട്ടി. കോളേജ് ഡേക്ക് വയലാർ കായൽ കുറുകെ നീന്തുന്ന ഒരു മത്സരം നടത്തി. മത്സരിച്ച മുഴുവൻ കുട്ടികളും കായൽ നീന്തിക്കയറി. ഞാൻ മാത്രം നടുക്കായലിൽ വെച്ച് ജലപ്പിശാചുക്കളെപ്പേടിച്ച് കൈയും കാലുമിട്ടടിച്ചു. ഒടുവിൽ സംഘാടകനായ വിജയൻ മാഷ് എന്നെ ബല മായി പിടിച്ച് വള്ളത്തിൽക്കയറ്റി. പതിവ് തെറ്റിക്കാതെ പ്രീഡിഗ്രിക്ക് ഒന്നാ മനായി തോറ്റു.

ആ ഇടയ്ക്ക് നാട്ടിൽ കാണാൻ കൊള്ളാവുന്ന ഒരു പെൺകുട്ടിയു മായി പ്രേമത്തിലായി. അവളെ സ്വന്തമാക്കണമെങ്കിൽ ജീവിതം കുറേ ക്കൂടി മെച്ചപ്പെടുത്തണം. അതിനുള്ള വഴിതേടി ബോംബെയിൽ നാസി ക്കിലുള്ള കൊച്ചപ്പന്റെ അടുത്തെത്തി. പ്രീഡിഗ്രി തോറ്റവന് ബോംബെ യിൽ എന്ത് ജോലി കിട്ടാൻ. അദ്ദേഹം നാട്ടിലേക്ക് തിരിച്ചയച്ചു. എന്തെ ങ്കിലും ടെക്നിക്കൽ കോഴ്സ് പഠിച്ചാൽ കൊള്ളാം. കൊച്ചപ്പൻ ഉപദേ ശിച്ചു. എയർകണ്ടീഷന്റെ ഒരു ഹ്രസ്വകാല കോഴ്സും പൂർത്തിയാക്കി നാസിക്കിലേക്ക് വണ്ടികയറി.

അവിടെ എത്തിയപ്പോൾ നാട്ടിലെ അദ്ധ്യാപകൻ ഹിന്ദി പഠിക്കാൻ പറഞ്ഞതിന്റെ പ്രാധാന്യം ഞാൻ മനസ്സിലാക്കി. മൂന്നുവർഷം പഠിച്ചിട്ടും പഠിക്കാത്ത ഭാഷ വെറും മുപ്പത് ദിവസം ഹിന്ദി സിനിമ കണ്ടു പഠിച്ചു. ഒരു ജോലിക്കായി നാസിക്കിൽനിന്നും ബോംബെയ്ക്ക് വെച്ചുപിടിച്ചു. വലിയ വലിയ കമ്പനികളിലെ വലിയ ജോലിയാണ് ഞാൻ സ്വപ്നം കണ്ടത്. പക്ഷേ, ബോംബെയിൽ പിടിച്ചു നില്ക്കാൻ ഇംഗ്ലീഷ് അത്യാവ

ശ്യമാണ്. ഇംഗ്ലീഷ് പഠനവും ജോലി അന്വേഷിക്കലും ഒരുപോലെ നടന്നു. ഒരുചെറിയ കമ്പനിയിൽ എ സി ഓപ്പറേറ്ററായി ജോലി ശരിയായി. നൈറ്റ് ഡ്യൂട്ടിയാണ്. ഒരാഴ്ച അടുപ്പിച്ച് ഉറക്കം നിന്നതുകൊണ്ട് അഞ്ചാംദിവസം പുലർച്ചെ ഉറങ്ങിപ്പോയി. അന്നുതന്നെ ജോലി തെറിച്ചു. എന്റെ ജീവിത ത്തിൽ തോറ്റചരിത്രം ആവർത്തിച്ചുകൊണ്ടിരുന്നു.

പരാജിതനായി മുറിയിൽ മടങ്ങി എത്തിയപ്പോൾ അന്ന് ബോംബെ യിൽ ഇറങ്ങുന്ന മലയാള പത്രമായ *കലാകൗമുദി*യിലെ ഒരു വാർത്ത എന്നെ ആകർഷിച്ചു. ബോംബെ മലയാളിയായ മത്തായിസ് എന്ന മനു ഷ്യൻ കഠിനപരിശ്രമങ്ങൾകൊണ്ട് വലിയ നിലയിൽ എത്തിയ കഥ ഞാൻ പലയാവർത്തി വായിച്ചു. ആ പത്രവുമായി ഞാൻ കലാകൗമുദിയുടെ ആഫീസിലെത്തി. ആ വാർത്ത എഴുതിയ ആളെ നേരിൽ കണ്ടു. എനിക്ക് മത്തായീസിനെ കാണണം. മത്തായീസിനെപ്പോലെ ആകണം. എന്റെ ആവശ്യം അയാളെ അറിയിച്ചു. ലേഖകൻ അമ്പരന്നു. എന്നെ സമാധാനി പ്പിച്ച് മടക്കി അയയ്ക്കാൻ നോക്കി. പക്ഷേ, ഞാൻ പിന്മാറിയില്ല. ഒടു വിൽ ഞാൻ മത്തായീസിന്റെ മുന്നിൽ എത്തി.

ബോംബെയിലെ ഒരു പഞ്ചനക്ഷത്ര ഹോട്ടലിലെ വെയിറ്ററായിരുന്ന മത്തായീസ് ഒരിക്കൽ സ്വിമ്മിങ് പൂളിൽ മുങ്ങിത്താഴുന്ന ഒരു പെൺകുട്ടിയെ രക്ഷിച്ചു. ഹോട്ടലുടമ മത്തായീസിനെ നീന്തൽക്കുള ത്തിന്റെ ഇൻചാർജ് ആക്കി.

പിന്നീട് അയാൾ വളർന്ന് ബോളിവുഡിലെ താരസുന്ദരികളുടെയും കോടീശ്വരന്മാരുടെയും നീന്തൽക്കോച്ചായി മാറിയ കഥ ഞാൻ പലവട്ടം വായിച്ചു. അങ്ങ് ഒരു മഹാപുരുഷനാണ്. അങ്ങയുടെ ഒപ്പം എന്നെയും നിർത്തണം. മത്തായീസിനോട് ഞാൻ ആവശ്യം അറിയിച്ചു. അങ്ങനെ പഞ്ചനക്ഷത്ര ഹോട്ടലിലെ നീന്തൽക്കുളം ക്ലീനർ എന്ന താല്ക്കാലിക പോസ്റ്റിൽ എന്നെ നിയമിച്ചു.

വയലാറിലെ നടുക്കടലിൽവെച്ച് ജലപ്പിശാചിനെ പേടിച്ച് കൈകാ ലിട്ടടിച്ച കൗമാരക്കാരനെ ഞാൻ മനഃപൂർവ്വം മറന്നു. ശരിക്കും സ്വപ്ന സദൃശമായ ജോലി ആയിരുന്നു അത്. കോടീശ്വരന്മാരും ഹിന്ദിയിലെ സൂപ്പർ താരങ്ങളും അവരുടെ മക്കളുമായിരുന്നു അവിടെ വരുന്നവരിൽ അധികം പേരും. ഇടവേളകളിൽ കുളം ക്ലീൻ ചെയ്യുക. നീന്തിക്കഴിഞ്ഞു വരുന്നവർക്ക് ടൗവ്വലും സോപ്പും നല്കുക. കുളം അടച്ചുകഴിഞ്ഞാൽ ടൗവ്വൽ കൊണ്ടുപോയി വാഷിങ്ങിനു കൊടുക്കുക. ഇതൊക്കെയായിരുന്നു എന്റെ ജോലി.

കോടീശ്വരന്മാരും താരസുന്ദരികളും വെറും ഒരു നീന്തൽക്കോച്ചിനെ സാർ എന്ന് വിളിക്കുന്നതു കണ്ട് ഞാൻ കോരിത്തരിച്ചു. എനിക്കും അതു പോലാകണം. പക്ഷേ, എങ്ങനെ? കേരളത്തിലെ ഒരു കുഗ്രാമത്തിൽ ജനി ച്ചവൻ, വലിയ ഭാഷാ പാണ്ഡിത്യമില്ലാത്തവൻ, കാഴ്ചയ്ക്ക് നിറമോ, സൗന്ദ ര്യമോ ഇല്ലാത്തവൻ. ശാസ്ത്രീയമായി നീന്തൽ പഠിക്കാത്തവൻ. എന്നാലും ഞാൻ പരിശ്രമിച്ചു നോക്കിയാലോ...

വിദഗ്ദ്ധ കോച്ചുമാരായ ആനന്ദ് പർദ്ദേശിയും മത്തായീസും കുട്ടി കളെ പഠിപ്പിക്കുന്നതും ഇംഗ്ലീഷ് കൈകാര്യം ചെയ്യുന്നതും വളരെ ശ്രദ്ധ യോടെ നിരീക്ഷിച്ചു. നീന്തൽ കുളത്തിൽ നീന്തലിന് ഇറങ്ങുമ്പോൾ പഠിച്ച വിദ്യകൾ പലതും പരിശീലിച്ചു. ആദ്യമാദ്യം അസാദ്ധ്യം എന്ന് തോന്നി. പക്ഷേ, നിരന്തരം പ്രാക്ടീസ് ചെയ്തപ്പോൾ ഒക്കെ ശരീരത്തിന് വഴങ്ങി ത്തുടങ്ങി. ഒരു നീന്തൽ കോച്ചിന്റെ സൗഭാഗ്യങ്ങൾ ഓർത്ത് ദിവസം പതി നഞ്ച് മണിക്കൂർ വരെ കഠിനാദ്ധ്വാനം ചെയ്തു. പതുക്കെപ്പതുക്കെ ആ പരിശ്രമങ്ങൾക്ക് ഫലം കണ്ടുതുടങ്ങി. തുടക്കക്കാരെ പരിശീലിപ്പിക്കാൻ മത്തായീസ് എന്നെ ചുമതലപ്പെടുത്തി. ക്രമേണ ഇന്ത്യയുടെ സ്വപ്ന സുന്ദരികൾ എന്റെ ശിഷ്യരായി. നടി ഹേമമാലിനി, അവരുടെ മക്കളായ ഇഷ ഡിയോളും അഹന്ന ഡിയോളും, രാമായണത്തിലെ സീതയായിരുന്ന ദീപികയും അവരുടെ കുട്ടികളും നടി ഭാഗ്യശ്രീ അങ്ങനെ ആ നിര നീണ്ടു...

കോടീശ്വരന്മാരും താരസുന്ദരികളും പ്രാഥമിക വിദ്യാഭ്യാസം മാത്ര മുള്ള എന്നെ സാറേ എന്ന് വിളിക്കുന്നത് ഒരിക്കൽ ഞാൻ സ്വപ്നം കണ്ടു. സാവധാനം ആ സ്വപ്നങ്ങൾ യാഥാർത്ഥ്യമായിമാറി.

ഇതിനിടയിൽ നാട്ടിലെ കാമുകിയെ ഏതോ ചുണക്കുട്ടി കല്യാണം കഴിച്ചു. നീന്തൽക്കുളത്തിൽ വെച്ച് രാധിക ലഘാനി എന്ന കോടീശ്വര പുത്രിയോട് പ്രണയം മൊട്ടിട്ടു. അവളെ സ്വന്തമാക്കാൻ ജീവിതം കുറേ ക്കൂടി മെച്ചപ്പെടുത്താൻ നേരെ ദുബായിലേക്ക്.... പക്ഷേ, അതൊരു തെറ്റായ തീരുമാനമായിരുന്നു. പട്ടുമെത്തയിൽനിന്നും പട്ടിണിപ്പായയി ലേക്ക് എടുത്തിട്ട അനുഭവമായിരുന്നു അത്. കഷ്ടപ്പാടിന്റെ മൂന്ന് വർഷ ങ്ങൾ... കെട്ടിടനിർമ്മാണത്തൊഴിൽ വരെ ചെയ്യേണ്ടിവന്നു. ഒടുവിൽ നാട്ടി ലേക്ക് വണ്ടികയറി.

ജീവിതം രേഖപ്പെടുത്താൻ കഴിയാത്തവർക്കൊന്നും ഓർമ്മയുടെ ഭൂപ ടത്തിൽ സ്ഥാനമില്ലെന്ന് മനസ്സിലായ ഒരു കാലം മൂന്ന് കിലോമീറ്റർ ദൂരം വരുന്ന വൈക്കം കായൽ നീന്തിക്കടന്ന് ചരിത്രത്തിൽ ചില രേഖപ്പെടു ത്തലുകൾക്ക് ഞാൻ ശ്രമം തുടങ്ങി. വയലാർ കായലിൽ മുങ്ങിച്ചാകാൻ തുടങ്ങിയ ശിഷ്യൻ വൈക്കം കായൽ നീന്തിക്കടന്ന കഥ കേട്ട് എന്റെ ഗുരുനാഥൻ പ്രൊഫസർ വിജയൻ എന്നെ അനുഗ്രഹിച്ചു.

റിക്കാർഡുകൾ സൃഷ്ടിച്ചുകൊണ്ടുള്ള എന്റെ സാഹസിക നീന്തൽ യാത്രകൾക്ക് തുടക്കമായിരുന്നു ആ സംഭവം. 2002 ജനുവരി 22 ആലപ്പുഴ പുന്നമട മുതൽ വൈക്കം വരെ 41 കി മീ ദൂരം 16 മണിക്കൂർ നേരം തുടർച്ച യായി നീന്തിക്കടന്ന ആദ്യമലയാളി എന്ന റിക്കാർഡിലേക്കുള്ള യാത്രയ്ക്ക് പ്രതിപക്ഷനേതാവ് വി എസ് അച്യുതാനന്ദനും സാക്ഷിയായി. 2003 ൽ ഇംഗ്ലീഷ് ചാനൽ നീന്തിക്കടക്കാൻ കഠിനശ്രമം നടത്തി. കൂറ്റൻ തിരമാല കൾക്കു മുന്നിൽ ഞാൻ പരാജയപ്പെട്ടു.

അടുത്ത വർഷം ഇന്ത്യാ-പാക് കടലിടുക്ക് നീന്തിക്കടക്കാനുള്ള ശ്രമവും ദയനീയമായി പരാജയപ്പെട്ടു. വൈക്കം കായലിൽ നീന്തിയതു കൊണ്ട് വലിയ സാഹസിക നീന്തൽ താരമെന്നോ ഇവന്റെ വിചാരം.

പാവം... ഇതൊക്കെ ചുണക്കുട്ടികൾക്ക് പറഞ്ഞിട്ടുള്ളതാ... സുഹൃത്തു
ക്കൾപോലും കളിയാക്കി.

2005 ൽ ഫെബ്രുവരിയിൽ അലിബാഗ് മുതൽ ഗേറ്റ് വേ ഓഫ് ഇന്ത്യ
വരെയുള്ള ബോംബെ കടലിടുക്ക് 35 കി മീ ദൂരം 9 മണിക്കൂർ 14 മിനിറ്റ്
കൊണ്ട് നീന്തിക്കടന്ന ആദ്യ മലയാളി എന്ന ബഹുമതിയുമായി ഞാൻ
തിരിച്ചുവരവ് നടത്തി. തോല്‍വി നമ്മെ വിജയത്തോട് അടുപ്പിക്കുന്ന
മാന്ത്രികദണ്ഡാണ് എന്ന് ഞാൻ എന്റെ കൂട്ടുകാരെ പഠിപ്പിച്ചു. 2007 ജൂൺ
27 ന് കുട്ടികളിൽ നീന്തൽ പരിശീലനത്തിന്റെ ബോധവല്‍ക്കരണാർത്ഥം
മറൈൻഡ്രൈവ് ബോൾഗാട്ടി പാലസിൽ ശ്രീ ഭരത് മമ്മൂട്ടിക്കും തെരഞ്ഞെ
ടുത്ത 10 കുട്ടികൾക്കുമൊപ്പം 5 മണിക്കൂർ തുടർച്ചയായി നീന്തൽ പ്രക
ടനം നടത്തി മെഗാസ്റ്റാറിന്റെ സുഹൃത്താവുക എന്ന എന്റെ മറ്റൊരു
സ്വപ്നം കൂടി സാക്ഷാൽക്കരിച്ചു. സ്വിറ്റ്സർലന്റിൽ വെച്ച് നടന്ന ലോകോ
ത്തര മാരത്തൺ നീന്തൽ മത്സരത്തിൽ ഇന്ത്യയെ പ്രതിനിധീകരിച്ച്
അഞ്ചാം സ്ഥാനമെത്തി.

ജീവിത സഖിയായ ഡൽഹി മലയാളി രജിതയാണ് ഇപ്പോൾ എന്നെ
കൂടുതൽ സ്വപ്നം കാണാനും അത് യാഥാർത്ഥ്യമാക്കാനും പ്രോത്സാ
ഹിപ്പിക്കുന്നത്. മലയാളത്തിലും ഇംഗ്ലീഷിലുമായി എന്റെ ആത്മകഥ പുറ
ത്തിറക്കാനുള്ള അവസാനവട്ട ജോലികൾക്ക് രജിതയാണ് നേതൃത്വം
കൊടുക്കുന്നത്.

പരാജയം ചരിത്രവിജയങ്ങൾക്കുള്ള പന്ഥാവ് ഒരുക്കുമെന്ന് ജീവിതം
എന്നെ പഠിപ്പിച്ചു. അതിനുവേണ്ടി സ്വപ്നം കാണുക. സ്വപ്നങ്ങൾ
യാഥാർത്ഥ്യമാകുന്ന ഒരു കാലം അതിവിദൂരമല്ലെന്ന് ഉറച്ച് വിശ്വസിക്കുക.

പ്രാണനുവേണ്ടി ഒരു മരം
മുസ്തഫ

മലപ്പുറം ജില്ലയിലെ ചെമ്മൺ കടവാണ് എന്റെ നാട്. പോക്കർ ഉമ്മാത്ത് ദമ്പതികളുടെ അഞ്ച് മക്കളിൽ ഇളയവൻ. എന്റെ മുഴുവൻ പേര് തോരപ്പ മുസ്തഫ. വലിയ സാമ്പത്തികശേഷിയൊന്നുമില്ലാത്ത കുടുംബമായിരുന്നു ഞങ്ങളുടേത്. ഡ്രൈവിങ്ങും അതിന്റെ സാങ്കേതിക വശങ്ങളും പഠിക്കാൻ കുട്ടിക്കാലംതൊട്ടേ എനിക്കിഷ്ടമായിരുന്നു. അതുകൊണ്ട് ഒരു ഡ്രൈവറായി ജീവിതം ആരംഭിച്ചു.

ഏതൊരു മലപ്പുറക്കാരനെയും പോലെ ഞാനും അഞ്ചു വർഷക്കാലം ഗൾഫിൽ പോയി. വിവാഹം കഴിക്കാൻ തീരുമാനിച്ചതോടെ പ്രവാസി ജീവിതം അവസാനിപ്പിച്ച് തിരിച്ചുപോന്നു. സഫിയയെ വിവാഹം കഴിച്ചു. ഞങ്ങൾക്ക് ഒരു മകനുമായി. മൂർഷിദ് എന്ന് അവന് പേരിട്ടു. നാട്ടിൽ വണ്ടി ഓടിക്കുമ്പോഴും എന്തെങ്കിലും ഒരുകച്ചവടം തുടങ്ങണമെന്ന് ഞാൻ ആഗ്രഹിച്ചു.

1994 ഏപ്രിൽ 24 ന് നൂറാടി പാലത്തിന് സമീപം വെച്ച് ഞാൻ സഞ്ചരിച്ച ഓട്ടോറിക്ഷ മറ്റൊരു ഓട്ടോയുമായി കൂട്ടിയിടിച്ചു. ഒപ്പമുണ്ടായിരുന്ന യാത്രക്കാർക്ക് ഗുരുതരമായി പരിക്കേറ്റു. എന്റെ ശരീരത്തിൽനിന്നും ഒരു തുള്ളി ചോരപോലും വന്നില്ലെങ്കിലും എനിക്ക് സംഭവസ്ഥലത്തുനിന്നും എഴുന്നേല്ക്കാൻ കഴിഞ്ഞില്ല. കോഴിക്കോട് മെഡിക്കൽ കോളേജിൽ എന്നെ അഡ്മിറ്റ് ചെയ്തു.

വയറിന് പിന്നിൽ നട്ടെല്ല് രണ്ടായി ഇടിഞ്ഞ് സുക്ഷുമ്നാ നാഡി അറ്റു പോയി എന്ന് ഡോക്ടർമാർ കണ്ടുപിടിച്ചു. നീണ്ട ആശുപത്രിവാസത്തിന്റെ തുടക്കം മെഡിക്കൽ കോളേജിൽനിന്നും മണിപ്പാലിലെ സ്പൈനൽ സർജ്ജൻ ഡോ. മൊഹന്തിയുടെ ചികിത്സയിലേക്ക് മരുന്നുകളുടെ മണം പേറുന്ന ആശുപത്രി കിടക്കയിൽ. ആംബുലൻസുകളിൽ നിരാശ്രയനായ എന്റെ ജീവിതം തളച്ചിടപ്പെട്ട കാലം. അറ്റുപോയ നട്ടെല്ലിന്റെ സ്റ്റീൽ റോഡ്

ഘടിപ്പിച്ച് എന്നെ ഡിസ്ചാർജ് ചെയ്യുമ്പോൾ ഡോക്ടർ ഓർമ്മിപ്പിച്ചു. ശരീരം പൊട്ടാതെ രണ്ട് മണിക്കൂർ ഇടവിട്ട് തിരിച്ചും മറിച്ചും കിടത്തുക. മറ്റൊന്നും നമുക്ക് ചെയ്യാനില്ല.

95 ശതമാനം വൈകല്യം സംഭവിച്ചിരിക്കുന്നു.

നെഞ്ചിന് താഴേക്ക് സ്പർശനശേഷി പ്രതീക്ഷിക്കണ്ട.

എന്റെ മകൻ മുർഷിദിന് അന്ന് മൂന്നു വയസ്സാണ്. സഫിയയ്ക്ക് 19 ഉം. ഞാൻ പരാജിതനെപ്പോലെ അവളുടെ കണ്ണുകളിലേക്ക് നോക്കി. ഒന്നും സംഭവിച്ചിട്ടില്ല എന്ന മട്ടിൽ എനിക്ക് ധൈര്യം തരാനായി സഫിയ എന്നെ കണ്ണടച്ചു കാണിച്ചു. സത്യത്തിൽ ജീവിതത്തെ പൊരുതി തോല്പിക്കാൻ എനിക്ക് ധൈര്യം കിട്ടിയ നിമിഷമായിരുന്നു അത്. സഫിയ ഒരിക്കലും എന്റെ മുന്നിൽനിന്ന് കരഞ്ഞില്ല. എന്റെ കണ്ണ് ചെല്ലാത്ത ഒരു മറവിൽ ഇരുന്ന് അവൾ പൊട്ടിക്കരഞ്ഞിട്ടുണ്ടാകാം. പക്ഷേ, എന്റെ മനസ്സ് കെടു ത്തുന്ന ഒരു വാക്കുപോലും ഭാര്യയിൽനിന്നും ഉണ്ടായില്ല. അവൾ പ്രകടി പ്പിച്ച ആ ആത്മധൈര്യം ഞാൻ എന്നിലേക്ക് സ്വാംശീകരിച്ചു.

കിടക്കയ്ക്കും വീൽച്ചെയറിനുമിടയിൽനിന്ന് എന്റെ ജീവിതത്തിന് ഒരുമാറ്റം വേണമെന്ന് ഞാൻ ആഗ്രഹിച്ചു. ചട്ടിപ്പറമ്പിൽ ഒരു എസ് ടി ഡി ബൂത്ത് തുടങ്ങി. അപകടത്തിന് മുമ്പ് വലിയൊരു സുഹൃദ് വലയം എനി ക്കുണ്ടായിരുന്നു. അപകടവും ചികിത്സയും വിശ്രമവുമായി വർഷങ്ങൾ നീണ്ടപ്പോൾ അവരിൽ പലരും വഴിപിരിഞ്ഞു. നല്ല കാലത്ത് കുറേ സുഹൃ ത്തുക്കളുണ്ടായിരുന്നു. സമയം മോശമായപ്പോൾ അവർ തിരിഞ്ഞുനോ ക്കിയില്ല എന്നൊന്നും ഞാൻ പറയില്ല. എല്ലാവർക്കും സ്വന്തം പ്രശ്നങ്ങൾ തന്നെ വേണ്ടുവോളമുണ്ട്. നമ്മുടെ പ്രയാസങ്ങൾ മറ്റുള്ളവർ സഹായി ക്കുമെന്ന് പ്രതീക്ഷിക്കുന്നതാണ് യഥാർത്ഥ പ്രശ്നം.

എസ് ടി ഡി ബൂത്തിനൊപ്പം ഒരു ബേക്കറി കൂടി തുടങ്ങി. പതുക്കെ ഒരു സ്കൂട്ടറും വാങ്ങി. ആദ്യ സമയത്ത് ഡ്രൈവിങ് വെല്ലുവിളിയായി. മനസ്സ് ആഗ്രഹിക്കുന്നതുപോലെ ശരീരം നില്ക്കാതെ വന്നപ്പോൾ വണ്ടി യാത്രയ്ക്കിടയിൽ തട്ടിയും മുട്ടിയും പരുക്കുകൾ ഉണ്ടായി. ഹാൻഡ് കൺട്രോൾഡ് വെഹിക്കിൾ എന്നൊരു സ്വപ്നം ആ സമയമായപ്പോഴേക്കും മനസ്സിൽ ഉറച്ചു. കാലില്ലാത്തവർക്കും ഓടിക്കാൻ കഴിയുന്ന ഒരു കാറ്. എന്റെ ആഗ്രഹം കേട്ട് പലരും പരിഹസിച്ചു. പെർഫെക്ട് വെഹിക്കിൾ കെയർ സെന്റർ എന്ന പേരിൽ ഒരുസംരംഭം തുടങ്ങി. പരീക്ഷണങ്ങൾ ആരംഭിച്ചു. മനസ്സിൽ ഉറങ്ങിക്കിടന്ന എന്നിലെ മെക്കാനിക് ഉണർന്നു. പല സാങ്കേതിക വിദ്യകളും പരീക്ഷിച്ചു. പരാജയങ്ങളും വിജയങ്ങളും ഉണ്ടായി. അംഗവൈകല്യങ്ങൾക്കും പൊതുസമൂഹത്തിലേക്ക് ഇറങ്ങിച്ചെല്ലാൻ കഴി യുന്ന സാഹചര്യം ഉണ്ടാക്കണം. ആ ലക്ഷ്യം വെച്ച് പ്രവർത്തിച്ചു. 1999 ൽ ക്രച്ചും ബ്രേക്കും ഗിയറും ആക്സിലേറ്ററും സ്വന്തം കൈപ്പിടിയിൽ സുര ക്ഷിതമാക്കി ഞാൻ രൂപകല്പന ചെയ്ത മാരുതി 800 എന്റെ വീട്ടിലേക്ക് ഓടിച്ചുകയറ്റി.

സമയങ്ങളില്ലാതെ അല്ലാഹു എന്നിൽ കരുണ ചൊരിഞ്ഞു. വലി

യൊരു സ്വപ്നവും പ്രാർത്ഥനയും സഫലമായി. ചലനശേഷിയില്ലാത്ത ആയിരങ്ങൾക്ക് ആത്മവിശ്വാസത്തോടെ ഡ്രൈവ് ചെയ്യാൻ കഴിയുന്ന വാഹനമൊരുക്കാൻ എനിക്കു കഴിഞ്ഞു. രണ്ട് മണിക്കൂർ ഇടവിട്ട് മരണം വരെ ഇയാളെ തിരിച്ചും മറിച്ചും കിടത്തുക എന്ന് പറഞ്ഞ മണിപ്പാൽ കസ്തൂർബാ മെഡിക്കൽ കോളേജിലെ ഓർത്തോപീഡിക് സർജൻ ഡോ. മൊഹന്തിക്ക് മുന്നിലേക്ക് ഒരിക്കൽ കിലോമീറ്ററുകൾ വണ്ടിയോ ടിച്ച് ഞാൻ ചെന്നു. പിന്നീട് ഭിന്നശേഷിയുള്ളവരുടെ നാഷണൽ ടെക്നോ ളജി ഡെമോൺസ്ട്രേഷനിൽ പങ്കെടുക്കാൻ ഡൽഹിയിലേക്ക് ക്ഷണം ലഭിച്ചപ്പോൾ 2700 കിലോമീറ്റർ ഡ്രൈവ് ചെയ്ത് അവിടെ എത്തിയ 95 ശതമാനം വൈകല്യമുള്ള ഏക വ്യക്തിയായി ഞാൻ...

ഇന്ന് മാരുതി കാറ് മുതൽ ബി എം ഡബ്ല്യു വരെയുള്ള എഴുന്നൂറ്റി അമ്പതിൽപ്പരം കാറുകൾ ഭിന്നശേഷിയുള്ളവർക്കുവേണ്ടി രൂപകല്പന ചെയ്തുകഴിഞ്ഞു. യഥാർത്ഥത്തിൽ ഒരു വരുമാനമാർഗ്ഗത്തേക്കാൾ ഉപരി ബെഡ്ഡുകളിലും വീൽച്ചെയറുകളിലും തളച്ചിടപ്പെട്ട ആയിരക്കണക്കിന് വൈകല്യമുള്ളവരെ പൊതുധാരയിലേക്ക് മടക്കിക്കൊണ്ടുവരാനുള്ള പ്രാർത്ഥനയാണ് എന്റെ പരിശ്രമങ്ങൾ.

അപകടത്തെത്തുടർന്ന് മൂത്രതടസ്സവും മൂത്രത്തിലൂടെ പഴുപ്പും പോകുന്നതും എന്നെ വല്ലാതെ ബുദ്ധിമുട്ടിച്ചു. പല ചികിത്സകളും നട ത്തിയിട്ടും ഫലം കിട്ടിയില്ല. ഒടുവിൽ ഒറ്റപ്പാലത്തെ നിർമ്മലാനന്ദഗിരി സ്വാമികളെ കണ്ടു. അദ്ദേഹം കുറേ ഔഷധങ്ങൾ കുറിച്ച് തന്നിട്ട് കഷായം വെച്ചു കഴിക്കാൻ പറഞ്ഞു. ആ ഔഷധം തിരക്കി ഇറങ്ങിയപ്പോഴാണ് അതിൽ പകുതി ഔഷധങ്ങളും നമ്മുടെ നാട്ടിൽ കിട്ടാനില്ലെന്ന് മനസ്സി ലായത്. പിന്നെ കൂടുതലൊന്നും ആലോചിച്ചില്ല. അപകട ഇൻഷുറൻസ് വഴി കിട്ടിയ തുകകൊണ്ട് പൊന്നാരം പള്ളിയിൽ ഒന്നര ഏക്കർ സ്ഥലം വാങ്ങി അവിടെ ലൈഫ് ലൈൻ ഹെർബൽ ഗാർഡൻ നടത്തി. ഇപ്പോൾ കൃഷി വകുപ്പിന്റെ അംഗീകാരത്തോടെ പ്രവർത്തിക്കുന്ന ഈ ഔഷധ ത്തോട്ടത്തിൽ ഇരുന്നൂറിലധികം ഔഷധച്ചെടികൾ ഉണ്ട്.

പ്രാണനുവേണ്ടി ഒരു മരം എന്ന സന്ദേശം ഉയർത്തിപ്പിടിച്ചുകൊണ്ട് കേരളത്തിലെ സ്കൂൾ കലാലയ കുട്ടികൾക്ക് വൃക്ഷത്തെ വിതരണ മുൾപ്പെടെ ഒട്ടേറെ സംരംഭങ്ങൾ ഇവിടെ നടത്തപ്പെടുന്നു. കേരളത്തിലെ മുഴുവൻ ആയുർവേദ ഔഷധ കമ്പനികൾക്കും ആശ്രയിക്കാവുന്ന ഹെർബൽ ഗാർഡനായി ലൈഫ് ലൈനെ മാറ്റുകയാണ് എന്റെ സ്വപ്നം.

ഞാൻ ജന്മനാ ഒരു വികലാംഗനല്ല. ജീവിതത്തിന്റെ പകുതി വഴി യിൽവെച്ച് വിധി സമ്മാനിച്ചതാണ് എന്റെ വൈകല്യം. പൊതു സമൂഹ വുമായി നിരന്തരം ബന്ധപ്പെടുന്നതുകൊണ്ട് ആയിരക്കണക്കിന് ഭിന്നശേ ഷിയുള്ളവരുടെ നീറുന്ന പ്രശ്നങ്ങൾ ഞാൻ മനസ്സിലാക്കിയിട്ടുണ്ട്. അതു കൊണ്ട് അവർക്കുവേണ്ടി ഒരു പുനരധിവാസകേന്ദ്രം തുടങ്ങണമെന്ന് ഞാൻ ആഗ്രഹിച്ചു. സുമനസ്സുകൾ കൈകോർത്തപ്പോൾ ചട്ടിപ്പറമ്പിൽ 16000 സ്ക്വയർഫീറ്റിൽ അതിന്റെ പ്രവർത്തനം തുടങ്ങിക്കഴിഞ്ഞു. നമ്മുടെ

നാട്ടിൽ ഭിന്നശേഷിയുള്ള നൂറ് കണക്കിന് ആളുകൾ അടച്ചിടപ്പെട്ട വീടു
കളിൽ നരകയാതന അനുഭവിക്കുന്നു. അവരെ ബെഡിൽ നിന്നും വീൽച്ചെ
യറിലേക്കും അവിടെ നിന്നും ഒരു തൊഴിലിലേക്കും കൈപിടിച്ചു നട
ത്തുകയാണ് പുനരധിവാസകേന്ദ്രത്തിന്റെ ലക്ഷ്യം.

വ്യക്തിജീവിതത്തിൽ ഭാര്യയെയും മകനെയും നല്ല നിലയിൽ സംര
ക്ഷിച്ചു എന്നു ഞാൻ വിശ്വസിക്കുന്നു. മകൻ ഡിഗ്രി പൂർത്തിയാക്കി. വണ്ടി
ഡിസൈനിങ്ങും അവന്റെ ഇഷ്ടമേഖലയാണ്. ഇനി എന്റെ ശിഷ്ടജീവിതം
ഭിന്നശേഷിയുള്ളവരുടെ കൂട്ടായ്മയ്ക്കു വേണ്ടിയാണ്.

ഒരമ്മ നന്നായാൽ

രമണി

എന്റെ പേര് രമണി. എറണാ കുളത്തിന്റെ കിഴക്കൻ മേഖലയായ വെമ്പിള്ളിയാണ് സ്ഥലം. നിർദ്ധന രായ കൂലിപ്പണിക്കാരായിരുന്നു അച്ഛനമ്മമാർ. എട്ടുമക്കളിൽ ഏഴാ മത്തെ കുട്ടിയായിരുന്നു ഞാൻ. പട്ടി ണിയും പരിവട്ടവും നിറഞ്ഞ വീട്ടു സാഹചര്യത്തിൽ ഒരുപാടൊന്നും പഠിക്കാൻ കഴിഞ്ഞില്ല. കോലഞ്ചേരി സെന്റ് പീറ്റേഴ്സ് കോളേജിൽ പ്രീഡിഗ്രി പൂർത്തിയാക്കിയതോടെ പഠനം നിലച്ചു. കൂലിപ്പണി യിൽനിന്നും കിട്ടുന്ന വരു മാനംകൊണ്ട് എട്ടു മക്കളെ പോറ്റുക ശ്രമകരമായിരുന്നു. അതിൽ നാലും പെൺകുട്ടികൾ. ടൈപ്പ്റൈറ്റിങ്ങും തയ്യലും പഠിച്ചു.

1994 ൽ വീട്ടുകാർ എന്റെ കല്യാണം നടത്തി. എടയ്ക്കാട്ടു വയലിലെ ഡ്രൈവറായിരുന്ന അയ്യപ്പനായിരുന്നു വരൻ. മലയോരമേഖലയായിരുന്നു എടയ്ക്കാട്ടുവയൽ. സാധാരണക്കാരായിരുന്നു ഭർത്തൃവീട്ടുകാരും. തയ്യൽ പഠിച്ചിരുന്നതുകൊണ്ട് ചെറിയ രീതിയിൽ ഭർത്താവിനെ സഹായിക്കാൻ സാധിച്ചു. ഞങ്ങൾക്ക് രണ്ട് മക്കളാണ്. അരുൺ വൈശാഖും അപർണ്ണയും. 2000 ലാണ് ഞങ്ങളുടെ പഞ്ചായത്തിൽ അയൽക്കൂട്ടം ആരംഭിക്കു

ന്നത്. അടുത്തവർഷം ഞാൻ അതിന്റെ മെമ്പർ ആയി. കൂലിപ്പണിക്കാരും കർഷകത്തൊഴിലാളികളുമായിരുന്ന സ്ത്രീസമൂഹം പൊതുവെ അസം ഘടിതരായിരുന്നു. അവരുടെ കൂട്ടായ്മയായിരുന്നു അയൽക്കൂട്ടത്തിന്റെ മുഖ്യ അജണ്ട. ഒരു വർഷം കഴിഞ്ഞപ്പോൾ അയൽക്കൂട്ടത്തിന്റെ അദ്ധ്യ ക്ഷയായി എന്നെ തിരഞ്ഞെടുത്തു.

വീട്ടിലെ സാമ്പത്തിക സാഹചര്യങ്ങൾ തീർത്തും മോശമായിരുന്ന തിനാൽ മുഴുവൻ സമയ പൊതുപ്രവർത്തനം എനിക്ക് ബുദ്ധിമുട്ടായിരുന്നു. നടുവ് വേദനമൂലം ഭർത്താവിന് പലപ്പോഴും പണിക്ക് പോകാൻ കഴിഞ്ഞില്ല. അച്ഛനമ്മാരുടെ ആരോഗ്യസ്ഥിതിയും മോശമായിരുന്നു. തയ്യ ലിൽ നിന്നുംകിട്ടുന്ന വരുമാനം വലിയ ആശ്വാസമായിരുന്നു. ഇതിനിട യിൽ വളരെ മോശമായിക്കിടന്ന വീടിന്റെ പണിയും നടക്കുന്നുണ്ടായി രുന്നു. ഈ സമയത്ത് എ ഡി എസ് മെമ്പറായി. 2004 ൽ സി ഡി എസ് മെമ്പറായി പ്രൊമോഷൻ ലഭിച്ചു. സ്ത്രീശാക്തീകരണത്തിനും സ്ത്രീകൾക്കെതിരെയുള്ള ചൂഷണങ്ങൾക്കുമെതിരെ ഇക്കാലത്ത് കുടും ബശ്രീ തലത്തിൽ പ്രവർത്തനപദ്ധതികൾ ആവിഷ്കരിക്കപ്പെട്ടു. സ്ത്രീ കൂട്ടായ്മകളിൽ തങ്ങളുടെ പ്രശ്നങ്ങൾ വെട്ടിത്തുറന്ന് പറയാനുള്ള കരുത്ത് സ്ത്രീകൾക്കിടയിൽ ഉണ്ടാക്കാൻ അക്കാലത്തെ പ്രവർത്തനങ്ങൾ കൊണ്ട് സാധിച്ചു. 2011 ൽ ഞാൻ സി ഡി എസ് ചെയർപേഴ്സണായി.

ഒരുപാട് കൃഷിസ്ഥലങ്ങൾ തരിശ് കിടക്കുന്ന പഞ്ചായത്തിൽ കൃഷി സ്ഥലങ്ങളിലേക്ക് കർഷകരെ തിരിച്ചുകൊണ്ടുവരാനുള്ള കാർഷിക പദ്ധതി നന്നായിരിക്കുമെന്ന് തോന്നി. അതിനുവേണ്ടി 104 ജോയിന്റ് ലയബിലിറ്റി ഗ്രൂപ്പുകൾ രൂപീകരിച്ചു. തരിശ് കിടന്ന 20 ഹെക്ടർ സ്ഥലത്ത് നെൽകൃഷി പുനരാരംഭിച്ചു. അനുകരണീയമായ ആ കൃഷി മാതൃകയി ലേക്ക് കൂടുതലാളുകൾ വരികയും 30 ഹെക്ടർ സ്ഥലത്തുകൂടി വാഴകൃ ഷിയും പച്ചക്കറികളും വ്യാപിപ്പിക്കുകയും ചെയ്തു. പഞ്ചായത്തു തല ത്തിൽ സ്വാശ്രയവിപണി ഒരുക്കി. ഉല്പന്നങ്ങൾക്ക് മികച്ച വില ലഭിക്കാൻ കർഷകർക്ക് അവസരമൊരുക്കി. കൃഷി ആദായകരമായതിനാൽ ഉപേ ക്ഷിച്ച ഏറെ കർഷകരെയും മടക്കിക്കൊണ്ടു വരാൻ ഈ പദ്ധതിയിലൂടെ സാധിച്ചു.

ആത്മവിശ്വാസം നഷ്ടപ്പെട്ട് സ്വന്തം വീട്ടുസാഹചര്യങ്ങളിൽ ഒതുങ്ങി പ്പോയ ഒരുപാട് സ്ത്രീകൾ നമുക്കു ചുറ്റുമുണ്ട്. സ്ത്രീശാക്തീകരണം എന്ന സ്വപ്നം യാഥാർത്ഥ്യമാകണമെങ്കിൽ നഷ്ടപ്പെട്ട ആത്മവിശ്വാസം സ്ത്രീസമൂഹം വീണ്ടെടുക്കണം എന്നാണ് ഞാൻ കരുതുന്നത്. അതി നാദ്യം സ്ത്രീകൾക്ക് മറ്റുള്ളവരെ ആശ്രയിക്കാതെ ഒരു വരുമാനമാർഗ്ഗം കണ്ടെത്താൻ കഴിയണം. ലിങ്കേജ് ലോൺ വഴി സ്ത്രീകൾക്ക് ഒരു തൊഴിലും വരുമാനമാർഗ്ഗവും കണ്ടെത്താൻ വലിയ പ്രവർത്തനങ്ങളാണ് എടയ്ക്കാട്ടുവയലിൽ നടന്നത്. കുടുംബശ്രീ ത്രിഫ്റ്റ് (അംഗങ്ങളുടെ ഡെപ്പോസിറ്റ്) സമ്പാദ്യത്തിന്റെ നാലിരട്ടിവരെ വായ്പ ലഭിക്കുന്ന ലിങ്കേജ് ലോൺ കാനറാ ബാങ്ക്, യൂണിയൻ ബാങ്ക് എന്നിവയുടെ സഹായത്തോടെ

അയൽക്കൂട്ടങ്ങളിൽ നടപ്പിലാക്കി. 99 തൊഴിൽ സംരംഭങ്ങളിലായി 135 അയൽക്കൂട്ടങ്ങളിലൂടെ 2216 അംഗങ്ങൾക്ക് പ്രയോജനം ലഭിക്കുന്നതായിരുന്നു ആദ്യഘട്ട പദ്ധതി. നിർദ്ധന പെൺകുട്ടികളുടെ വിവാഹം ഉൾപ്പെടെ ഒട്ടേറെ നല്ല കാര്യങ്ങൾക്ക് ഈ പദ്ധതി അംഗങ്ങളെ സഹായിച്ചു. ഹോട്ടൽ, ക്ഷീരസാഗരം, ആടുഗ്രാമം, ഓട്ടോറിക്ഷാ, ശിങ്കാരിമേളം എന്നിങ്ങനെ വിവിധ തൊഴിൽമേഖലകളിൽ സ്ത്രീ സാന്നിദ്ധ്യം ഉറപ്പിക്കാൻ കഴിഞ്ഞു. കേരളത്തിലെ ആദ്യത്തെ കുടുംബശ്രീ ട്രാവൽസ് 2012 ൽ എടയ്ക്കാട്ടു വയലിലാണ് ആരംഭിച്ചത്. പിറവം - എടയ്ക്കാട്ടുവയൽ— തൃപ്പൂണിത്തുറ റൂട്ടിൽ സർവ്വീസ് നടത്തുന്ന ആ ബസിലെ 90 ശതമാനം തൊഴിലാളി കളും സ്ത്രീകളാണ്. ബസ് സർവ്വീസ് അടക്കം സ്ത്രീകൾക്ക് ചെയ്യാൻ കഴിയുന്ന പുതിയ തൊഴിൽ മേഖലകൾ ചൂണ്ടിക്കാട്ടിയപ്പോൾ പലരും എനിക്കുനേരെ നെറ്റി ചുളിച്ചു.

2007 ൽ ഒരു അധിക വരുമാനമാർഗ്ഗം എനിക്ക് അത്യാവശ്യമായിരു ന്നതിനാൽ വ്യക്തിഗത ലോൺ സമ്പാദിച്ച് ഞാൻ ഓട്ടോറിക്ഷാ വാങ്ങു കയും മൂന്ന് വർഷത്തിനുശേഷം സ്വന്തമായി ലൈസൻസ് നേടി അത് ഓടിക്കുകയും ചെയ്യുന്നുണ്ടായിരുന്നു. ആ ധൈര്യത്തിലാണ് സ്ത്രീ എന്ന ലിംഗ പരിഗണനയിൽ ഒരു തൊഴിലിൽനിന്നും മാറ്റി നിർത്തപ്പെടരുത് എന്ന് ഞാൻ ആഗ്രഹിച്ചത്. കേരളത്തിൽ നടപ്പിൽ വരുന്ന ഷീ ടാക്സി അടക്ക മുള്ള പുതിയ മാറ്റങ്ങൾ ഇത്തരം പ്രവർത്തനങ്ങളുടെ തുടർച്ചയാണെന്ന് ഞാൻ കരുതുന്നു.

എന്റെ പഞ്ചായത്തിലെ പത്താം വാർഡിൽപ്പെട്ട ചിത്തിര കുടുംബ ശ്രീയിലെ അംഗമായിരുന്ന പതിനൊന്നാം ക്ലാസ് വിദ്യാർത്ഥിനിയായിരുന്നു സ്വാതി. മഞ്ഞപ്പിത്തം കൂടി കരൾ മാറ്റിവയ്ക്കേണ്ടി വന്ന സ്വാതി കൃഷ്ണയെ രക്ഷിക്കാൻ ഒറ്റദിവസംകൊണ്ട് പതിനേഴുലക്ഷത്തി പതി നാറായിരത്തി ഒരു രൂപ സമാഹരിച്ച് കേരളത്തിന് മാതൃക കാട്ടാൻ ഞങ്ങൾക്ക് കഴിഞ്ഞു. അവയവദാന സന്ദേശ പരിപാടികൾക്ക് ഊർജ്ജം പകരാനും 1500 പേരുടെ അവയവദാന സമ്മതപത്രം അമൃതാ ഹോസ്പി റ്റലിലെ ഡോ. സുധീന്ദ്രന് കൈമാറാനും കഴിഞ്ഞത് സി ഡി എസ് ചെയർപേഴ്സൺ എന്ന നിലയിൽ എനിക്ക് അഭിമാനം പകരുന്ന കാര്യ ങ്ങളാണ്.

സ്ത്രീകളുടെ സാമൂഹ്യ സുരക്ഷയ്ക്കും ചൂഷണങ്ങൾക്കുമെതിരെ ജാഗ്രതാ സമിതികളും ജെൻഡർ ടീമിന്റെ പ്രവർത്തനവും കാര്യക്ഷമമാ ക്കാൻ ഒരു സ്ത്രീ എന്ന നിലയിൽ ഞാൻ കണിശത പുലർത്താറുണ്ട്. ഒരിക്കൽ ഒരു സന്ധ്യാനേരത്ത് കാക്കനാട്ടെ കുടുംബശ്രീ മിഷന്റെ കീഴിൽ പ്രവർത്തിക്കുന്ന സ്നേഹിതയിൽനിന്നും എനിക്കൊരു ഫോൺ വന്നു. ഞങ്ങളുടെ പഞ്ചായത്ത് പരിധിയിലുള്ള കാഞ്ഞിരമറ്റത്തുനിന്നും ഒരു പെൺകുട്ടി ആത്മഹത്യ ചെയ്യാൻ പോവുകയാണെന്ന് അറിയിച്ചിട്ടു ണ്ടെന്നും എത്രയും പെട്ടെന്ന് അവിടെ എത്താനുമായിരുന്നു. നിർദ്ദേശം നാല് കിലോമീറ്റർ ദൂരമുണ്ട്. കാഞ്ഞിരമറ്റത്തിന് പഞ്ചായത്ത് പ്രസിഡന്റി

നൊപ്പം ആ വീട്ടിലെത്താൻ പതിനഞ്ച് മിനിറ്റോളം വേണ്ടിവന്നു. ഗ്യാസ് കുറ്റി ഓൺ ചെയ്ത് കൈയ്യിൽ ലൈറ്ററുമായി നില്ക്കുകയായിരുന്നു പെൺകുട്ടി.

ഭർത്താവിന്റെ സംശയരോഗംമൂലം സഹികെട്ടാണ് ആ പെൺകുട്ടി ആ സാഹസത്തിന് മുതിർന്നത്. ഭാര്യയെയും ഭർത്താവിനെയും വീട്ടുകാരെയും വിളിച്ചുവരുത്തി മണിക്കൂറുകൾ സംസാരിച്ചാണ് പെൺകുട്ടിയുടെ മനോഭാവത്തിന് മാറ്റം വരുത്തിയത്. സ്ത്രീകൾക്കും കുട്ടികൾക്കുമെതിരെയുള്ള അതിക്രമങ്ങൾക്കെതിരെ ഇരുപത്തിനാല് മണിക്കൂറും ജാഗ്രത പുലർത്തുന്ന ജെൻഡർ ടീമിന്റെ പ്രവർത്തനംമൂലം ഒരുപാട് പേരെ സഹായിക്കാൻ കഴിഞ്ഞിട്ടുണ്ട് സ്നേഹിതയെക്കുറിച്ച് അറിഞ്ഞുകൊണ്ട് ആ പെൺകുട്ടി രക്ഷപ്പെട്ടു. ഉൾവലിയാനുള്ള മനോഭാവം സ്ത്രീസമൂഹത്തിൽ നിന്നും മാറി വരുന്നുണ്ട്.

എടയ്ക്കാട്ടുവയലിൽ നിരാശ്രയരായ വയോജനങ്ങൾ ഉണ്ടാകരുതെന്ന് ഞാൻ ആഗ്രഹിച്ചു. അവർക്കുവേണ്ടിയും കുടുംബശ്രീമിഷനു മുന്നിൽ നിവേദനങ്ങൾ നല്കി. അറുപത് വയസ്സിന് മുകളിലുള്ളവർക്കായി വയോജന ഗ്രൂപ്പുകൾ ആരംഭിച്ചു. ഇപ്പോൾ 96 ഗ്രൂപ്പുകളിലായി 2222 അംഗങ്ങൾ ഇവിടുണ്ട്. ആരോഗ്യത്തിനനുസരിച്ച് ഒരു തൊഴിൽരംഗം ആരംഭിക്കാനായി നബാർഡുമായി ചർച്ചകൾ നടക്കുകയാണ്. ആരോഗ്യസുരക്ഷയ്ക്കും മാനസിക വിനോദത്തിനുമായി ഒട്ടേറെ കാര്യങ്ങൾ ഞങ്ങൾ സംഘടിപ്പിക്കുന്നുണ്ട്.

2012-13 ൽ സംസ്ഥാനത്തെ ഏറ്റവും മികച്ച കുടുംബശ്രീയായി എടയ്ക്കാട്ടുവയൽ തെരഞ്ഞെടുക്കപ്പെട്ടു. ശരാശരി വിദ്യാഭ്യാസം മാത്രമുള്ള ഒരു സാധാരണക്കാരിയായ വീട്ടമ്മയാണ് ഞാൻ. ഭർത്താവിനും മക്കൾക്കും വേണ്ടി മാത്രം ജീവിക്കേണ്ടിയിരുന്ന എന്നെ സമൂഹത്തിനു മുന്നിലേക്ക് കൈപിടിച്ചു നടത്തിയത് കുടുംബശ്രീയാണ്. ഒരു വീട്ടമ്മ ശരിയായി നടന്നാൽ ഒരു വീടുമാത്രമല്ല ഒരു നാടിനും ശരിയായ വഴി തുറന്ന് കിട്ടുമെന്നത് കുടുംബശ്രീ നമ്മെ പഠിപ്പിക്കുന്നു.

യഥാർത്ഥ അമ്മ

വത്സല രാജു

എന്റെ പേര് വത്സല രാജു. കിഴക്കൻ മലയോരമേഖലയായ ചിറ്റാ റിലെ മീൻകുഴി സ്വദേശിനിയാണ്. ഒരു ദരിദ്രകുടുംബത്തിലെ ഏഴ് മക്ക ളിൽ രണ്ടാമത്തെ കുട്ടിയായിട്ടാണ് ഞാൻ ജനിച്ചത്. അച്ഛനമ്മമാർ കൂലി പ്പണിക്കാരായിരുന്നു. ദാരിദ്ര്യവും താഴെയുള്ള സഹോദരങ്ങളെ നോക്കാൻ ആളില്ലാത്തതിനാലും അഞ്ചാം ക്ലാസുവരെ മാത്രമേ പഠിക്കാൻ കഴി ഞ്ഞുള്ളൂ.

ചെറുപ്പം മുതലേ കൂലിപ്പണിക്ക് പോയി കിട്ടുന്ന കാശ് അച്ഛനെ സഹായിക്കാൻ കൊടുക്കുമായിരുന്നു. സ്വന്തത്തിൽപ്പെട്ട അപ്പച്ചിയുടെ മകൻ രാജു ആണ് എന്നെ കല്യാണം കഴിച്ചത്. കൂലിപ്പണിക്കാരൻ തന്നെ യായിരുന്നു. കല്യാണം കഴിഞ്ഞ് ഒരു വർഷത്തോളമായിട്ടും ഞങ്ങൾക്ക് കുട്ടികൾ ഉണ്ടായില്ല. പത്തനംതിട്ട സർക്കാർ ആശുപത്രിയിൽപ്പോയി ചില ഡോക്ടർമാരെ കാണുകയും മരുന്നുകൾ കഴിക്കുകയും ചെയ്തു. രണ്ടു വർഷത്തോളം കഴിഞ്ഞപ്പോൾ ഞാൻ ഗർഭിണിയായി. കടിഞ്ഞൂൽ സന്താ നത്തിന്റെ മുഖം കാണാൻ ഞങ്ങൾ കാത്തിരുന്നു. പക്ഷേ, പ്രസവം കഴി ഞ്ഞാണ് ഞാൻ അറിയുന്നത് കുഞ്ഞ് ചാപിള്ളയായിരുന്നു എന്ന്. രാജുവും ഞാനും വലിയ സങ്കടത്തിലായി. ദൈവം ഞങ്ങളുടെ സങ്കടം കാണും എന്ന് ഞാൻ ആശിച്ചു. വർഷങ്ങൾക്കുശേഷമാണ് രണ്ടാമത്തെ കുഞ്ഞ് ഉണ്ടാകുന്നത്. പക്ഷേ, അതും മാസംതികയും മുമ്പ് നഷ്ടമായി. ദൈവം ഞങ്ങളോട് ഒരിക്കലും കരുണ കാട്ടിയില്ല. പിന്നീടുണ്ടായ നാലു പ്രസവ ങ്ങളിലും ആദ്യത്തെ അനുഭവങ്ങൾ ആവർത്തിച്ചു.

ഒരമ്മയും അനുഭവിക്കാത്ത ദുരിതവും കഷ്ടതകളും ഈശ്വരൻ എനി ക്കുവേണ്ടി കരുതി വെച്ചിരുന്നതുപോലെ തോന്നി. ഓരോ പ്രസവത്തിനു ശേഷവും ബോധം തെളിഞ്ഞപ്പോൾ ഞാനെന്റെ കുഞ്ഞിന്റെ മുഖം

കാണാൻ വെമ്പൽ കൊണ്ടു. അമ്മയും ബന്ധുജനങ്ങളും എന്നെ ആശ്വ
സിപ്പിക്കാനാവാതെ വിഷമിച്ചു. ആറാമത്തെ കുഞ്ഞും നഷ്ടപ്പെട്ട് പരാജി
തയായി. ഇനിയൊരിക്കലും ഒരുകുഞ്ഞുവേണ്ട എന്ന തീരുമാനവുമായി
ആശുപത്രിയിൽനിന്നും വീട്ടിലേക്ക് പോരാൻ തുടങ്ങുമ്പോഴാണ് അടുത്ത
ബെഡ്ഡിൽ കിടന്ന സ്ത്രീ ആ കുഞ്ഞിനെ ഉപേക്ഷിക്കുകയാണെന്ന വിവരം
ഞാൻ മനസ്സിലാക്കുന്നത്. അത് കേട്ട് ഉള്ളുപിടഞ്ഞുപോയി. ഓമനത്തം
നിറഞ്ഞ ആ കുഞ്ഞിനെ ആ നിമിഷം തന്നെ ഞാൻ വാരിയെടുത്ത് എന്റെ
നെഞ്ചോട് ചേർത്തു.

ഇന്നത്തേതു പോലെ അമ്മത്തൊട്ടിലോ മറ്റ് സംവിധാനങ്ങളോ അന്ന്
ഇല്ലായിരുന്നു. ആ സ്ത്രീ പ്രശ്നങ്ങളില്ലാതെ കുഞ്ഞിനെ ഉപേക്ഷിക്കാൻ
കഴിഞ്ഞതിലുള്ള സന്തോഷത്തിലും ഞാൻ കടിഞ്ഞൂൽക്കുഞ്ഞിനെ കിട്ടിയ
സന്തോഷത്തിലും വീട്ടിലേക്ക് മടങ്ങി. ആ പെൺകുഞ്ഞിന് നീതു എന്ന്
ഞങ്ങൾ പേരിട്ടു. ആറ് പ്രസവങ്ങൾക്കുശേഷം ദൈവം ദാനം നല്കിയ
ആ കുഞ്ഞിനെ നിലത്തും നിലയിലും വെക്കാതെ വളർത്തുന്നതിനിട
യിലാണ് ഞാൻ വീണ്ടും ഗർഭിണിയാകുന്നത്. ഇനിയൊരു കുഞ്ഞു വേണ്ട
എന്നായിരുന്നു മനസ്സിൽ. പക്ഷേ, ഡോക്ടർമാർ സമ്മതിച്ചില്ല. അങ്ങനെ
പൂർണ്ണ ആരോഗ്യമുള്ള ഒരുകുഞ്ഞിനെ എനിക്ക് കിട്ടി. സ്വന്തം കുഞ്ഞ്
ഉണ്ടായതോടെ നീതുവിനെ ഇനി സംരക്ഷിക്കണോ... പെൺകുട്ടിയാണ്
വല്യ ബാദ്ധ്യതയാകും എന്നൊക്കെ പലരും പറഞ്ഞ് എന്നെ വിഷമിപ്പിച്ചു.
പ്രസവിച്ചില്ലെങ്കിലും എന്റെ മൂത്തമകളാണ് നീതു എന്ന് ഞാൻ ഉറച്ച
തീരുമാനം എടുത്തതോടെ പിറുപിറുത്തവർ നാവടക്കി. രണ്ട് വർഷങ്ങൾ
കഴിഞ്ഞ് എനിക്ക് ഒരു മോൻ കൂടി ഉണ്ടായി.

രാജു കൂലിപ്പണി ചെയ്ത് കിട്ടുന്ന ചെറിയ വരുമാനത്തിലാണ്
ഞാനും എന്റെ കുടുംബവും കഴിഞ്ഞിരുന്നത്. അഞ്ച് വയസ്സായിട്ടും മറ്റു
കുട്ടികളെപ്പോലെ നീതു സംസാരിച്ചില്ല. കുഞ്ഞുമായി ഞങ്ങൾ പല ആശു
പത്രികളിലും കയറിയിറങ്ങി. നാവിനടിയിൽ ഒരു ഓപ്പറേഷൻ നടത്തി
യാൽ നീതു സംസാരിക്കുമെന്ന് ഡോക്ടർ പറഞ്ഞു. ഓപ്പറേഷൻ
ചെയ്താൽ എനിക്ക് നഷ്ടപ്പെട്ട ആറ് കുഞ്ഞുങ്ങളുടെ ഗതി നീതുവിനും
സംഭവിക്കുമെന്ന് ഞാൻ പേടിച്ചു. കുറച്ചുകൂടി വളർന്നപ്പോൾ ഭിന്നശേ
ഷിയുള്ള കുട്ടികളുടെ കൂട്ടത്തിലാണ് നീതുവെന്ന് ഞാൻ മനസ്സിലാക്കി.
ഓർമ്മയ്ക്ക് മാന്ദ്യതയും ആലോചിച്ച് തീരുമാനങ്ങൾ എടുക്കുവാനുള്ള
പ്രാപ്തിക്കുറവ് പഠനത്തെയും ബാധിച്ചു.

ചിറ്റാർ ഗവൺമെന്റ് സ്കൂളിൽ അഞ്ചാം ക്ലാസിൽ നീതുവിന്റെ പഠനം
അവസാനിച്ചു. അപ്പോഴും ആളുകൾ പറഞ്ഞു: ഈ കൊച്ച് നിനക്ക് ബാദ്ധ്യ
തയാകും വത്സലേ... മന്ദബുദ്ധിയായതും വർത്തമാനം പറഞ്ഞാൽ തിരി
യാത്തതും ഒക്കെ സഹിക്കാം. പക്ഷേ, ഒരു പെൺകുട്ടിയല്ലേ.. ഈ കൊച്ച്
കൂടെ നിന്നാ നിന്റെ സ്വന്തം മോൾടെ ഭാവിക്കുതന്നാ ദോഷം... ആളു
കൾ എന്നെ ഉപദേശിച്ചു. രാജുവിനോ എന്റെ സ്വന്തം കുഞ്ഞുങ്ങൾക്കോ
നീതു വേറൊരു കൊച്ചാണെന്ന് തോന്നാത്തതുകൊണ്ട് ഞാൻ കുലുങ്ങി

യില്ല. നീതുവിന്റെ അമ്മ നീതുവിനെ ഗർഭം ധരിച്ച സമയത്ത് അബോർഷ നുവേണ്ടി ഏറെ മരുന്നുകൾ കഴിച്ചതുകൊണ്ടാണ് നീതുവിന് വൈകല്യ ങ്ങൾ ഉണ്ടായതെന്ന് ഡോക്ടർമാർ കണ്ടുപിടിച്ചു. എല്ലാ കുറവുകളോടും കൂടിയും അവളെ സ്വന്തം മകളായി വളർത്താൻ തന്നെ ഞങ്ങൾ ഉറച്ചു.

എന്റെ സഹോദരി സുശീല ചെന്നെയിലാണ് താമസം. ഒരിക്കൽ സഹോദരിയെക്കണ്ട് നാട്ടിലേക്ക് ട്രെയിനിൽ മടങ്ങിവരവെ പെറ്റിക്കോട്ട് മാത്രം ധരിച്ച ഒരു പെൺകുട്ടി ഭിക്ഷ യാചിച്ച് നടക്കുന്നത് ഞാൻ കണ്ടു. ഭക്ഷണമൊന്നും കഴിക്കാതെ അവൾ അവശയായിരുന്നു. അവളുടെ പേർ ബീന എന്നായിരുന്നു. ഞങ്ങൾ തിരുവല്ലയിൽ ട്രെയിൻ ഇറങ്ങുമ്പോൾ ബീനയും ഞങ്ങൾക്കൊപ്പം കൂടി. അന്ന് ഏകദേശം ഒമ്പത് വയസ്സ് കാണും ബീനയ്ക്ക്. അങ്ങനെ എനിക്ക് മക്കൾ നാലായി. കേട്ടവർകേട്ടവർ മൂക്കത്ത് വിരൽവെച്ചു. ആകെ മുപ്പത്തിരണ്ട് സെന്റ് സ്ഥലത്തെ ഒരു ചെറിയ വീട്ടി ലാണ് ഞങ്ങളുടെ താമസം. രാജുവിനൊപ്പം ഇടയ്ക്ക് ഞാനും കൂലിപ്പ ണിക്കുപോയി കിട്ടുന്നതാണ് ആകെ വരുമാനം. രണ്ട് മക്കളുണ്ട്. അക്കൂട്ട ത്തിലാണ് രണ്ടുപെൺകുട്ടികളെക്കൂടി പോറ്റി വളർത്തുന്നത്. അതിലൊ നാണെങ്കിൽ മന്ദബുദ്ധിയും. പലരും എന്നെ കുറ്റപ്പെടുത്തി. പെൺകൊ ച്ചുങ്ങളാ, വളർന്നുവരുമ്പോ എന്താകുമോ എന്തോ..? എന്ന് പറഞ്ഞ് പേടി പ്പിച്ചു.

പക്ഷേ, ഒന്നും എന്നെ സ്പർശിച്ചില്ല. എന്റെ ഉദരത്തിൽ ജന്മമെടുത്ത് ആറു കുഞ്ഞുങ്ങൾ ശരീരമെടുക്കാതെ അകാലത്തിൽ പൊലിഞ്ഞു. അവ രുടെ ആത്മാക്കൾ നീതുവിലൂടെയും ബീനയിലൂടെയും എന്നെത്തേടി വന്നതാകാമെന്ന് ഞാൻ വിശ്വസിച്ചു. ഒരു വേർതിരിവുമില്ലാതെ നാലുമ ക്കളെയും ഞങ്ങൾ ഒരുപോലെ വളർത്തി. കൂട്ടത്തിൽ മൂത്തവളായ ബീനയെ 2003 ൽ കല്യാണം കഴിച്ച് അയപ്പിച്ചു. പത്തനംതിട്ട ഇലവുംതി ട്ടയിലെ ഒരു ലോഡിങ് തൊഴിലാളിയായിരുന്നു പയ്യൻ. ഇന്ന് അവർക്ക് രണ്ട് കുട്ടികളുണ്ട്.

2006 ൽ സ്വന്തം മകൾ ഗ്രീഷ്മയുടെ വിവാഹവും നടന്നു. സ്വന്തം കാര്യങ്ങൾ സ്വയം ചെയ്യാൻ പ്രാപ്തിയില്ലാത്ത നീതുവിന്റെ ഭാവിയെക്കു റിച്ചോർത്തപ്പോൾ ചെറിയ ആശങ്കയുണ്ട്. എന്റെ മകൻ പ്ലസ് വൺ വിദ്യാർത്ഥിയാണ്. ഞാനും എന്റെ ഭർത്താവും കൂലിവേല ചെയ്താണ് ഇപ്പോഴും വീട് പുലർത്തുന്നത്. പലപ്പോഴും സാമ്പത്തിക പ്രയാസങ്ങളും കഷ്ടപ്പാടുകളും ജീവിതത്തിൽ ഉണ്ടാകാറുണ്ട്. എന്നാലും പ്രയാസപ്പെടു ന്നവരെ കണ്ടാൽ മനസ്സ് നോവും. ആരും ആശ്രയമില്ലാതിരുന്ന ഓമ ല്ലൂർക്കാരി ദീനാമ്മയെ കണ്ടുമുട്ടുമ്പോൾ എന്റെ വീട്ടിൽ പട്ടിണിയും പരി വട്ടവുമായിരുന്നു. മക്കളും സ്വന്തക്കാരും കൈയൊഴിഞ്ഞ ആ സ്ത്രീയെ പലപ്പോഴും ഞാൻ വീട്ടിൽ വിളിച്ചുനിർത്തി. ഭക്ഷണവും വസ്ത്രവും നല്കി. അസുഖം കൂടി ആഴ്ചകളോളം ശയ്യാവലംബയായപ്പോൾ നാട്ടു കാർ എന്നോട് ചോദിച്ചു. വീട്ടിലുള്ളവരുടെ കാര്യങ്ങൾ തന്നെ കഷ്ടത്തി ലല്ലേ വത്സലേ... അപ്പോ എന്തിനാ ഈ മാരണമൊക്കെ എടുത്ത് തല

യിൽ വെക്കുന്നതെന്ന്. മറ്റുള്ളവരുടെ കാഴ്ചപ്പാടിൽ ഞാൻ വേണ്ടാത്ത കാര്യങ്ങളാണ് ചെയ്തിരുന്നത്. പക്ഷേ, എല്ലാവരാലും കൈയൊഴിഞ്ഞ ഒരു വൃദ്ധയോട് കാണിക്കേണ്ട മനുഷ്യത്വം മാത്രമാണ് ഞാൻ കാട്ടിയത്. അധികം വൈകാതെ ആ സ്ത്രീ മരിച്ചു.

ഒരു ദിവസം ചിറ്റാർ ചന്തയിൽ വെച്ച് കണ്ടുമുട്ടിയ ഒരുസ്ത്രീയുടെ കീറിപ്പറിഞ്ഞ സാരികണ്ടപ്പോൾ സങ്കടം തോന്നി. കാര്യം തിരക്കിയപ്പോൾ ഭർത്താവ് വർഷങ്ങളായി കിടപ്പിലാണെന്നും അവർ കൂലിപ്പണി ചെയ്ത് കിട്ടുന്ന കാശുകൊണ്ട് മരുന്നിനുപോലും തികയുന്നില്ലെന്നും മനസ്സിലായി. പിന്നീട് ഞാൻ സാമ്പത്തികശേഷിയുള്ള ചില വീടുകളിൽ ചെന്ന് വീട്ട മ്മമാരുടെ പഴയ സാരികൾ വാങ്ങി ആ സ്ത്രീക്ക് കൊണ്ടുപോയി കൊടുത്തു. കൊടുക്കാൻ നിന്റെ കൈയിലില്ലെങ്കിൽ നീ എന്തിനാ ഈ പൊല്ലാപ്പിനൊക്കെ പോണത് എന്ന് ചിലരൊക്കെ എന്നോട് ചോദിച്ചു. എന്റെ സമ്പാദ്യം വട്ടപ്പൂജ്യമായത് എന്റെ കുഴപ്പംകൊണ്ടാണെന്ന് ഞാനൊ രിക്കലും കരുതുന്നില്ല. ഇല്ലാത്തവനാണെങ്കിലും സഹായിക്കാൻ മനസ്സുള്ള ഒരാൾക്ക് പലരെയും സഹായിക്കാൻ കഴിയും. ഇന്ന് ഒരുപാട് സാധു ക്കൾക്കും അനാഥാലയങ്ങൾക്കും ഞാൻ വസ്ത്രങ്ങൾ സമാഹരിച്ച് കൊടു ക്കുന്നുണ്ട്. വിശേഷ ദിവസങ്ങളിൽ പലരോടും വാങ്ങിക്കിട്ടുന്ന തുക കൊണ്ട് പലർക്കും കുറേശ്ശെ എങ്കിലും അരിയും പലവ്യഞ്ജനങ്ങളും വാങ്ങി നല്കാറുണ്ട്.

വത്സല എന്തിനാണ് ഇങ്ങനെ അലഞ്ഞുനടക്കുന്നതെന്ന് ഇപ്പോഴും ആളുകൾ ചോദിക്കാറുണ്ട്. ആ ചോദ്യം പലപ്പോഴും ഞാൻ എന്നോടു തന്നെ ചോദിക്കും. പൊരിവെയിലിൽനിന്നും വിയർത്തു കുളിച്ച് വീട്ടിലേക്ക് കയറിവരുന്ന എനിക്ക് നിഷ്കളങ്കമായ ചിരിയോടെ ഒരു ഗ്ലാസ് വെള്ളമെ ടുത്ത് തരുന്ന എന്റെ മോൾ നീതുവിന്റെ മുഖത്ത് ആ ചോദ്യത്തിന് ഞാൻ ഉത്തരം കണ്ടെത്തുന്നു. വല്ലപ്പോഴും മക്കളുമായി വീട്ടിലേക്ക് വരുന്ന മറ്റൊരു മകൾ ബീനയുടെ മുഖത്ത് എന്റെ ചോദ്യത്തിന് ഉത്തരമുണ്ട്.

ജീവിക്കാൻ വേണ്ടി മക്കളെ വില്ക്കുകയും കാമുകനോടൊപ്പം ജീവി ക്കാൻ മക്കളെ കൊല്ലുകയും പണത്തിനുവേണ്ടി മക്കളെ വാണിഭച്ചന്ത യിൽ വില്ക്കുകയും ചെയ്യുന്ന ഒരുപാടമ്മമാരുടെ കഥകൾ ഓരോ ദിവ സവും നാം കേൾക്കുന്നു. ഇതിനിടയിൽ ഞാൻ പ്രസവിക്കാത്ത രണ്ട് മക്കൾ എന്നെ അമ്മേ എന്ന് വിളിച്ച് എന്നെ സ്നേഹിക്കുമ്പോൾ ഒട്ടും സമ്പന്നമല്ലാത്ത എന്റെ ജീവിതത്തിലെ ഏക സമ്പത്ത് ഈ നന്മ മാത്രമാ ണെന്ന് ഞാൻ അഭിമാനപൂർവ്വം തിരിച്ചറിയുന്നു.

പഠിപ്പും പണവും സൗന്ദര്യവും നല്കാൻ ഈശ്വരൻ എന്നോട് പിശുക്കു കാണിച്ചു. പണമില്ലാതെ തന്നത് സഹായമനസ്കത മാത്രമാണ്. പിശുക്കില്ലാതെ കൊടുക്കാൻ എന്റെ ഏക സമ്പാദ്യവും അതുമാത്രമാണ്.

വൈധവ്യം ജീവിതാന്തമല്ല

ജിജി മനോജ്

ഇടുക്കിയിൽ അടിമാലിക്കടുത്ത് തോക്കുപാറ എന്ന ഗ്രാമത്തിലാണ് ഞാൻ ജനിച്ചത്. അപ്പനും അമ്മച്ചിയും രണ്ടനുജന്മാരുമടങ്ങുന്ന ചെറിയ കുടുംബം. അപ്പനും അമ്മച്ചിയും കർഷകരായിരുന്നു. പ്രകൃതിക്ഷോഭങ്ങളെ എന്നും ഭയപ്പെട്ടിരുന്നതിനാൽ ദൈവഭയമുള്ളവരായാണ് ഞങ്ങൾ വളർന്നത്.

കുഞ്ചിത്തണ്ണിയിലെ ജൂനിയർ കോളേജിൽ ഞാൻ പഠനം കഴിഞ്ഞു നില്ക്കുന്ന സമയം. അന്നൊരു ശനിയാഴ്ചയായിരുന്നു. അടുത്ത ദിവസം പള്ളിയിൽ പോകാനുള്ള വസ്ത്രങ്ങൾ തേച്ചുകൊണ്ടു നില്ക്കുമ്പോഴാണ് അപ്പൻ പുറത്തുപോയിട്ട് വരുന്നത്... "മോള് പള്ളീ പോകാനാണോ ഉടുപ്പു തേയ്ക്കുന്നത്. എന്നാൽ ആ പുതിയ ഉടുപ്പ് തേച്ചുവെച്ചോ..." എന്ന് അപ്പൻ വിളിച്ചുപറഞ്ഞു. രാത്രിയിലെപ്പഴോ ആണ് അമ്മച്ചി പിറ്റേന്ന് എന്നെ പെണ്ണു കാണാൻ ഒരു കൂട്ടർ വരുന്ന കാര്യം പറയുന്നത്. ചെക്കൻ അങ്ങ് കോതമംഗലം ടൗണിൽ നിന്നാണ് എന്ന് കേട്ടപ്പോൾ തന്നെ എനിക്ക് സന്തോഷമായി. കാരണം, ഇടുക്കിയിലെ തോക്കുപാറ എന്ന കുഗ്രാമത്തിൽ ജനിച്ചുവളർന്ന എനിക്ക്

ടൗണിൽ പോകുവാനും ജീവിക്കുവാനും ഇഷ്ടമായിരുന്നു. ഞായറാഴ്ച മാനോജും കൂട്ടുകാരും ഇടക്കാരനോടൊപ്പം വീട്ടിൽ വന്നു. മനോജ് കാണാൻ സുന്ദരനായിരുന്നു. ഡ്രൈവിങ്ങ് ആയിരുന്നു ജോലി. ജോലി അത്ര മെച്ചമല്ലെങ്കിലും ടൗണിലെ സുന്ദരനായ ചെറുപ്പക്കാരനായതു കൊണ്ട് എനിക്ക് ഇഷ്ടപ്പെട്ടു.

അന്നുച്ചതിരിഞ്ഞ് കരടിപ്പാറയുടെ ആകാശമിറങ്ങി കറുത്ത മേഘ ക്കൂട്ടങ്ങൾ തോക്കുപാറയെ മൂടി. വസന്തകാലത്തെ സായാഹ്നം അപ്രതീ ക്ഷിതമായ മഴകൊണ്ട് നനഞ്ഞുകുതിർന്നു. കാറ്റും മഴയും തണുപ്പിച്ച ആ രാത്രി ഞാൻ നഗരത്തിലെ സുന്ദരനെ സ്വപ്നം കണ്ട് ഉറങ്ങി.

2000 നവംബർ മാസം 20-ാം തീയതി കോതമംഗലം മാർത്തോമാ ചെറിയ പള്ളിയിൽ വെച്ച് എന്റെ വിവാഹം നടന്നു. ആ ചെറുപ്പക്കാരനെ ഭർത്താവായി കിട്ടിയതിൽ ഞാൻ യേശുവിനോടു നന്ദി പറഞ്ഞു. കരടി പ്പാറയുടെ ഇരുണ്ട നിഴലുകൾ വീണ ഹൈറേഞ്ചിന്റെ മടുപ്പിക്കുന്ന നാട്ടു ദൃശ്യങ്ങളിൽനിന്നും ഭ്രമിപ്പിക്കുന്ന നഗരക്കാഴ്ചകളിലേക്ക് ജീവിതം പറി ച്ചുനട്ട ഒരു പെൺകുട്ടിയുടെ അഭിമാനബോധം എന്നെ ലഹരിപിടിപ്പിച്ചു.

ആദ്യരാത്രി...! കിടപ്പറയിലേക്ക് കടന്നുവന്ന മനോജിന് എനിക്ക് പരി ചിതമല്ലാത്ത ഒരു മണമായിരുന്നു. കണ്ണുകൾ സദാ ചുവന്നിരുന്നു. ആള് ഒരുപാട് സംസാരിക്കുന്ന പ്രകൃതക്കാരനല്ലെന്ന് തോന്നി. സ്നേഹം പ്രക ടിപ്പിക്കാനറിയാത്ത ഒരാൾ എന്നാണ് എനിക്ക് തോന്നിയത്.

കല്യാണം കഴിഞ്ഞ് രണ്ടു മാസങ്ങൾ എങ്ങനെയൊക്കെയോ കട ന്നുപോയി. ഒരുദിവസം മനോജ് ബന്ധുവിന്റെ കല്യാണത്തിൽ പങ്കെടു ക്കുവാൻ പോയി. അവിടെ ചെന്നപാടെ മനോജിന് കുടിയന്മാരായ കൂട്ടു കാരെ കമ്പനികിട്ടി. കുറേക്കഴിഞ്ഞപ്പോൾ ആരോ വന്ന് മനോജിന് നെഞ്ചു വേദന ആണെന്ന് പറഞ്ഞു. ആശുപത്രിയിൽ ചെന്നപ്പോൾ മനോജിന് അറ്റാക്കാണെന്ന് ഡോക്ടർമാർ വിധിയെഴുതി. ഇനി മദ്യപിക്കരുത്...

പക്ഷേ, മദ്യത്തെ മനസ്സാ വരിച്ച മനോജിന് മദ്യപിക്കാതെ ഒരു നിമിഷം ജീവിക്കാൻ കഴിയാത്ത അവസ്ഥയായിരുന്നു. ദിവസങ്ങൾക്കു ള്ളിൽ ഞാൻ തിരിച്ചറിഞ്ഞു മനോജ് ഒരു മുഴുക്കുടിയനായിരുന്നെന്ന്. മുഴുക്കുടിയനായ മകനെ നന്നാക്കാനുള്ള ബന്ധുജനങ്ങളുടെ അവസാന ശ്രമമായിരുന്നു ഞങ്ങളുടെ കല്യാണം. ഒക്കെ മനസ്സിലായി തുടങ്ങിയ പ്പോഴേക്കും ഞാൻ തകർന്നുപോയി. നഗരം എന്നെ പേടിപ്പിക്കാൻ തുടങ്ങി. നഗരക്കാഴ്ചകളും നഗര മനുഷ്യരും നിസ്സഹായയായ ഒരു ഹൈറേഞ്ചു കാരിയുടെ പേടിസ്വപ്നങ്ങളായി മാറി. ഒരുപാട് പ്രതീക്ഷകളുമായി ജീവി തത്തിലേക്കിറങ്ങിവന്ന ഒരു പത്തൊൻപതുകാരിയുടെ ജീവിതം നരക പൂർണ്ണമായി. എല്ലാം അവസാനിപ്പിച്ച് തോക്കുപാറയിലേക്ക് വണ്ടികയ റാനാണ് ആഗ്രഹിച്ചത്. അപ്പോഴേക്കും ഒരു ഞെട്ടലോടെ ഞാൻ അറി ഞ്ഞു മനോജിന്റെ കുഞ്ഞ് എന്റെ ഉദരത്തിൽ വളർന്ന് തുടങ്ങിയിരിക്കുന്നു.

അങ്ങനെ വിധിയോട് മല്ലിടുകയല്ലാതെ എന്റെ മുന്നിൽ മറ്റുവഴിക ളൊന്നുമില്ലായിരുന്നു. കണ്ണിന്റെയും കഷ്ടപ്പാടിന്റെയും നാളുകളിലൊന്നിൽ

അയോണമോൾ ജനിച്ചു. ഒരു കുഞ്ഞുണ്ടാകുമ്പോൾ മനോജ് മാറുമെന്ന് ഞാൻ മോഹിച്ചു. പക്ഷേ, ഒന്നും സംഭവിച്ചില്ല. മനോജിന്റെ ജീവിതത്തെ ഭാര്യയോ മകളോ രക്ഷിതാക്കളോ ഒന്നും സ്വാധീനിച്ചില്ല.

മനോജിന് ഓട്ടോ ഓടിച്ച് കിട്ടുന്ന കാശുകൊണ്ട് എനിക്കൊരു ജീവിതം ഉണ്ടാക്കുവാൻ കഴിയില്ലെന്ന് ഇതിനകം ഞാൻ മനസ്സിലാക്കി. ദന്തൽ ലാബ് ടെക്നീഷ്യൻ കോഴ്സിന് ചേർന്ന് പഠിച്ചു. എന്റെ വീട്ടു കാരും മനോജിന്റെ അപ്പനും ഒപ്പം നിന്നതുകൊണ്ടാണ് ആ ദുരിതകാല ങ്ങളെ അതിജീവിക്കാൻ കഴിഞ്ഞത്.

കുടിയും നെഞ്ചുവേദനയും ഒക്കെയായി മനോജിന്റെ ജീവിതം മുമ്പോട്ടുപോയി. ഇതിനിടയിൽ ഡിയോണമോളും ഉണ്ടായി. ജീവിതം കുറെക്കൂടി ദുസ്സഹമായി. എനിക്ക് ഒരു ജോലി ഇല്ലാതെ പിടിച്ചു നില്ക്കാൻ വയ്യ എന്ന അവസ്ഥയായി. ഒരു സ്വകാര്യ സ്ഥാപനത്തിൽ ലാബ് ടെക്നീ ഷ്യൻ ആയി പോയിത്തുടങ്ങി. മനോജിന് അത് അത്ര ഇഷ്ടപ്പെട്ടില്ല.

പലപ്പോഴും ആ സ്ഥാപനത്തിൽ വിളിച്ച് എന്റെ സ്വഭാവം ചീത്തയാ ണെന്ന് പറഞ്ഞു. വീട്ടിൽ കലഹങ്ങളായി. സൈ്വരക്കേടുകളുടെ ഒന്നര വർഷം. മനോജിന്റെ അപ്പനും അമ്മയും എന്നെ പിന്തുണച്ചതുകൊണ്ടാണ് അതുവരെ പിടിച്ചുനില്ക്കാൻ കഴിഞ്ഞത്. ഒടുവിൽ ആ ജോലി ഉപേക്ഷിച്ചു.

ഡിയോണയ്ക്ക് രണ്ട് വയസ്സ് പൂർത്തിയാകുന്ന സമയത്ത് വിവാഹ ത്തിന്റെ ആറാം വാർഷികത്തിൽ കുടിച്ചുകുടിച്ച് 2006 മാർച്ച് 28 ന് മനോജ് മരണത്തിന് കീഴടങ്ങി. ഇരുപത്തിയഞ്ചാമത്തെ വയസ്സിൽ രണ്ട് പെൺകു ട്ടികളുടെ അമ്മയായ ഞാൻ വിധവയായി.

തോക്കുപാറയിലേക്ക് തിരിച്ചുപോകാമായിരുന്നു. പക്ഷേ, കഷ്ടപ്പെട്ടും കടംവാങ്ങിയും മകളെ കെട്ടിച്ചയച്ച അച്ഛനമ്മമാർക്ക് വീണ്ടും ഭാരമാകരു തെന്ന് മനസ്സിൽ ഉറപ്പിച്ചു.

മനോജിന് കുത്തുകുഴിയിൽ അപ്പൻ തന്ന ഇത്തിരി സ്ഥലവും അതിൽ ഇടിഞ്ഞുവീഴാറായ വീടും ഉണ്ടായിരുന്നു. അവിടെയാണ് ഞങ്ങൾ താമസിച്ചുകൊണ്ടിരുന്നത്. മനോജ് ഇല്ലാത്ത ആ വീട്ടിൽ പറക്കമുറ്റാത്ത കുഞ്ഞുങ്ങളുമായി ഞാൻ തുടരാൻ തീരുമാനിച്ചു. യൗവനയുക്തയായ ഒരു പെണ്ണ് രണ്ട് കൈക്കുഞ്ഞുങ്ങളുമായി അടച്ചുറപ്പില്ലാത്ത ആ വീട്ടിൽ... ആളുകൾ നെറ്റി ചുളിച്ചു. എല്ലാം കണ്ടിട്ടും ഒന്നും അറിയാത്തതുപോലെ ഞാൻ ജീവിച്ചു.

മനോജ് മരിച്ച് നാല്പത് ദിവസങ്ങൾ കഴിഞ്ഞപ്പോൾ ഞാൻ ഒരി ക്കൽ ഉപേക്ഷിച്ച ജോലിക്ക് വീണ്ടും പോകാൻ തുടങ്ങി. ആളുകൾ പുച്ഛിച്ചു സംസാരിക്കുന്നത് കേട്ടിട്ടും പ്രതികരിച്ചില്ല. കുഞ്ഞുങ്ങളെ പട്ടിണിക്കിടാൻ ഞാൻ ഒരുക്കമല്ലായിരുന്നു. സത്യത്തിൽ നമ്മുടെ നാട്ടിൽ ഭർത്താവ് മരിച്ച ഒരു പെണ്ണിന്റെ ജീവിതം ദുരിതപൂർണ്ണമാണ്. ഭാവിയെക്കുറിച്ചോർത്ത് ഒന്നു സങ്കടപ്പെട്ടു പോയാൽ പെരുങ്കള്ളി ഒക്കെ അവളുടെ അഭിനയമാണെന്ന് പറയും. വൃത്തിയുള്ള ഒരു ചുരിദാർ ഇട്ടാൽ, കണ്ടില്ലേ കെട്ടിയോൻ ചത്തിട്ട് പത്ത് നാൾ തികയും മുമ്പ് അവൾ ചമഞ്ഞൊരുങ്ങി നടക്കുന്നത്

എന്നാവും പ്രതികരണം.

അക്കാലത്ത് അമ്മച്ചി എനിക്കൊപ്പം വന്ന് താമസിച്ചു. ഇതിനിടയിൽ മാർ ബസേലിയോസ് ദന്തൽ കോളേജിൽ ഒരു ജോലി ശരിയായി. അതൊരു പിടിവള്ളിയായി. കോളേജിലേക്ക് പോയി വരാൻ ഒരു ടുവീലർ വാങ്ങി. ആളുകൾ എന്നെ അഹങ്കാരി എന്ന് വിളിച്ച് പരിഹസിച്ചു. വീടിന് അടച്ചുറപ്പുള്ള ഒരു വാതിലോ ജനലോ ഇല്ല. എന്നിട്ടവൾ ഞെളിഞ്ഞു നടക്കുന്നതു കണ്ടില്ലേ എന്നായിരുന്നു ആളുകളുടെ പ്രതിക രണം. ഒരു വാതിലോ ജനലോ ശരിയാക്കാൻ നോക്കിയാൽ ആ വീട് ആകെ ഇടിഞ്ഞുവീഴുന്ന അവസ്ഥയാണ്. അതുകൊണ്ട് വീടിന് അറ്റകുറ്റ പ്പണി വേണ്ട എന്ന് മേസ്തിരിമാർ പറഞ്ഞിരുന്നു. ഇതൊന്നും പുറത്തു ള്ളവർക്ക് അറിയില്ല.

ഉച്ചയ്ക്ക് മക്കളുടെ അടുത്തേക്ക് ഒന്നോടിവരാനും അവരെ നേഴ്സ റിയിൽ കൊണ്ടു പോകാനും കൊണ്ടുവരാനുമൊക്കെയുള്ള സൗകര്യത്തി നാണ് ടുവീലർ വാങ്ങിയത്. പറയുന്നവർ പറയട്ടെ എന്നു കരുതി ഈശോയ്ക്ക് മുന്നിൽ സ്വന്തം പ്രയാസങ്ങൾ ഏറ്റുപറഞ്ഞു വിതുമ്പി. അതേസമയം ആൾക്കൂട്ടത്തിനു മുന്നിൽ ഒരു തൊട്ടാവാടിയാകാൻ ഞാൻ ഇഷ്ടപ്പെട്ടില്ല.

ഇടിയും മിന്നലുമായി പേമാരി പെയ്തിറങ്ങിയ വർഷകാല രാത്രിക ളിൽ അടച്ചുറപ്പില്ലാത്ത വീട്ടിൽ മക്കൾക്കു കാവലായി ഈശോയുടെ അയ ത്തിൽ ഉറങ്ങാതെ രാത്രികൾ കഴിച്ചു. ആരും സഹായത്തിനില്ലാത്ത ഒരു പെണ്ണും അവളുടെ മക്കളും പട്ടിണിയാണോ എന്ന് ആരും തിരക്കിയില്ല. പക്ഷേ, അപവാദകഥകൾ ചമയ്ക്കാൻ നൂറ് നാവുകൾ ഉണ്ടായിരുന്നു. പകൽ മാന്യ, നാട്ടില് വല്യ ഡീസന്റാ.. ഇവളൊക്കെ പുറത്തുപോണു ണ്ടാവും. എന്നുവരെ പറഞ്ഞു രസിക്കുന്നവർ ഉണ്ടായിരുന്നു. ഒന്നും പ്രതി കരിക്കാതെ പിടിച്ചു നിന്നു.

ഇതിനിടയിൽ ഒരു ടെലിവിഷൻ ഷോയിൽ പങ്കെടുക്കാൻ അവസരം കിട്ടി. സഹോദരനോടൊപ്പം ആ ഷോയിൽ പങ്കെടുത്തു. ഒരു കാർ സമ്മാ നമായി കിട്ടി. വെറും കള്ളുകുടിയനും ഓട്ടോ ഡ്രൈവറുമായിരുന്ന മനോ ജിന്റെ വീട്ടിൽ കാറോ...? ആളുകൾ ഉപദേശിച്ചു. അതുവിറ്റ് ആ കൂര നേരെ ചൊവ്വേ ആക്കുകൊച്ചേ... പലരും പല നിർദ്ദേശങ്ങളും മുന്നോട്ടു വെച്ചു. വണ്ടി വില്ക്കാൻ ഏജന്റുമാരെ വരെ അവർ ഏർപ്പാടാക്കി വീട്ടിലെത്തി. പക്ഷേ, വെറും ഓട്ടോ ഡ്രൈവറായിരുന്ന മനോജിന്റെ വീട്ടുമുറ്റത്ത് ആ കാറ് കിടക്കട്ടെ എന്നാണ് ചിന്തിച്ചത്. ഒരുപക്ഷേ, പറയാതെ പോയ മനോ ജിന്റെ മറ്റു സ്വപ്നമായിരുന്നെങ്കിലോ അത്..? വണ്ടി വില്ക്കാതെ തന്നെ വീട് പണിയാൻ ഞാൻ ആഗ്രഹിച്ചു.

എന്റെ മനസ്സുവായിച്ച ആളുകൾ വീണ്ടും വീണ്ടും എന്നെ അഹങ്കാ രിയെന്നു വിളിച്ചു. കിടക്കാൻ ഒരു കൂരയില്ല. കാറും ബൈക്കുമൊക്കെ വാങ്ങിക്കൂട്ടി പൊങ്ങച്ചം കാട്ടുന്നു. ആളുകൾ എന്നെ പരിഹസിച്ചുകൊ ണ്ടിരുന്നു. ഡ്രൈവിങ് പഠിച്ച് ഞാൻ കാറോടിക്കാൻ തുടങ്ങിയതോടെ

പരിഹാസം അതിന്റെ പാരമ്യത്തിലെത്തി.

അങ്ങനെ ഒരു സാധാരണ വീട്ടമ്മയ്ക്ക് താങ്ങാവുന്നതിനപ്പുറമുള്ള പ്രതിസന്ധികളിലൂടെ ജീവിതം കടന്നുപോയി. എന്നിട്ടും ഏറെ കഷ്ടപ്പെട്ട് 600 സ്ക്വയർഫീറ്റുള്ള ഒരു കൊച്ചുവാർക്കവീട് പണിതു.

കോതമംഗലം മുനിസിപ്പാലിറ്റിയുടെ സഹായവും ലോണും ഒക്കെ ചേർത്താണ് ആ സ്വപ്നവീട് പൂർത്തിയാകുന്നത്. ശമ്പളത്തിന്റെ സിംഹ ഭാഗവും ഹൗസിങ് ലോണിനടയ്ക്കണം. എന്നാലും എന്നും മനസ്സിലു ണ്ടായിരുന്ന അടച്ചുറപ്പുള്ള ഒരു വീട് പൂർത്തിയാക്കിയതിന്റെ അഭിമാനം മനസ്സിലുണ്ട്. അയോണയും ഡിയോണയും വളർന്നുവരുമ്പോൾ കള്ളു കുടിയനായ ഒരു ഓട്ടോക്കാരൻ അപ്പന്റെ പരാധീനതകൾ മക്കളറിയരുത്.

ഇന്നും യൗവനം കൈമോശം വരാത്ത പെൺകുട്ടി എന്ന പേരിൽ ധാരാളം ആലോചനകൾ വരുന്നുണ്ട്. പക്ഷേ, ഇനിയൊരു വിവാഹം എന്റെ സ്വപ്നങ്ങളിൽ ഇല്ല. ജീവിച്ചുപോകാൻ ഒരു ജോലിയുണ്ട്. കോതമംഗലം മാർ ബസേലിയോസ് ദന്തൽ കോളേജിൽ റിസപ്ഷനിസ്റ്റാണ്. പക്ഷേ, മക്കളെ ജീവിതത്തെ അങ്ങേയറ്റം സ്നേഹിക്കുന്ന മാതൃകകളാക്കി വളർത്തുകയാണ് എന്റെ ലക്ഷ്യം. കോതമംഗലത്തെ പ്രശസ്തമായ ഇംഗ്ലീഷ് മീഡിയം സ്കൂളിൽ എട്ടാം ക്ലാസിലും അഞ്ചാം ക്ലാസിലും പഠിക്കുകയാണവർ. അവരുടെ നന്മയ്ക്കുവേണ്ടി എത്ര കണ്ണീർപ്പാടങ്ങൾ താണ്ടേണ്ടിവന്നാലും എനിക്ക് സങ്കടമില്ല. നൊന്തുപ്രസവിച്ച അമ്മയ്ക്ക് ആണും തുണും ഒന്നുമില്ലെങ്കിലും മക്കൾക്കുവേണ്ടി ജീവിച്ചേ പറ്റൂ എന്നു ഞാൻ തിരിച്ചറിയുന്നു.

പാട്ടിന് പ്രായമില്ല

ഗൗരി ലക്ഷ്മി

കുളങ്ങൾക്കും കാവുകൾക്കും പേരുകേട്ട നാടാണ് ചേർത്തലയിലെ കായലോരഗ്രാമമായ പള്ളിപ്പുറം. മടലുതല്ലിയും കയറു പിരിച്ചും കഴി യുന്ന പിന്നോക്ക ജനത. ഏകദേശം ഒരു പതിറ്റാണ്ടുമുമ്പ് അവിടത്തെ സെന്റ് മേരി ഓഫ് ലൂക്ക സ്കൂളിലെ നാലാം ക്ലാസിൽ പ്രധാന അദ്ധ്യാ പിക പഠിപ്പിക്കുന്നു.

നാലാം ക്ലാസുകാരുടെ മനസ്സറിയാൻ ഭാവിയിൽ നിങ്ങൾക്ക് ആരാ കാനാണ് ആഗ്രഹമെന്ന് ടീച്ചർ ചോദിച്ചു. ഡോക്ടറാകാനും എഞ്ചിനീയ റാകാനും പൈലറ്റാകാനും നേഴ്സാകാനും ആഗ്രഹിക്കുന്നവർക്കിടയിൽ ഒരുകുട്ടിയുടെ മറുപടി മാത്രം ടീച്ചറെ അത്ഭുതപ്പെടുത്തി. അവൾക്ക്

സംഗീത സംവിധായക ആകണം. വെളുത്തു മെലിഞ്ഞ പൊടിയോളം മാത്രമുള്ള ആ പെൺകുട്ടിയുടെ കണ്ണുകളിലെ തിളക്കം ടീച്ചർ ഇന്നും മറന്നിട്ടില്ല. ആ പെൺകുട്ടിയുടെ പേരായിരുന്നു ഗൗരിലക്ഷ്മി!

2013 മെയ് 9. ചെന്നൈയിലെ മരിയൻ ഡിജിറ്റൽ സ്റ്റുഡിയോ... കിരൺ ചന്ദ് സംവിധാനം ചെയ്യുന്ന *ഐഫോൺ* എന്ന ചിത്രത്തിന്റെ ഗാന റിക്കോർഡിങ് നടക്കുകയാണ് അവിടെ. രാജീവ് ആലുങ്കലിന്റെ 'നോവിന്റെ കടലാഴങ്ങൾ ഏറ്റുന്നുവോ....' എന്ന വരികൾക്ക് ശബ്ദം പകരുന്നത് സാക്ഷാൽ ഗാനഗന്ധർവ്വൻ യേശുദാസ് തന്നെ. കമ്പോസർ നിർദ്ദേശിച്ച സ്വരസ്ഥാനങ്ങളെല്ലാം ഹൃദിസ്ഥമാക്കി ദാസേട്ടൻ ആ ഗാനം മനോഹര മായി പാടിത്തീർത്തു.

റിക്കോർഡിങ് കഴിഞ്ഞ് കമ്പോസറെ അടുത്തുവിളിച്ച് ദാസേട്ടൻ പറഞ്ഞു: "ഗൗരി ലക്ഷ്മീ നിന്റെ ഹൃദയത്തിൽ ഈശ്വരനുണ്ട്. സംഗീത മുണ്ട്. നന്നായി വരും."

കാവും കുളവും കയർപിരിക്കലിന്റെ നാട്ടു സംഗീതവും മാത്രമുള്ള പള്ളിപ്പുറത്തെ ഗൗരീ ലക്ഷ്മി എന്ന നാട്ടിൻപുറത്തുകാരിക്ക് അതൊരു ചരിത്ര നിമിഷമായിരുന്നു.

ഇന്ത്യയിലെ വിരലിലെണ്ണാവുന്ന വനിതാ സംഗീത സംവിധായക രിൽ ഏറ്റവും പ്രായം കുറഞ്ഞ (10 വയസ്സ്) ഗൗരീലക്ഷ്മിയുടെ സംഗീത ത്തിൽ ദാസേട്ടൻ പാടിയിരിക്കുന്നു! നാലാം ക്ലാസിൽ വെറും ഒമ്പതാം വയസ്സിൽ ഒരു പെൺകുട്ടി ഒരു സംഗീതസംവിധായിക ആകണമെന്ന് സ്വപ്നം കണ്ടു. വെറും പത്ത്‌വർഷങ്ങൾകൊണ്ട് ഇന്ത്യൻ പിന്നണി ഗാന രംഗത്തിന്റെ ചരിത്രത്തിന്റെ ഭാഗമായി അവൾ മാറി. നിശ്ചയദാർഢ്യം കൊണ്ടും കഠിനാദ്ധ്വാനംകൊണ്ടും സ്വപ്നം യാഥാർത്ഥ്യമാക്കിയ ആ കഥ ഗൗരീലക്ഷ്മി തന്നെ പറയട്ടെ.

അച്ഛൻ ഹരികൃഷ്ണൻ പാട്ടുകാരനായിരുന്നു. പക്ഷേ, എൺപതു കളിൽ ദാസേട്ടനെപ്പോലൊരു സംഗീത പ്രതിഭ അരങ്ങുവാഴുന്ന കാലത്ത് വേറിട്ടൊരു ശബ്ദവുമായി സംഗീതലോകത്തേക്കു കടന്നുവരാൻ അച്ഛൻ ധൈര്യപ്പെട്ടില്ല. ചില്ലറ ലളിതഗാനങ്ങളും നാടകഗാനങ്ങളുമായി അച്ഛനൊ തുങ്ങി. അച്ഛന്റെ പാട്ടിനേക്കാൾ ശ്രുതിപ്പെട്ടിയിൽ വിരൽ ചേർത്ത് അച്ഛൻ തീർക്കുന്ന ചില രാഗങ്ങളിലായിരുന്നു എന്റെ കൗതുകം.

എന്റെ അമ്മയുടെ വീട് വയലാറിലായിരുന്നു. പള്ളിപ്പുറത്തുനിന്നും വയലാറിലേക്ക് കൈതപ്പുഴക്കായലിലൂടെ വഞ്ചിയിലാണ് യാത്ര. നീല മേഘങ്ങൾ പ്രതിഫലിച്ചു. കിടക്കുന്ന കൈതപ്പുഴക്കായൽ യാത്ര മനസ്സിനെ പലപ്പോഴും ഭാവനാസാന്ദ്രമാക്കി. രണ്ടിലോ മൂന്നിലോ പഠിക്കുമ്പോൾ ഞാൻ ആ കായൽ യാത്രയെക്കുറിച്ച് ചില വരികൾ കുത്തിക്കുറിച്ചു. 'നീല ക്കായൽത്തീരേ എന്നെ തഴുകിയുറക്കിയ കാറ്റേ പൂങ്കാറ്റേ...'

ആരേയും അറിയിക്കാതെ ഞാനാ പാട്ട് സ്കൂളിലെ കൂട്ടുകാർക്കിട യിൽ മൂളിനടക്കെ ഒരുദിവസം ഭവൻസ് ന്യൂസ്പ്രിന്റ് വിദ്യാലയത്തിലെ സംഗീത അദ്ധ്യാപികയും പാട്ടിൽ എന്റെ ആദ്യ ഗുരുനാഥയുമായ സുമ

ടീച്ചർ അതു കണ്ടുപിടിച്ചു. പാട്ടുകേട്ടിട്ട് നല്ല അടുക്കും ചിട്ടയുമുള്ള പാട്ട് എന്ന് ടീച്ചർ പറഞ്ഞപ്പോൾ എനിക്കൊരു കാര്യം മനസ്സിലായി. കുത്തി ക്കുറിച്ച വരികൾ അടുക്കും ചിട്ടയുമുള്ളതാക്കി മാറ്റുകയാണ് സംഗീത സംവിധാനം എന്നുപറയുന്നത്. ഈ രംഗത്ത് എന്റെ സ്വപ്നങ്ങൾ തുട ങ്ങുന്നതും അവിടെനിന്നുമാണ്.

'സഖിയേ നിൻ കൺമുനകളിൽ... നിൻ പാൽ പുഞ്ചിരിയിൽ... ഞാന റിയുന്നു നിന്നോടുള്ള പ്രണയം...' എന്ന വരികൾ ഞാനെഴുതുന്നത് നാലാം ക്ലാസിൽ പഠിക്കുമ്പോഴാണ്. ഈ ഗാനമാണ് മോഹൻലാൽ ചിത്ര മായ *കാസനോവ*യുടെ ടൈറ്റിൽ ഗാനമായി പിന്നീട് മാറിയത്.

ഈ പാട്ടും എഴുതി ഡയറിയിൽ സൂക്ഷിച്ച് അതിനൊരു ട്യൂണും നല്കി ഞാൻ മൂളിക്കൊണ്ട് നടന്നു. അപ്പോഴേക്കും അച്ഛൻ എന്റെ എഴുത്തും ട്യൂൺ നല്കലുമൊക്കെ ശ്രദ്ധിച്ചുതുടങ്ങിയിരുന്നു. സംഗീത സംവിധായക ആവുകയെന്ന മകളുടെ സ്വപ്നം അപകടം പിടിച്ച ഒരു വഴിയാണെന്ന് അച്ഛന് ബോദ്ധ്യപ്പെട്ടു.

ഇന്ത്യൻ സിനിമയിലെ ആദ്യ സംഗീത സംവിധായിക ആയിരുന്ന ഖുർഷിദ് ഹോംജി എന്ന പാഴ്സി വനിതയ്ക്ക് നേരിടേണ്ടി വന്ന പ്രശ്ന ങ്ങളും ഒടുവിൽ നിലനില്ക്കാൻ വേണ്ടി അവർ സരസ്വതീദേവി എന്ന പേർ സ്വീകരിച്ച കഥയുമൊക്കെ അച്ഛൻ എനിക്ക് പറഞ്ഞുതന്നു. ഇന്ത്യ യുടെ വാനമ്പാടിയായ ലതാ മങ്കേഷ്കർ അടക്കമുള്ളവർ ശ്രമിച്ചിട്ട് പരാ ജയപ്പെട്ട പണിയാണ് സംഗീത സംവിധായികയുടേത്. സീമാ ബഹാനും പി ലീലയും പരാജയപ്പെട്ട രംഗമാണത്... പെൺകുട്ടികൾക്ക് പറഞ്ഞ പണി യല്ല ഗൗരീ ഇതൊന്നും... പ്രത്യേകിച്ചും വെറും ഒരു നാട്ടിൻപുറത്തുകാ രിക്ക്.

മകളെ സ്നേഹിക്കുന്ന ഏതൊരു അച്ഛനെയുംപോലെ എന്റെ അച്ഛനും ഒരു പെൺകുട്ടി സംഗീത സംവിധായക ആയാൽ ഉണ്ടാകാ വുന്ന ഭവിഷ്യത്തുക്കൾ എന്റെ മുന്നിൽ നിരത്തി. അച്ഛനെ സങ്കടപ്പെടു ത്തുന്ന ഒന്നും ചെയ്യില്ലെന്ന് ഞാൻ അച്ഛന് വാക്കു കൊടുത്തു. പക്ഷേ, അച്ഛന്റെ വാക്കുകളിൽനിന്നും വനിതകൾക്ക് സംഗീത സംവിധാന രംഗത്ത് ഏറെ സാദ്ധ്യതകൾ ഉണ്ടെന്ന് ഞാൻ തിരിച്ചറിഞ്ഞു. ദുർഘടം പിടിച്ച വഴികളിലൂടെയാണെങ്കിലും ലക്ഷ്യസ്ഥാനത്തെത്തുക... ഏതാണ്ട് ഒമ്പതാം ക്ലാസിൽ പഠിക്കുമ്പോൾ ഞാൻ മനസ്സുകൊണ്ട് അത്തരമൊരു തീരുമാനം എടുത്തുകഴിഞ്ഞിരുന്നു.

ഇതിനിടയിൽ കർണ്ണാടക സംഗീതത്തിൽ വൈക്കം വാസുദേവൻ നമ്പൂതിരി, ചെങ്കോട്ട ഹരിഹര സുബ്രഹ്മണ്യം എന്നിവരുടെ ശിഷ്യത്വം സ്വീകരിച്ചു. ഹിന്ദുസ്ഥാനിയിൽ ഉസ്താദ് ഫയസ്ഖാനും ഗുരുവായി. വളരെ യാദൃച്ഛികമായി ഒരിക്കൽ സംവിധായൻ റോഷൻ ആൻഡ്രൂസിനെ പരിചയപ്പെടാൻ ഇടയായി. അദ്ദേഹം അന്ന് *കാസനോവ*യുടെ പ്രാരംഭ പ്രവർത്തനങ്ങളിലായിരുന്നു. ചില പാട്ടുകൾ പാടി കേൾക്കുന്നതിനിടയിൽ നാലാം ക്ലാസിൽ വച്ചെഴുതിയ 'സഖിയേ നിൻ കൺമുനകളിൽ' എന്ന

പാട്ടും പാടി. *കാസനോവ* എന്ന ചിത്രത്തിലെ ടൈറ്റിൽ ഗാനമെഴുതാനും കമ്പോസ് ചെയ്യാനുമുള്ള ഭാഗ്യം കൈവരുന്നത് അങ്ങനെയാണ്. വിജയ് യേശുദാസും ശ്വേതാമോഹനുമാണ് ആ ഗാനം ആലപിച്ചത്. ആ ഗാനം ശ്രദ്ധിക്കപ്പെട്ടതോടെ മ്യൂസിക് കമ്പോസർ ആകുക എന്ന എന്റെ ലക്ഷ്യം തെറ്റല്ല എന്ന് അച്ഛന് ബോധ്യപ്പെട്ടു.

മ്യൂസിക് മജോ എന്ന ചാനൽ പരിപാടിയിൽ പാടിയതോടെ ഏറെ അവസരങ്ങൾ കൈവന്നു. ഇതിനിടയിൽ ഒരുപിടി ഗാനങ്ങൾക്ക് സംഗീതം നല്കി. ലാൽ ജോസിന്റെ ഏഴു സുന്ദരരാത്രികൾ എന്ന ചിത്രത്തിനുവേണ്ടി പ്രശാന്ത്പിള്ളയുടെ കമ്പോസിങ്ങിൽ 'ഓർക്കാതെ...' എന്ന ഗാനം പാടി.

2011 മുതൽ റോക്ക് ഓഫ് ഏജൻസ്... എന്ന ബാന്റിനുവേണ്ടി പാടുന്നു. യൂറോപ്യൻ ക്ലാസിക്കൽ പ്രചരണാർത്ഥം ഇന്ത്യയിലെത്തിയ പ്രമുഖ സംഗീതജ്ഞൻ ഫ്രാങ്കോ സ്റ്റാർക്കിന്റെ കോറൽ സിങ്ങിന്റെ ഭാഗമാകാനും ഇതിനകം അവസരം ലഭിച്ചു. ഈ സൗഹൃദം വഴി യൂറോപ്യൻ ക്ലാസി ക്കൽ ഇന്ത്യയിലെ പ്രമുഖനായ അഗസ്ത്യൻ പോളിന്റെ ശിഷ്യത്വം സ്വീക രിക്കാനും അവസരം ലഭിച്ചു. ഹിന്ദുസ്ഥാനിയിൽ ഇപ്പോഴത്തെ ഗുരു വിജയ് സൂർസൺ ആണ്.

തൃപ്പൂണിത്തുറ ആർ എൽ വി സംഗീത കോളേജിലെ അവ സാനവർഷ ബി എ സംഗീത വിദ്യാർത്ഥിനിയായ ഗൗരീ ലക്ഷ്മീ തന്റെ കഥ പറഞ്ഞു തീർക്കുകയാണ്. ലോക സംഗീതത്തിന് തന്റേതായ എന്തെ ങ്കിലും സംഭാവന ചെയ്യുക എന്ന സ്വപ്നം കാണുന്ന ഗൗരി ഇപ്പോൾ തൃശ്ശൂർക്കാരനായ സണ്ണി വിശ്വനാഥിന്റെ അമേരിക്കൻ ആൽബത്തിനുവേ ണ്ടി പാടാൻ തയ്യാറാവുന്നു.

"സീൻ കോണ്ട്ര" അടക്കം ഗൗരി സംഗീത സംവിധാനം നിർവ്വഹിച്ച ഒരുപിടി പുതിയ ചിത്രങ്ങൾ പുറത്തുവരാനിരിക്കുന്നു. ഇന്ത്യയിലെ ഏറ്റവും പ്രായംകുറഞ്ഞ ചലച്ചിത്ര സംഗീത സംവിധായിക എന്ന ഖ്യാതി ഇന്ന് ഈ പെൺകുട്ടിക്ക് സ്വന്തമാണ്.

നാലാം വയസ്സിൽ എഴുതി പതിമൂന്നാം വയസ്സിൽ സംഗീതം പകർന്ന് പ്രേക്ഷകർക്ക് സമർപ്പിച്ച കാസനോവയിലെ 'സഖിയേ നിൻ കൺമുന കളിൽ..' എന്ന ഗാനത്തിന്റെ രാഗം ഏതാണെന്ന് ഗൗരീലക്ഷ്മി തിരിച്ചറി യുന്നത് ഏതാനും മാസങ്ങൾക്കുമുമ്പ് മാത്രമാണ്. ചെന്നൈയിലെ ഹിന്ദു സ്ഥാനി പഠനക്ലാസിൽ ശ്യാം കല്യാൺ എന്ന ഹിന്ദുസ്ഥാനി രാഗം പഠി ക്കുമ്പോൾ ഒരു വെളിപാടുപോലെ ഗൗരി തിരിച്ചറിഞ്ഞു. 'സഖിയേ' എന്ന ഗാനം താൻ ചിട്ടപ്പെടുത്തിയിരിക്കുന്നത് ശ്യാം കല്യാണിയിലാണെന്ന്...!

ഭാഷ പഠിക്കുമ്പോൾ നാം അതിന്റെ വ്യാകരണത്തെക്കുറിച്ച് ചിന്തി ക്കാറില്ല. പിന്നീട് പഠനത്തിന്റെ ഏതോ ഒരു ഘട്ടത്തിൽ നാം പഠിച്ച ഭാഷ യുടെ വ്യാകരണം തിരിച്ചറിയുകയാണ്... അതുപോലെ തന്റെ ആദ്യ സിനി മാഗാനത്തിന്റെ രാഗവും ഒരു തിരിച്ചറിവായി ഗൗരിയെ തേടി എത്തുക യായിരുന്നു. ജീവിതത്തിനു നേരെയുള്ള അചഞ്ചലമായ ഉൾക്കരുത്തും ആത്മവിശ്വാസവുമാണ് ഗൗരീലക്ഷ്മി എന്ന നാട്ടിൻപുറത്തുകാരിയായ സംഗീത സംവിധായികയുടെ വഴിത്താരകളിലെ വിളക്കും വെളിച്ചവും.

ബി പോസിറ്റീവ്

ലിസി മുരളീധരൻ

എന്റെ പേര് ലിസി. മാഹിയിലെ ചെറുകല്ലായി ആണ് നാട്. അച്ഛൻ രാഘവൻ ഒരു കലാകാരനായിരുന്നു. കലാമണ്ഡലത്തിൽ കഥകളി വിദ്യാർത്ഥിയായിരിക്കെ പുകവലിച്ച് പിടിക്കപ്പെട്ടതിനാൽ അച്ഛന് പഠനം പൂർത്തിയാക്കാൻ കഴിഞ്ഞില്ല.

അച്ഛമ്മ ആ കഥകളൊക്കെ എനിക്ക് പറഞ്ഞു തന്നിട്ടുണ്ട്. മാഹി ഗവൺമെന്റ് ഗേൾസ് ഹൈസ്കൂളിൽ പഠിക്കുമ്പോൾ നൃത്തത്തിനോട് നല്ല കമ്പമായിരുന്നു എനിക്ക്. മയ്യഴി അടക്കിഭരിച്ചിരുന്ന മൂപ്പൻ സായ്വിന് ആരാധന തോന്നിയ ഒരു നർത്തകി മാഹിയിലുണ്ടായിരുന്നു എന്ന് അച്ഛമ്മ പറഞ്ഞുകേട്ട് ഞാൻ മനസ്സിലാക്കി. മൂപ്പൻ സായ്വിന് ആരാധന തോന്നിയ അജ്ഞാതയായ ആ നൃത്തക്കാരിയോട് എനിക്കും ആരാധന തോന്നി.

വലിയ പൊട്ടുതൊടുന്ന, വിടർന്ന കണ്ണുകളുള്ള, അംഗലാവണ്യമുള്ള ആ നർത്തകിയുടെ അവ്യക്തമായ ഒരു രൂപം കുഞ്ഞുന്നാളിലേ എന്റെ മനസ്സിൽ കടന്നുകൂടി. മൂപ്പൻ സായ്വിന് ആരാധന തോന്നിയ നൃത്തം എനിക്കും പഠിക്കണം. കുന്നിൻമുകളിലെ മൂപ്പൻ സായ്വിന്റെ ബംഗ്ലാവിലെ ചുവന്ന ടർക്കിഷ് പരവതാനി വിരിച്ച അകത്തളത്തിൽ സ്വീകരിക്കപ്പെട്ട ആദ്യ മാഹിക്കാരി ആ നർത്തകി ആയിരുന്നു. അതുപോലെ ഒരിക്കൽ മാഹി ഭരണകൂടം തന്നെയും സ്വീകരിക്കപ്പെടണം. ആദരിക്കപ്പെടണം... ഏഴാം ക്ലാസിൽ പഠിക്കുമ്പോൾ ഞാൻ മനസ്സിൽ നെയ്ത വിചിത്രമായ സ്വപ്നങ്ങൾ ഇങ്ങനെയൊക്കെ ആയിരുന്നു. നൃത്തവും മാഹിയിലെ വനിതാപൊലീസും രണ്ടും എന്നെ വല്ലാതെ ആകർഷിച്ചിരുന്നു.

എന്റെ മനസ്സ് ഏകദേശം വായിച്ചറിഞ്ഞ കലാകാരൻ കൂടിയായ അച്ഛൻ ഉപദേശിച്ചു. നൃത്തം വേണോ? കലാകാരികളുടെ ജീവിതം കണ്ണീ രിന്റെയും കഷ്ടപ്പാടിന്റെയുമാണ്. ആയിരം കലാകാരികൾ പരിഹാസ്യരാ

കുമ്പോൾ, അവഗണിക്കപ്പെടുമ്പോൾ വിരലിലെണ്ണാവുന്നവർ മാത്രമാണ് ശ്രദ്ധിക്കപ്പെടുന്നത്. അവരെ മാത്രമേ പുറംലോകം അറിയുന്നുള്ളൂ... നീ ചിന്തിക്കൂ...

അച്ഛൻ പറഞ്ഞ കാര്യങ്ങളുടെ ഗൗരവമൊന്നും എനിക്ക് മനസ്സിലായില്ല. സ്കൂളിലെ ശോഭന ടീച്ചർ പ്രോത്സാഹിപ്പിച്ചു. ഒരു നർത്തകിയുടെ വഴിയിലെ വിഘ്നങ്ങൾ നർത്തന ഗണപതിയുടെ ലാസ്യച്ചുവടുകളിൽ വഴിമാറി... ഒൻപതാം ക്ലാസിൽ പഠിക്കുമ്പോൾ എ പി കുഞ്ഞിക്കണ്ണൻ മാഷ് നടത്തുന്ന കലാഗ്രാമത്തിൽ ഭരതനാട്യത്തിന് ചേർന്നു. സഹോദര ങ്ങളായ കിഷോർ കുമാറും ലിനിയും പാട്ടുകാരായിരുന്നു. അവരും പ്രോത്സാഹനവുമായി ഒപ്പം ചേർന്നപ്പോൾ എന്നിലെ നർത്തകി മിഴിവോടെ പുറത്തുവന്നു.

പഠിത്തവും നൃത്തവും ഇഴതിരിച്ചെടുക്കാനാകാത്ത എട്ട് വർഷങ്ങൾ... പതിനെട്ടോളം ഗുരുക്കന്മാർ. വ്യത്യസ്തതയുള്ള ഒരു നർത്തകി ആകണം. അതായിരുന്നു ലക്ഷ്യം. സാമ്പ്രദായിക വഴികളിൽ നിന്ന് മാറി നൃത്ത ത്തിൽ പുതിയ പരീക്ഷണങ്ങൾ നടത്താനായി കടത്തനാട്ട് മാധവി അമ്മ യുടെ കവിതകൾ ചേർത്ത് 'ഓണക്കിളികൾ' എന്ന നൃത്തരൂപം ആവി ഷ്കരിച്ചു. കേരളത്തിനകത്തും പുറത്തുമായി നൂറ്റിമുപ്പതോളം വേദിക ളിൽ ഓണക്കിളികൾ അവതരിപ്പിച്ചു. ഇതിനിടയിൽ മാധ്യമപ്രവർത്തക നായ മുരളീധരനെ പരിചയപ്പെട്ടു. ആ പരിചയം സ്നേഹത്തിലും വിവാ ഹത്തിലും കലാശിച്ചു.

മുരളിയുടേത് ഒരു സമ്പന്ന കുടുംബമായിരുന്നു. സ്വാഭാവികമായി നൂറ് ശതമാനവും താല്പര്യമില്ലാതെയാണ് വിവാഹം നടന്നത്. എന്നാൽ എന്നിലെ കലാകാരിയെ നന്നായി ഉൾക്കൊണ്ട് മുരളിയേട്ടന്റെ പൂർണ്ണ പിന്തുണ എനിക്ക് കിട്ടിയതുകൊണ്ട് ഭർത്യവീട്ടുകാരുടെ നിസ്സഹകരണം എന്നെ കാര്യമായി ബാധിച്ചില്ല. വിഖ്യാതസാഹിത്യ കൃതികൾ നൃത്ത രൂപത്തിലേക്ക് ചിട്ടപ്പെടുത്താനുള്ള എന്റെ പരിശ്രമങ്ങൾ തുടർന്നു.

ഇതിനിടയിൽ ഞങ്ങൾക്ക് ഒരു മകൾ ഉണ്ടായി. സരിഗ എന്നവൾക്ക് പേരിട്ടു. ഞങ്ങൾ മാഹിയിലെ കലാക്ഷേത്രത്തോട് ചേർന്ന് താമസം തുടങ്ങി. സ്ത്രീവ്യഥ അതിന്റെ പൂർണ്ണതയിൽ വേദിയിലെത്തിക്കണമെന്ന എന്റെ ചിരകാല സ്വപ്നം *സ്ത്രീപർവ്വം* എന്ന നൃത്തശില്പത്തിലൂടെ ഞാൻ സാക്ഷാൽക്കരിച്ചു. ഭരതനാട്യത്തിലൂടെ ആദ്യമായി കുന്തി, ഗാന്ധാരി, യശോദര എന്നിവരുടെ ആത്മസംഘർഷങ്ങൾ ഒരേ സമയം പകർന്നാടുക എന്ന വെല്ലുവിളി എനിക്ക് വിജയകരമായി ഏറ്റെടുക്കാൻ കഴിഞ്ഞു. ഒരു നർത്തകി കണ്ണ് മൂടിക്കെട്ടിയ ഒരു കഥാപാത്രത്തെ വേദി യിൽ അവതരിപ്പിച്ചതും ആദ്യാനുഭവമായി. 'സ്ത്രീപർവ്വം' പരക്കെ അംഗീ കരിക്കപ്പെട്ടു. പഞ്ചഭൂതങ്ങളുടെ ആത്മപ്രകൃതിയിലൂടെ പ്രകൃതിയെ ചൂഷണം ചെയ്യുന്നതിനെതിരെ തയ്യാറാക്കിയ 'പ്രപഞ്ചം' രാജ്യത്തുടനീളം അവതരിപ്പിച്ചു.

ഒരു നർത്തകി എന്ന നിലയിൽ കേരളീയ സമൂഹം എന്നെ ശ്രദ്ധി

ക്കാൻ തുടങ്ങിയത് ഇക്കാലത്താണ്. ഒരു സാധാരണ നർത്തകിയായി മകൾ തഴയപ്പെടുമോ എന്നതായിരുന്നു എന്നും അച്ഛന്റെ ആശങ്ക. ദൈവ കൃപയാൽ ശ്രദ്ധിക്കപ്പെട്ട ഒരു കലാകാരിയാകാൻ അച്ഛന്റെ മകൾക്ക് കഴി ഞ്ഞല്ലോ എന്നോർത്ത് ഞാൻ സന്തോഷിച്ചു.

മുത്തശ്ശി പറഞ്ഞ കഥയിലെ മൂപ്പൻ സായ്‌വിന്റെ അംഗീകാരം ലഭിച്ച ഒരു നർത്തകിയെപ്പറ്റി എനിക്ക് കൂടുതൽ അറിയാൻ കഴിഞ്ഞില്ല. എങ്കിലും മാഹി ഭരണകൂടത്തിന്റെ ഒരംഗീകാരം മയ്യഴിയിലെ കലാകാരി എന്ന നില യിൽ ഞാൻ ആഗ്രഹിച്ചിരുന്നു. ഒടുവിൽ എം മുകുന്ദന്റെ *മയ്യഴിപ്പുഴയുടെ തീരങ്ങളിൽ* എന്ന നോവൽ ഒരു നൃത്തരൂപത്തിലേക്ക് പാകപ്പെടുത്താൻ ഞാൻ ശ്രമങ്ങൾ ആരംഭിച്ചു. മുകുന്ദേട്ടനുമായി എന്റെ ആശയം ചർച്ച ചെയ്തു. അദ്ദേഹത്തിന്റെ അനുഗ്രഹാശിസുകളോടെ 2004 ൽ ആ നൃത്ത ശില്പം ഞാൻ ചിട്ടപ്പെടുത്തി. ഭരതനാട്യവും മോഹിനിയാട്ടവും തെയ്യവും തിറയും ഉൾപ്പെടെ കേരളത്തിലെ പാരമ്പര്യ കലാരൂപങ്ങളുടെ സമന്വയം എഴുപതു കലാകാരന്മാർ വേദിയിലവതരിപ്പിക്കുന്ന ഒന്നരമണിക്കൂർ ദൈർഘ്യമുള്ള അപൂർവ്വമായ ആ കലാവിരുന്ന് തിരുവനന്തപുരം ദൂര ദർശൻ സംപ്രേഷണം ചെയ്തു. ഭാരിച്ച ചെലവ് വരുന്ന ആ നൃത്തശില്പം ഒരുപാട് വേദികളിൽ അവതരിപ്പിച്ചു. മാഹിയിൽ അത് അവതരിപ്പിക്കണ മെന്ന് ഞാൻ ആഗ്രഹിച്ചു.

ഇതിനിടയിൽ മുകുന്ദേട്ടന്റെ നോവലിന്റെ ഇരുപത്തിയഞ്ചാം വാർഷികം മാഹിയിൽ വെച്ച് നടക്കുന്നതായി ഞാൻ മനസ്സിലാക്കി. ആ വേദിയിൽ എന്റെ നൃത്ത ശില്പം അവതരിപ്പിക്കാൻ അവസരം കിട്ടുമെന്നും എന്റെ അഭ്യുദയകാംക്ഷികൾ എന്നെ അറിയിച്ചു. ഒരു നർത്തകി എന്ന നിലയിൽ ഞാൻ ഒരുപാട് സന്തോഷിച്ചു. ജന്മനാടിന്റെ ചരിത്രസ്മരണകൾ സ്പർശിച്ചുണർത്തുന്ന ഒരു കലാരൂപം ജനിച്ച നാട്ടിൽത്തന്നെ അവതരി പ്പിക്കാൻ കഴിയുക... ആ സുദിനത്തിനുവേണ്ടി ഞാൻ കാത്തിരുന്നു. പക്ഷേ, പ്രോഗ്രാമിന് രണ്ടു ദിവസം മുമ്പ് ഞെട്ടിക്കുന്ന ആ സത്യം ഞാൻ മനസ്സി ലാക്കി. ഒന്നര മണിക്കൂർ ദൈർഘ്യം വരുന്ന എന്റെ നൃത്തശില്പം അരമ ണിക്കൂറായി വെട്ടിച്ചുരുക്കി മറ്റ് ചില കലാകാരന്മാരാണ് മാഹിയിൽ അവ തരിപ്പിക്കുന്നത്. തകർന്നുപോയി ഞാൻ. കരചരണങ്ങൾ ഛേദിച്ച് ആത്മാവ് നഷ്ടപ്പെട്ട എന്റെ നൃത്തശില്പം കണ്ട് ആരും കാണാതെ ഞാൻ കരഞ്ഞു. ഒരു കലാകാരിയെ ജനിച്ച നാട് ആദരിക്കേണ്ട പക്ഷേ, ഇത്ര ക്രൂരമായി അപമാനിക്കാമോ?

മുരളിയേട്ടൻ എന്നെ സമാധാനിപ്പിച്ചു. പക്ഷേ, അദ്ദേഹത്തിന്റെ വീട്ടിൽ അദ്ദേഹത്തിന്റെ അച്ഛനടക്കമുള്ളവർ എന്നെ കുറ്റപ്പെടുത്തി. ആ കൂത്തും ആട്ടവുംകൊണ്ട് എന്ത് പ്രയോജനം എന്നായി അവർ. ഒരു കലാ കാരിയുടെ ജീവിതം കഷ്ടപ്പാടിന്റേതാണെന്ന എന്റെ അച്ഛന്റെ വാക്കുകൾ ഞാൻ ഓർത്തുപോയി.

ഇതിനിടയിൽ കോഴിക്കോട്ടെ ഒരു വേദിയിൽ വെച്ച് എന്നെ ശരിക്കും ഞെട്ടിച്ച മറ്റൊരു സംഭവം ഉണ്ടായി. ഞാൻ നൃത്തമാടിക്കൊണ്ടിരിക്കെ

എന്റെ പക്കമേളക്കാർ താളം തെറ്റിച്ച് പാടി. അബദ്ധത്തിൽ പറ്റിയതാ
ണെന്നാണ് ആദ്യം കരുതിയത്. പക്ഷേ, ലിസി മുരളീധരൻ എന്ന നർത്ത
കിയെ ഭൂപടത്തിൽ നിന്നും വേരോടെ പിഴുതെറിയാനുള്ള ഒരു സംഘ
ടിത ശ്രമത്തിന്റെ ഭാഗമായിരുന്നു ആ പാതകം എന്നു ഞാൻ മനസ്സിലാ
ക്കി.

കലാമണ്ഡലത്തിൽ മോഹിനിയാട്ടം വിദ്യാർത്ഥിനിയായ എന്റെ
മകളും ഭർത്താവും എന്നെ സ്നേഹിക്കുന്ന ഒരുപാട് കലാകാരന്മാരും
ഒപ്പം നിന്നതിനാൽ ആ ദുരിത കാലങ്ങൾ എനിക്ക് മറികടക്കാൻ കഴിഞ്ഞു.
ഇതിനിടയിൽ വി ടി കുമാരൻ മാസ്റ്ററുടെ *വനജ്യോത്സ്നയും* പി കുഞ്ഞി
രാമൻ മാസ്റ്ററുടെ *പൊന്നോണക്കാലവും* ബൈബിൾ കഥകളെ ഉപജീ
വിച്ചും നൃത്തശില്പങ്ങൾ തയ്യാറാക്കി. 2013 ൽ വിക്ടർ ഹ്യൂഗോയുടെ
ഫ്രഞ്ചു കവിതയുടെ മലയാള പരിഭാഷ *ഇല്ലവൾ* എന്ന പേരിൽ ഞാൻ
മാഹി സിവിൽസ്റ്റേഷൻ ഓഡിറ്റോറിയത്തിൽ അവതരിപ്പിച്ചു. ക്ഷണിക്ക
പ്പെട്ട നാല്പതോളം ഫ്രെഞ്ച് കലാകാരന്മാരും മാഹിയിലെ സാമൂഹിക
സാംസ്കാരിക രാഷ്ട്രീയപ്രവർത്തകരും ബഹുജനങ്ങളും തിങ്ങി നിറഞ്ഞ
ആ സദസ്സ് ജനിച്ച മണ്ണിൽ എനിക്ക് കിട്ടിയ വലിയ ഒരംഗീകാരത്തിന്റെ
ധന്യനിമിഷമായി മാറി.

പരാജയങ്ങൾക്കും തിക്താനുഭവങ്ങൾക്കിടയിലും കാലിടറാതെ
നില്ക്കാൻ എന്നെ സഹായിച്ചത് കലയെ അകമഴിഞ്ഞ് സ്നേഹിക്കുന്ന
ഒരു പിടി സുമനസ്സുകളുടെ കൂട്ടായ്മയാണ്. ഇന്ന് ഒരു നർത്തകി എന്ന
നിലയിൽ ഏറ്റവും ശ്രമകരമായ ഒരു ദൗത്യം ഞാൻ ഏറ്റെടുത്തിരിക്കുക
യാണ്. ശ്രീനാരായണ ഗുരു രചിച്ച *ദൈവദശകം* നൃത്തരൂപത്തിലാക്കുന്നു.
ദൈവദശകത്തിന്റെ നൂറാം വാർഷികത്തോടനുബന്ധിച്ച് സ്കൂൾ തല
ത്തിൽ *ദൈവദശകം* പ്രചരിപ്പിക്കുന്നതിന്റെ ഭാഗമായി വിദ്യാഭ്യാസവകു
പ്പുമായി ചേർന്നാണ് ഈ സംരംഭം വിഭാവനം ചെയ്തിട്ടുള്ളത്. ദൈവ
ദശകത്തിന്റെ ആഖ്യാനം സച്ചിദാനന്ദൻ സ്വാമികളും വിദ്യാധരൻ മാസ്റ്റർ
സംഗീതവും ഡൊമിനിക് മാർട്ടിൻ ഓർക്കസ്ട്രേഷനും നിർവ്വഹിക്കുന്നു.
ഒരുപാട് തിക്താനുഭവങ്ങളിലൂടെ കടന്നുവന്ന എനിക്ക് *ദൈവദശകത്തി*
നുവേണ്ടി ചുവടുവെക്കാൻ കഴിയുന്നത് ഒരു മഹാഗുരുവിന്റെ കാരുണ്യം
കൊണ്ട് മാത്രമാണ്. പ്രതിസന്ധികളിൽ തളരാതെ മുന്നേറുന്നവർക്ക്
മാത്രമേ ജീവിതം വിജയം സമ്മാനിക്കുന്നുള്ളൂ.

www.ingramcontent.com/pod-product-compliance
Lightning Source LLC
LaVergne TN
LVHW041702190726
843493LV00007B/1920